கடசல்

கடசல்

ம. காமுத்துரை

எழுத்து பிரசுரம்

Title: Kadasal
Author's Name: M. Kamuthurai

Published by Ezutthu Prachuram

Ezutthu Prachuram
(An imprint of Zero Degree Publishing)
No. 55(7), R Block, 6th Avenue,
Anna Nagar,
Chennai - 600 040

Website: www.zerodegreepublishing.com
E Mail id: zerodegreepublishing@gmail.com
Phone : 89250 61999

Ezutthu Prachuram First Edition: December 2021
ISBN: 978-93-91748-45-6
TITLE NO EP: 268

Rs. 350/-

Cover Design & Layout: Vijayan
Printed at Manipal Technologies, India.

காலமாற்றத்தால் காணாமல் போன தொழில்களுக்கும்
தொழிலாளர்களுக்கும்...

முன்னுரை

மொழிக்குள் நிகழும் சாதனைகள்

பிழைப்புக்காக, ஓய்வு பெறும் வரை, நூற்பாலைகள் தோறும், அலைந்தது என் வாழ்நாள். குன்றிருக்கும் இடமெல்லாம் குமரன் இருக்கும் இடம் என்பார்கள். இந்தியாவில் நூற்பாலைகள் இருக்கும் இடம் எல்லாம் என் காலடிபட்ட இடம். அதே நேரம் ம. காமுத்துரை தேனியின் நூற்பாலை ஒன்றில் பணிபுரிந்தவர். அவர் வேலை பார்த்த நூற்பாலைக்கு நான் பலமுறை போனதுண்டு. ஓர் இலக்கியவாதி, அவர் பணிபுரிந்த இடத்துக்கு வந்து சென்றதை அவர் அறியார். நான் நுழைந்த நூற்பாலைக்குள் ஒரு இலக்கியவாதி பணிபுரிந்து கொண்டிருந்தது எமக்கும் தெரியாது. மக்கள் அடையாளம் கண்டு ஆர்ப்பரிக்க இலக்கியவாதிகள் நடிகனோ, கிரிக்கெட் வீரனோ, அரசியல் குறுந்தலைவரோ அல்ல!

பிறிதொரு நாளில் தமிழ்நாடு முற்போக்கு எழுத்தாளர் சங்க மாநாடு ஒன்றில் ம. காமுத்துரையைச் சந்தித்து உரையாடினேன். அதன்பின் தேனி போனபோதெல்லாம், ஓய்வு கிடைக்கும்போது அவரைச் சந்தித்திருக்கிறேன்.

காட்சிக்கு எளியர், கடுஞ்சொல்லரும் அல்லர். சொந்த வாழ்க்கைக்கும் இலக்கிய வாழ்க்கைக்கும் இடைவெளி அற்றவர்.

அநேகமாக அவரது சிறுகதைகள், நாவல்கள் யாவுமே வாசித்திருக்கிறேன். காய்தல், உவத்தல் அற்று வெளிப்படையான விமர்சனப்பூர்வமான கருத்துக்களைப் பரிமாறிக் கொண்டதும் உண்டு. அரசியல், இலக்கிய, சமூக முரண்களைக் கூட அவருடன் நட்புக் கெடாமல் பகிர்ந்துகொள்ள இயலும்.

அண்மையில் அவர் எழுதிய நூல்களில் 2020-ம் ஆண்டு வெளியான 'குதிப்பி' தமிழின் முக்கியமான நாவல். என்றாலும், 39 மொழிகளில் மொழிபெயர்ப்பாகும் உலகத்தரத்து விருதுகளுக்குப் பரிந்துரைக்கப்படும் பேறு எதுவும் வாய்த்துவிடுமா சகாக்களே!

சமையல் கலைஞர்கள், பரிமாறுபவர்கள், பாத்திரம் விளக்குவோர், காய்கறி நறுக்குவோர், சமையல் பாத்திரங்களை வாடகைக்கு விடுவோர் அவர்களிடையே ஊடாடும் மனப்போக்குகள் என சுவைபட சொல்லப்பட்ட நாவல். அந்த நாவலின் தலைப்பு மூலமாகவே 'குதிப்பி' எனும் தமிழ்ச் சொல்லும் அதன் பொருளும் எழுபது வயதுக்குமேல் அறிமுகம் ஆயிற்று. ஆனால் குதிப்பி எனும் சொல், சென்னைப் பல்கலைக்கழகத்துப் பேரகராதியில் இல்லை. தமிழ் எழுத்தாளர் எவராயினும் மொழிக்குள் நிகழ்த்தும் சாதனைகள் பலவற்றுள் இதுவும் ஒன்று.

இப்பொழுது வாசித்து முடித்த ம. காமுத்துரையின் இன்னொரு நாவல் 'கடசல்'. கடசல் எனும் சொல்லும் மேற்சொன்ன பேரகராதியில் இல்லை. கடைசல் உண்டு, கடைச்சல் உண்டு, மெருகிடுதல், மரம், உலோகம் முதலானவற்றைக் கடையும் வேலை செய்தல் என்ற பொருளில். இந்த நாவற் தலைப்பு. கடசலும் அதே பொருளிலேயே ஆளப் பெற்றுள்ளது.

எழுத்தாளர் என்பவர் மொழிக்குள் புழக்கத்தில் இல்லாத சொற்களை படைப்புக்குள் 'வெச்சு செய்கிற' ஆள் இல்லை. தேனி வட்டாரத்தின் சிறப்புச் சொற்களை, வழக்குகளை,

சடங்குகளை, மரபுகளை தமது படைப்புக்குள் இயல்பாகக் கையாளும் ஆற்றல் ம. காமுத்துரைக்கு உண்டு. நற்பேறு-பேராசிரிய மேதமைகள் அவரை வட்டார வழக்குப் பட்டிக்குள் கொண்டு சென்று அடைக்கப் பிரயத்தனப்படவில்லை.

'கடசல்' எனுமிந்த நாவல், நகர்ப்புறங்களில் சிறு குறு இயந்திரங்கள் வைத்துத் தொழில் செய்த சூழலையும், கதாமாந்தரையும், அன்றாட வாழ்க்கைப் போராட்டங்களையும், முரண்களையும், மனித இயல்புகளையும் வைத்துப் பின்னப்பட்டதொன்று. சொந்த அனுபவங்களின் பார்வையில் மானுட ஈரமும், மனிதப் பண்புகளும் அவதானிக்கப்பட்டு, புனைவு ஒழுங்கினுள் வடிவமைக்கப்பட்டுள்ளது.

கால மாற்றத்தால் - பெருந்தொழில் முனைவோரின் செயல் திட்டங்களால், அவர்களுக்கு அரசாங்கமும் வங்கிகளும் தரும் ஆதரவால், சிறு தொழில் முனைவோர் சந்திக்க இருக்கும் அழிவு பற்றிய குறிப்புணர்தலுடன் நாவல் நிறைவு பெறுகிறது.

ம. காமுத்துரையின் எழுத்துச் சிறப்பு, ஆடம்பரங்களற்ற மக்கள் மொழி. வாசிக்கத் தூண்டும் ஈர்ப்புள்ள நடை. மகாராஜன் இஞ்ஜினீயரிங் லேத் அன் வெல்டிங் ஒர்க்ஸ் எனும் சிறிய தொழில் பட்டறையின் கதாபாத்திரங்களைக் கொண்டு புனையப்பட்ட நாவல் இது.

கடசல் நாவலின் கதாபாத்திரங்கள் யாவரும் எளிய மாந்தர். அவர்களுக்கானது எளிய மொழி, எத்தனை செறிவான உணர்ச்சிப் பெருக்கு என்றாலும் அவர்களது போக்கில், மொழியில் வடிக்கப்பட்டிருக்கின்றன. எளிமை என்பதன் பொருள் தாழ்ந்தது என்பதல்ல, உண்மையானதும் சிறப்பானதும் என்பதாகும்.

சிறிய தொழிற்கூடத்தின் அன்றாட நிகழ்வுகள், பணிபுரிவோரின் அல்லற்பாடுகள், அவர்தம் சினம் - சிரிப்பு - காழ்ப்பு - கருணை - அன்பு - காமம் - தேடல் - தோல்வி என சகலமும் கடசல் நாவலில் சித்தரிக்கப்பட்டுள்ளன.

எளிமையான மக்களின் வாழ்க்கைத் துணுக்குகளைக் காட்சிப் படுத்தும் பல இடங்கள் நாவலில்...

அக்காலத்தில் பட்டறைகளில், கமிசன் கடைகளில் வேலை செய்வோரில், சிறுவன் பருவம் கடந்து வாலிபப் பருவம் எய்தும் நபர்கள் வேலை செய்யும் கடையிலேயே காவலுக்குப் படுத்து இராத்தங்கல் வழக்கம். காலையில் வாசல் பெருக்கித் தண்ணீர் தெளிக்க, பகற்பொழுதுகளில் சாய் வாங்கிவருவது போன்ற எடுபிடி வேலைகள் இருக்கும். சிறிய கடைகளில் கழிவறை, குளிமுறி என எதுவும் இருக்காது. பொதுக்குழாயில் இருந்து வாளிகளில் தண்ணீர் பிடித்து வைத்துக்கொள்ள வேண்டும். ஒழிந்த நேரத்தில் வீட்டுக்குப் போய் வருவான்.

சினிமா எனும் வல்லரக்கன், கலை பொழுதுபோக்கு எனும் சாக்கில் தமிழன் தலையில் ஏற்றப்பட்டுக் கொண்டிருந்த காலம் அது. கமிசன்கடை ஒன்றில் செல்வம் எனும் துடிப்பான இளைஞனும், செந்தில் எனும் மந்தபுத்திக்காரச் சிறுவனும் தங்குவார்கள்.

இரண்டாம் ஆட்டம் சினிமா பார்த்து வந்த செல்வம், கடைக் கதவைத் தட்டுகிறான். மந்தபுத்திக்காரன் அசந்து உறங்குகிறான். ஓசை கேட்டு, எதிர்த்த பலசரக்குக் கடையை ஒதுங்க வைத்துக் கொண்டிருந்த மாரம்மாள் வருகிறாள். அவள் கணவன் லாரியில் சரக்கு ஏற்றுகிறவன். இறக்குகிறவன்.

செல்வத்தின் பாலியல் அத்து மீறலையும், மாரம்மாளின் எதிர்ப்பையும் காட்சிப்படுத்துகிறார் நாவலாசிரியர். ‘கன்னத்தில் அறைந்துவிட்டு மாரம்மாள் வெளியேறினாள்’. அத்துடன் முடிந்து போகவில்லை காட்சி. ‘மெல்லிய குறட்டை ஒலியுடன் வாய் திறந்து உறங்கிக் கொண்டிருந்த செந்திலை அலாக்காகத் தூக்கிக் கொண்டு கடையின் உட்புறம் போனான் செல்வம்’ என்று அத்தியாயத்தை முடிக்கிறார்.

விரும்பியிருந்தால் எழுத்தாளன் இந்த இடங்களில் விரிவான இராக ஆலாபனை நிகழ்த்தி இருக்க இயலும். மிகுந்த

கண்ணியத்துடன் எழுதிச் செல்லும் காமுத்துரை பாராட்டுக்கு உரியவர்.

பெரிய மனதும், அற்பச் சிறுமையும், காழ்ப்பும், கரிசனமும் கொண்ட யதார்த்த கதா மாந்தர்கள். நமது ஓர்மைகளைச் சில பத்தாண்டுகள் பின்னோக்கி எடுத்துச் செல்பவர்கள்.

இந்த நாவல் காலத்தின் பதிவு. காலமாற்றத்தின் விளைவால் நமது மரபார்ந்த தொழில்கள் பலவும் விழுங்கப்பட்ட வரலாற்றின் கண்ணியமான, நேர்மையான பதிவு. நண்பர், தோழர், சக படைப்பாளி ம. காமுத்துரையின் இந்நாவல் வெகுவாகப் பரந்து வாசிக்கப் பெறவேண்டும் என்பது எமது விழைவு.

வாழ்த்துகளுடன்,
நாஞ்சில் நாடன்
கோயம்புத்தூர் - 641 042
08 நவம்பர் 2021

1

கைலாசத்தின் வீட்டில் தெருவே கூடியிருந்தது.

அவரது சம்சாரம் செண்பகத்தை விட்டத்திலிருந்து 'மீட்டு' அடுப்படி ஓரமாய் உட்கார வைத்திருந்தனர். அவளது மூணு வயசுப்பிள்ளை கூடியிருந்த கூட்டத்தை மலங்க மலங்கப் பார்த்தபடி கண்ணீர் வடிய அம்மாவின் முதுகில் சாய்ந்திருந்தது.

"வாம்மா, வாத்தா, பொன்னுல்ல, வாடீ" வந்த சனங்கள் அந்தப் பிள்ளையை வாரியணைத்துக் கொஞ்சி வாயாறினர். பிள்ளையோ அம்மாவைவிட்டு ஒரு அங்குலம் கூட நகரத் தயாரில்லை.

செண்பகம் குத்துக்காலிட்டு முகத்தைக் கவிழ்த்தபடி உட்கார்ந்திருந்தாள். தலைமுடி அவிழ்ந்து முகத்தை மறைத்திருந்தது. கண்களில் வழிந்த நீர் கடவாயில் இறங்கி உப்புக் கரித்தது. மூக்கினுள் சளி ஊறி புருபுருத்தது. பிள்ளையின் அனத்தலில் முகத்தை நிமிர்த்தியவள், முகத்தை மூடிக்கிடந்த மயிர்க்கற்றைகளை ஒதுக்கிக் கொண்டை போட்டு முந்தானையில் மூக்கைச் சிந்திக்கொண்டாள்.

முகம் காட்டிய தாயிடம், பிள்ளை முயல்குட்டியாய்த் தாவியது. பிள்ளைக்கு முகம் துடைத்து முடிதிருத்தியவள், "சரி, அழாத" என்று சொல்லி நெஞ்சோடு இருத்தினாள்.

பேசும்போது தொண்டை வலித்தது. செருமினாள். எரிச்சல் கண்டது. கழுத்தில் இறுக்கிய கயிற்றின் தடம் தீயாய்ச் சுட்டது. நடுவிரலால் தொட்டுப் பார்த்தாள். ரத்தமெல்லாம் கசியவில்லை.

“வெலமெடுத்த முண்ட, எப்பிடி முடி போட்டுருக்கா பாரு. முடிச்ச அவுக்க முடில” விட்டத்தில் கட்டியிருந்த கயிறை அவிழ்க்க முடியாமல் திணறிய மச்சுவீட்டுக்காரம்மா பல்லில் கடித்து அவிழ்த்தபடி பேசினார்.

“அருவாமணைய எடுத்து அறுத்து, தலயச் சுத்தி அங்கிட்டு வீசி எறிய மாட்டாம, என்னாதேஞ் செய்யிற?” மச்சுவீட்டுக்காரம்மாளையே அதட்டிய சுமதி, அம்மிக்கல்லின் அருகில் கிடந்த அருவாமணையை எடுத்துக் கொடுத்தாள். சுமதிதான் சம்பவத்தைக் கண்டு சத்தம் கொடுத்தவள்.

செண்பகம் சுருக்கெல்லாம் போட்டுவிட்டாள். ஸ்டூலில் ஏறி தலையைக் கொடுத்த சமயம் சுமதி கதவைத் தட்டியிருக்கிறாள். அந்தச் சத்தத்தில் தொட்டிலில் படுத்திருந்த குழந்தை முழித்துக்கொண்டு கீழே இறங்கியது, கண்ணுமுழிச்சதும் வழக்கமாய் அழுகிற ஓலத்தை இருள் கண்டு கொஞ்சம் கூடுதலாக்கியிருக்கிறது. அதில் துணுக்குற்ற சுமதி கதவை முன்னிலும் பலமாய்த் தட்ட, தாள் விலகி படீரெனத் திறந்து கொண்டது. அதே நேரம் செண்பகத்திற்கும் கழுத்தில் சுருக்கு சரியாய்ப் பொருந்த கால்களை உதற ஆரம்பித்திருக்கிறாள்.

அவ்வளவுதான். “அய்யய்யோ, செம்பகத்தக்கா தூக்கு மாட்டிக்கிடுச்சு ஓடியாங்களேன்” என்றபடிக்கு கால்களை உதறவிடாமல் கெட்டியாய்ப் பிடித்து கயிற்றின் இழுவைக்குத் தடைபோட்டாள்.

காம்பவுண்டுக்குள்ளிருந்த ஐந்துவீட்டுக்காரர்கள், தெருவிலிருந்த மச்சுவீட்டுக்கார அம்மாள் உட்பட பலரும் கூடி செண்பகத்தை இறக்கினர். மருந்துக்குக்கூட ஒரு ஆம்பளை வரக் கிடையாது. நல்லவேளை கூரையின் விட்டம் அதிக உயரமில்லை.

“சின்ன்ன்ன வீட்டுக்குள்ளாற இத்தனவேர் அடஞ்சுக்கிட்டா எப்பிடி? காத்து வரவேணாமா!” கயிற்றை அவிழ்த்ததும் கசகசவென வேர்த்துக் கொட்டியது மச்சுவீட்டுக்கார அம்மாளுக்கு.

“அவள வெளிய கூட்டிட்டு வாங்க. காத்து வாங்கட்டும். செம்பகம்! இங்கிட்டு வாடி, வெளிய சித்த வந்து ஒக்காரு” தனது ஆகிருதியான உடம்பாலும் குரலாலும் மச்சுவீட்டுக்காரம்மாள் ஆளுமை செய்தார்.

செண்பகம் எழுந்து வர மறுத்தாள்.

“யே கூப்புட்டா எந்திரிச்சு வா. என்னா ஒஞ் சொத்தவா எழுதி வாங்கிக்கிடப் போறாக. எந்திரிடீ” சொர்ணப் பெரியம்மா கைலாகு கொடுத்துத் தூக்கியது.

பிள்ளையோடு எழுந்த செண்பகம் அப்படியே பெரியம்மாவின் தோளில் சாய்ந்து அழத் தொடங்கினாள். “எதுக்கு என்னிய காப்பாத்துனீக. நா என்னா பாவம் பண்ணினேம் பெரிம்மா. மாசம் பன்னண்டும் நொம்பளப்படணும்னே என்னியப் படச்சு அனுப்பிச்சானா அந்தப் பாழுங் கடவுளு” கீச்சுக் குரலில் விசும்பியவாறு எழுந்தாள்.

“அதுக்காக கருமாயப்படுறவ எல்லாம் கயத்துல தொங்குனா சரியாப் போகுமா. பின்னும் பெறகும் ஓசிக்க வேணாமா?”

“நானே போன பெறகு, பின்னும் பெறகும் என்னாருக்கு?” வெளியில் வந்ததும் நடைபாதையில் இருக்கும் - அனைத்து வீடுகளுக்குமான - ஆட்டுரலில் உட்கார்ந்தாள்.

“எந்திரீடி, தேஞ்ச ஒரல்ல ஒக்காரா்ரவ. ஏற்கனவே பொழப்பு கீல்பூல்னு ஓடுது” பெரிம்மா செண்பகத்தை எழுப்பினார். மச்சுவீட்டுக்காரம்மாளைப் போல அவரும் பின் கொசுவம் விட்டு சேலை உடுத்தியிருந்தார்.

“ஆமா, இதொன்னுதே கொறச்சல். விடு பெரீம்மா. சகுனம், சாமியெல்லாம் பாத்து கண்டாச்சு. நாசமாப்போன கடவுளு

கவுடு தூக்குறவள்களுக்குத்தே காவலுக்கு நிக்கிறான்...” என்றவள் மறுபடி அழுதாள். “நா திங்கப் பத்தல, உங்கப் பத்தலன்னு எதாச்சும் எனக்குன்னு கேட்டுருப்பனா, இல்ல ஊர் ஒலகத்துல மாதிரி ஒட்டியாணம் வேணும், நெத்திச்சுட்டி வேணும் ஒம்பது வகை மாட்டலு வேணும் எடுத்துக்குடுன்னு வம்பு கட்டுனேனா, பெத்த புள்ளிகளுக்குக்கூட குண்டுமணி பொன்னுன்னு கேட்டதில்லியே...”

“கேட்டு இருக்கணும்டி. கேக்காம விடுறதுதே தப்புங்கறேன். ரெண்டும் பொட்டையா பெத்துப்போட்டு அக்கடான்னு இருந்தா அன்னிக்கின்னு ஆரு தருவா?”

மூத்தபிள்ளை கான்வென்ட்டில் மூணாம் வகுப்பு படிக்கிறது.

“அம்மவீடு, அம்ம புருசெ, கஷ்டப்படுறாங்கென்னு நாம எறங்கிப் போறதுனாலதே எல்லா ஆம்பளைங்களும் லேசு கண்டுக்கறாங்கெ. ஒணச்சியா திங்கத் தெரியிது. ஒய்யாரமா எல்லாம் செய்யத் தெரியிதில்ல. எனக்கும் வேணுன்றதக் கொண்டு வாடா ஒளுவாடின்னு மடிவேட்டியப் பிடிச்சு லாத்திப் புடணும்ங்கறேன்” ஜவுளிக்கடை ஆச்சியம்மாள் சன்னதம் வந்தவராய் ஆவேசம் பொங்கப் பேச, கழுத்து அட்டிகை கிழக்கும் மேற்குமாய் புரண்டு விழுந்தது.

“ஆமா, எற்கனவே இங்க பத்தி எரிஞ்சிக்கிட்டிருக்கு, இதில எண்ணெய வேற ஊத்து ஆச்சி!” மச்சுவீட்டுக்காரம்மாள் சிரித்தார்.

“உள்ளதுதே. அவிங்கெ மட்டும் நாக்கத் தொங்கப்போட்டு அலையிவாங்கெ நாம வாலச் சுருட்டி கக்கத்துல வச்சுக்கணுமாக்கும். மாப்ளைகளுக்கு கிட்டிப்பிடி போட்டாத்தே அடுத்த பக்கம் கண் பார்வ நீளாது” ஆச்சியம்மாளின் பேச்சு. செண்பகத்துக்கு ஆறுதலாய் இருந்தது. அதனால் மீண்டும் விசும்பல் எழுந்தது.

கைலாசம் தொழில்காரன், டர்னர் வேலையில் கெட்டிக்காரன் என்றுதான் செண்பகத்தின் அய்யா அவளைத் திருமணம் செய்து

வைத்தார். வேலைக்கெல்லாம் குறைச்சல் இல்லைதான். தினசரி. வேலைக்கிப் போய்விடுவான். வாரலீவு நாட்களிலும் யாராச்சும் வந்து கழட்ட, மாட்ட என இழுத்துப் போய்விடுவார்கள். ஆனால், அவனது எல்லா நல்ல காரியமும் பொம்பளை விசயத்தில் அடிபட்டுப்போகிறது. யாராச்சும் ஒருத்தி சிக்கிவிடுகிறாள். திடீரென்று மூணுநாள் நாலுநாள் ஊருக்குள் பார்க்க முடியாது. ஓர்க்சாப்பில் இருந்து வேலைக்கு ஆள் வரவில்லை என வீட்டுக்குத் தேடி வருகிற போதுதான் ஆள் ‘எஸ்கேப்’ ஆன சம்பவமே தெரியும்.

“அந்தாளுக்கு அசிங்கம் தெரியாம இருக்கலாம். நமக்குக் கேவலமா இருக்கேயக்கா சாவலாம்னு வருது. நா எதுல கொறவச்சேன்! இல்ல, எந்த வகைலதே நா கொறஞ்சு போய்ட்டேன்னு. தெரியலியே.”

“அப்பவே சொன்னேன். அரசல் புரசலா சேதி வருதூன்னு. நீதே எம்புருசெ அரிச்சந்திர மகராசான்ன. நல்லதாத்தா, எதுக்குக் குடும்பத்துல குத்துவெட்டுன்னு வாயப் பொத்திக்கிட்டெ. பெரச்சனய முத்தவிட்டு இப்ப குத்துது கொடையிதுன்னா?” பெரியம்மா குடம் உடைத்தது.

“யாரு அந்தப் பொம்பள? எந்த ஊரராம்?” வைக்கோல் பிரியாய் பெண்கள் அங்கெயே குசுகுசுவென விசாரிக்கலானார்கள். தெரிந்தது பாதி தெரியாதது மீதி என்பதுபோல இஷ்டத்துக்கு ஆளுக்கொரு ஒரு பெண்ணை உருவாக்கிக் கொண்டனர்.

சூரியன் காலை இளவெயிலை முடித்து கொஞ்சம் உறைக்கத் தொடங்கினான். அடைந்து நின்ற பெண்களுக்கும் தங்களது வீட்டுவேலை ஞாபகம் வந்தது. கலைய எத்தனம் கொண்டனர்.

“இதுக்கெல்லாம் நீ எதுக்குக்கா தொங்கணும் எந்த அவுசாரின்னு கண்டுபுடிச்சு அவளல்ல ஏத்திவிடணும். அத விட்டுட்டு இப்பிடி சோப்ளாங்கியா இருக்கியே. நீ போய்ட்டா ஓம் புள்ளீக ரெண்டையும் யார் பாப்பா! அதுகளுக்காச்சும் பாக்கணும்ல” என்ற சுமதி, செண்பகத்தின் மடியிலிருந்த

பிள்ளையை இழுத்தாள். “வாடி பிஸ்கோத் வாங்கலாம்” முதலில் அம்மாவைப் பிரிய மறுத்த பிள்ளை பிஸ்கோத் எனும் வார்த்தையில் சுமதியிடம் வந்தது.

“அப்பிடி பாத்துப் பாத்துத்தான எல்லாத்தையும் விட்டுட்டு நிக்கிறேன்.”

“இந்த ஆம்பளப் பயகளுக்கு அப்பிடி என்னாதே ருசி தேடுதோ? இட்லியா ஊத்துனாலும் தோசையாப் பெரட்டுனாலும் மாவு மாவுதானடா” ஆச்சி மறுபடி வாய்திறந்தார்.

“டேஸ்ட் மாறுதாம்ல...”

“மாறும்! ஏம் மாறாது. உங்குற பண்டம் தொண்டைக்குக் கீழ போச்சுன்னா நரகலு, அதுபோல உருண்டு பொரள்றது ஒரு நிமிசம். அப்பறம் ஒரு கோடி குடுத்தாலும் நிமிர முடியுமா?”

ஆளுக்காள் ஆவேசமாய்ப் பேச அந்த நேரம் கைலாசத்துடன் ஒர்க்ஷாப்பில் வேலைபார்க்கும் சிறுவன் பாண்டி சைக்கிளை வெளியில் நிறுத்திவிட்டு, வீட்டுக்குள் நுழைந்தான். பின்னாலேயே கைலாசமும் பதட்டத்தோடு வந்தார்.

2

“என்னாச்சு?” வீட்டின் வராண்டாவில் நிறைந்திருந்த கூட்டத்தைக் கண்டு பதறினார் கைலாசம்.

பாண்டிக்குமே கை கால்கள் வெடவெடத்தன. திரும்பிப் போய்விடலாமா? நாலைந்து தப்படிகளுக்கு மேல் எடுத்து வைக்க முடியவில்லை. பாண்டியை முந்திக்கொண்டு கைலாசம் அம்பு வேகத்தில் உள்ளே போனார்.

“செம்பகம், செம்பகம்...”

ஆண்வாசம் கண்டதும் சூழ்ந்திருந்த பெண்கள் காற்றைப்போல விலகினார்கள். ஆட்டுரலில் தலையைத் திருப்பியபடி செண்பகம் உட்கார்ந்திருக்க, பக்கத்தில் பிஸ்கட் பாக்கெட்டைப் பிரித்து, வாயில் வைத்துக் கடித்தபடி கைப்பிள்ளை அம்மாவின் தோள்பட்டையில் சாய்ந்திருந்தது.

“என்னாச்சு?” மறுபடியும் கைலாசம் கேட்டார். முப்பத்தைந்து வயதானாலும் வயசு தெரியாத உடம்பு. கோதுமை நிறத்தில் பளபளக்கும் சிறிய முகம். பதட்டத்தில் கத்தரித்த மீசையும் புருவமும் துடிப்பது தெரிந்தது.

“நல்லாருக்கப்பா நாயம். ஒன்னியப்போல ஒய்யாரமா நாங்களும் நடந்து வந்திருந்தா ஓம் பொண்டாட்டி இந்நேரம்

சொக்கலோகத்துல சோறாக்கிக்கிட்டிருப்பா. சுமதி பாத்தாளோ, செம்பகம் பொழச்சாளோ!" மச்சு வீட்டுக்காரம்மாள் கொஞ்சம் கறாராகவே பேசினார்.

கைலாசத்துக்கு யார் தாக்கல் சொல்லிவிட்டது. எப்படி சரியாக இந்த நேரத்துக்கு வந்தார் என்பது எல்லோருக்கும் கேள்வியாய் நின்றது.

"சகுந்தலாவ எங்க? என்னாதே நடந்துச்சு" ஆளுக்காள் பதில் சொல்லாமல் இருப்பது கைலாசத்துக்கு பதட்டத்தை அதிகப்படுத்தியது. சகுந்தலா பள்ளிக்கூடம் போயிருப்பதாக சுமதி சொல்லியது.

"யாராச்சும் ஓர்த்தர் நடந்ததச் சொல்லலாம்ல. தேனில வேலை செஞ்சுக்கிட்டிருக்க ஆம்பளைக்கி நடந்தது எப்பிடித் தெரியும்?"

பெரியம்மா சுருக்கமாகச் சொன்னதும் வேகமாய் வீட்டுக்குள் போனார். ஒரு சுத்துப் பார்த்துவிட்டு அதே வேகத்தில் வெளியில் வந்ததும், "இப்ப சந்தோசமா ரெம்பச் சந்தோசமா இருக்குமே!" செண்பகத்தின் முன்னால் வந்து நின்றார். செண்பகம் ஏறிட்டுப் பார்க்கவில்லை.

சுற்றிலுமிருந்த பெண்களுக்கு, ரேடியோ நாடகத்தை நேரில் பார்க்கும் வாய்ப்பு.

"தூக்குப் போட்டுக்கற அளவு இங்க என்னா ஒனக்கு இமுச? சுத்தி இருக்க வீட்டுக்காரவகளச் சொல்லச்சொல்லு. நீ எனக்கு இம்சயக் குடுக்கிறியா நாந் தர்ரனா! சுமதியக்கா நீங்க சொல்லுங்க்கா. எத்தன வர்சமா பாக்கறீக நா என்னிக்காச்சும் சத்தமாப் பேசி இருப்பேனா!" சுமதிக்கு தர்மசங்கடமான சூழல் ஏற்பட்டது. பதில் சொல்லாமல் நெளிந்தாள்.

"சத்தம் போட்டாத்தே நம்ம வகுசி தெரிஞ்சிடுமே!" சுருக்கென ஒரு வார்த்தையில் முடித்துக் கொண்டாள் செண்பகம்.

கைலாசமும் பதிலுக்காகக் காத்திருக்கவில்லை. சடாரென மறுபடி வீட்டுக்குள் நுழைந்தார். அரிசி டின்னை இழுத்து வந்தார்.

“எல்லாரும் பாருங்க. இது அரிசி டப்பா, வீட்டுக்குள்ளாற வாங்க. அரசெலவு சாமான் டோக்கு டோக்கா அடுக்கி வச்சிருக்கறதப் பாருங்க. எதுக்காகவாச்சும் இவள வெளிய அலய விட்ருப்பனா? நீங்களே கேளுங்க. இங்க என்னா கொறஞ்சி போச்சின்னு இப்பிடி அட்டூழியம் பண்றா? சாப்பாட்டுக்கு காசு குடுக்கலியா, இல்ல உப்பு புளிக்கு கொறவா? சர்க்கார் உத்தியோகம் பாக்குறவெ வீட்லகூட இம்பிட்டு வசதி இருக்குமா சொல்லுங்க. இதுபோக வாரத்துக்கு சந்தையில காய்கறி, கைச்செலவுக்கு காலைல சேப்பக் காலிபண்ணீர்ரவ, ஆசப்பட்டதக் கடக்காரப் பையங்கிட்ட சொல்லிவிட்டு வாங்கித் தின்னுக்கற. லே பாண்டி. வாடா. ந்தா அவென்ட்டயே கேளுங்க...” கூட்டத்தை விலக்கிவந்து நின்ற பாண்டி என்ன சொல்வதெனத் தெரியாமல் விதிர்விதிர்த்து நின்றான்.

கைலாசமே மேலும் தொடர்ந்தார். “இதுக்குமேல ஒரு சம்பளகாரெ நா என்னாதேஞ் செய்ய முடியும். நீங்களும் அக்கம்பக்கத்துல இருக்கீங்க. எது ஒண்ணுக்காச்சும் இவள வெளீல அலய விட்ருக்கனா? வேற என்னா கஷ்டம்னு இந்தக் காரியம் பண்றா?”

பெண்கள் கூட்டம் ஸ்தம்பித்துப் போனது. யாருக்கும் பதில் பேச இயலவில்லை. ஒவ்வொரு பெண்ணுக்கும் தன்வீட்டுப் பிரச்சினை முந்திக்கொண்டு வந்தது. உப்பிருந்தா புளியில்ல, புளியிருந்தா பருப்பில்ல எல்லாமிருந்தா எரிக்க வெறகில்ல. அந்தவகைல செம்பகம் யோகக்காரிதான...

தனது கேள்விக்குப் பதில் வராத நிலையில் இன்னும் சத்தமாய்ப் பேசலானார். “இல்ல, ஒருவீட்டப்போல காட்டுக்கு களையெடுக்கப் போ, பஞ்சாபீசுக்கு பருத்தி பெறக்கப்போன்னு எங்கிட்டும் பத்தி விடுறேனா! அதுமில்ல, மாமியா நாத்தனா கொடுமன்னு எதுனாச்சும் இருக்குதா? ஒன்னச் சொல்லுங்க இந்த நிமிசமே நான் நாண்டுக்கறேன்” கையில் சொடக்குப் போட்டுப் பேசலானார்.

“அடச்சே, போயி வாயக்கழுவுப்பா. வாயில வருதுங்கறதுக்காக எல்லாத்தையும் பேசிடக்குடாது. ஓரோர் வார்த்தைக்கும்

ஓரோர் சத்தி இருக்கு. சும்மாவா சொல்லீருக்காக எண்ணம் போல வாழ்வு, எழுத்துப்போல பொழப்புன்னு. இனிமேப்பட்டு கெனாவுலகூட இப்பிடியான பேச்சப் பேசறத விட்றணும். ஆமா” கோபமாய்ப் பேசினார் மச்சு வீட்டுக்காரம்மாள்.

“ஆமா, ஒருவீடான வீட்ல ஆணும்பொண்ணும் இப்பிடி அச வாத்தயா பேச ஆகுமா” பெரியம்மாவும் வழிமொழிய, கைலாசம் வேகத்தைக் குறைக்க வேண்டியதாயிற்று.

“சரி நா பேசுனது தப்புதே. அப்ப இவ செஞ்சது? ஆம்பளய அசிங்கப்படுத்தணும் அதான! இது கேட்டு நாளைக்கித் தேனி பசார்ல தலகாட்ட முடியுமா? எத்தனபேருக்கு நா பதில் சொல்றது, என்னன்னு சொல்லிச் சமாளிக்க? நல்லவேளயா சுமதியக்கா தெய்வமா வரப்போய் சரியாப் போச்சு. இல்லாட்டி நானும் எம் புள்ளைகளும் நடுத்தெருவில நிக்கணுமா இல்லியா!” குரல் கம்மியதுபோல இருந்தது.

“ஆமா, புருசன அசிங்கப்படுத்தி பொண்டாட்டி அள்ளிக் கொட்டிக்கப் போறா. போப்பா” என பதிலளித்த மச்சு வீட்டுக்காரம்மா, “நீ ஆம்பள, நடுவுல வந்து படபடன்னு பேசீட்ட, அவளுக்கும் மனசுக்குள்ள ஆயிரம் இருக்கும்ல. ஒண்ணுமே இல்லாம, இந்த அளவுக்கு ஒரு பொட்டச்சி போவாளா? அவளுக்கென்னா கிருத்திரியமா பிடிச்சிருக்கு” என்றார்.

கைலாசத்துக்குக் கிடுக்கிப்பிடி போட்டது மாதிரி இருந்தது. நிஜமாகவே செண்பகத்தின் செயலைக் கிறுக்குத்தனமாக்கித் தம்பட்டம் நியாயமானதாக்கவே இத்தனை பாடுபட்டார். மச்சுவீட்டுக்காரம்மா ‘வில்லை’ சடக்கென முறித்துப் போட்டார்..

“அதத்தான நானுஞ் சொல்றேன். மனசில இருக்கறதக் கொட்டிப் பேசு. பேச்சுல தீராத காரியமிருக்கா?” என்றார்.

“வர்சமெல்லா பேசிட்டுத்தான இருக்கம்’’ என்ற செண்பகம், “மூணு நாளா எங்க போனாகன்னு கேளுங்க” ஏவிவிடுவதைப்போல கேட்டாள்.

இந்தக் கேள்வியை எதிர்பார்த்தவனாய் பாண்டியைத் தேடினான். நல்லவேளை எதிரிலேயே நின்றான். “அதத்தான ராத்திரிப்பூராம் ஒப்பிச்சே. இன்னம் நம்பலியா! அதனாலதே இப்பிடிக் கேவலப்படுத்தறியா?” கோப்படுவதுபோல கத்திய கைலாசம்,

சட்டென பெரியம்மாவிடம் திரும்பி, “நாஞ் சொல்றத அவ நம்பமாட்டா” என்றபடி பாண்டியைக் கூப்பிட்டார்.

“மூணுநாள் எங்கடா போயிருந்தேன். நீ சொல்றா” என்றவர், எல்லோரும் கேட்கும் வண்ணம், “இவனத் தெரியும்ல. எங்கிட்ட ஓர்க்சாப்ல வேலபாக்குறவன், வீட்டுக்கு வந்து சோறு வாங்கிட்டு வருவான். தெரியும்ல. சின்னப்பய பொய் சொல்லமாட்டான். சொல்றா” என பாண்டியை இழுத்து தன் முன்னால் நிறுத்தினார்.

காக்கித்துணியில் சட்டையும் டவுசருமாய் ஓர்க்சாப் சீருடையில் நின்ற பாண்டிக்கு, கைலாசம் சொல்லிக்கொடுத்த வாசகம் மறந்துபோனது. கைகால்கள் நடுங்க ஞாபகப்படுத்த முயன்றான். அதைக் கண்டுகொண்ட கைலாசம்,

“வாலிப்பாறைக்கு மோட்டார் பம்ப் செட் மாட்ட போயிருந்தேன். அப்பிடித்தான? சொல்றா...”

ஆமாமெனத் தலையாட்டினான்.

“இது இப்ப மட்டுமில்ல. அப்பப்ப போய் வாரதுதான். திடீர்னு ஆத்துல தண்ணி எடுத்துவிட்டா கெணறு ரெம்பீரும். நாந்தே வரணும்னு கூப்புட்டா போகாம இருக்க முடியாது. சம்சாரிகள நம்பித்தான நம்ம பாடு.”

“ஒரு வார்த்த வீட்டுக்குச் சொல்லி விட்ருக்கலாம்ல தம்பி.” சொர்ணப் பெரியம்மா வாய்திறந்தார்.

“அதுதேன் நாஞ்செஞ்ச தப்பு. நேர்ல வந்து சொல்லீட்டுப் போயிருக்கணும். இந்தா இந்த நாய்கிட்டச் சொன்னே.

சொல்லீட்டான்னு, இங்க வாடா” பாண்டியைக் கையைப் பிடித்து இழுத்தவர் மடார் மடாரென அவனது கன்னத்திலும் முதுகிலுமாய் அறைந்தார்.

பிஸ்கட்டைச் சுவைத்துக் கொண்டிருந்த குழந்தை பாண்டிக்கு அடிவிழுவது கண்டு வீரிட்டு அலறி அம்மாவைக் கட்டிக்கொண்டது. பெண்கள் அனைவருக்குமே கைலாசத்தின் அந்தச் செய்கை அதிர்ச்சியாகத்தான் இருந்தது. சுமதியும் ராமுத்தாயும் பாண்டியைப் பிடித்து தங்கள் பக்கம் இழுத்துக் கொண்டனர்.

“என்னா தம்பி, பச்சப்பயலப் போட்டு இப்பிடி அடிக்கிற” மச்சு வீட்டம்மாள் சத்தம் போட்டார்.

“பாத்தீகள்ல, எம் பொழப்ப கெடுக்கப் பாத்தான்ல. ஒருவார்த்த மறக்காம சொல்லியிருந்தான்னா இம்ப்புட்டுப் பெரச்சன வந்திருக்காதில்ல.”

“அதுக்காக ஊரா பிள்ளய அடிக்கலாமா” சுமதியும் சொல்லிவிட்டு பாண்டியின் முதுகினைத் தேய்த்துவிட்டாள். பாண்டியால் எதுவும் பேச முடியவில்லை. ஜடம் போல நின்றுகொண்டிருந்தான்.

“சரிசரி கெளம்புவோம்” என்ற மச்சு வீட்டுக்காரம்மா, “ங்கோரு செம்பகம் சாவத்தேடி நாம போகவேண்டிதில்ல. ஓல கிழியிற நாளயில அவனே மேளதாளத்தோட வந்து அழச்சிட்டுப் போவான். இருக்கற கெழமைய எப்பிடி சந்தோசமா கழிக்கறதுன்னு ஓசிச்சு குடும்பந் நடத்து. ஒனக்குந்தாய்யா பவுனாக் கொணாந்து கொட்டுனாலும் பாசத்தோட நாலுவாத்த பேசுனாத்தே பொண்டாட்டிக்குத் தின்னது செமிக்கும். ரெண்டுவேரும் பாத்து நடந்துக்கங்க” என்றவர், கடைசியாக, “சுமதி ஓவ்வீட்ல அவளுக்குக் கொஞ்சம் வெந்நித்தண்ணி வச்சுக்குடு பொசுக்கப் பொசுக்க ஊத்திக்கட்டும்” அவரது பேச்சுக்கு சரிக்கொடுத்த சுமதி வெந்நீர்போட உடனடியாய் வீட்டுக்குக் கிளம்பினாள்.

3

மகாராஜன் இன்ஜினீயரிங் லேத் அன் வெல்டிங் ஒர்க்ஸ்.

(இங்கு அனைத்து விதமான கடைசல் மற்றும் வெல்டிங் வேலைகள் சிறந்த முறையில் செய்து தரப்படும்.) உரிமையாளர் மா. மகாராஜன்.

பெயர்ப்பலகை பளீரெனத் தெரியும் வண்ணம் பட்டறையின் நெற்றியில் அறையப்பட்டிருந்தது.

தேனி பேருந்து நிலையத்திலிருந்து கம்பம் போகும் பாதையில் இருநூறடி தூரம் நடந்தால் இடதுபுறம் சின்னதாய் சந்தொன்று பிரியும். சந்தின் முகப்பில் *M.S.P.* சௌந்தரபாண்டியன் நாடார் மாளிகை எனப் பெயர் பொறிக்கப்பட்ட கட்டிடத்தின் முகப்பில் சிவப்புவர்ணம் தடவிய தகட்டால் வடிவமைக்கப்பட்ட, யானை சிகரெட் பாக்கெட்டும் பாக்கெட்டின் இருபுறமும் தும்பிக்கை உயர்த்திய யானைகளும் நிறுத்தி வைக்கப்பட்டிருக்கும். அந்தச் சந்தின் கடைசியில் அமைந்திருக்கும் பாண்டியன் போர்டிங் அன் லாட்ஜிங்கில் பிரசித்தி பெற்ற சினிமாக்காரர்கள் அவ்வப்போது வந்து தங்கிப்போவார்கள். அச்சந்து தென்வடலாய்ப்போய் இன்னுமொரு சிறுவீதியில் முட்டும். அவ்வீதியின், இடதுபாதை வயல்களில் முடிய, வலதுபாதையோ ஸ்ரீராம் திரையரங்கத்தின் வழி சென்று திரும்பவும். கம்பம் சாலையில் இருக்கும்

கொட்டக்குடி ஆற்றுப்பாலத்தில் வந்து இணையும் (தேனியின் இன்னுமொரு திரையரங்கமான 'லட்சுமி டாக்கீஸ்' பெரியகுளம் சாலையில் இருக்கிறது).

ஸ்ரீராம் திரையரங்குக்குப் போகும் வழியில் மூசாநாடார் காம்ப்ளக்ஸ். அதில் நாலாவது கடைதான் மகாராஜன் பட்டறை.

தியேட்டருக்கும் பட்டறைக்கும் நடுவில் தென்வடலாய் இன்னுமொரு காம்ப்ளக்ஸ் கட்டப்பட்டிருந்தது. பட்டறைக்கு முன்னால் ஒரு ட்ராக்டர் வந்து திரும்பும் வகையில் காலியிடம் கிடந்தது. வலதுபுறத்தில் சிறு கிணறும், கிணற்றையொட்டி அரசமரமும் மரத்தின்கீழ் திரிசூலம் ஒன்று ஊன்றப்பட்டு சந்தன குங்குமம் தீற்றப்பட்ட ஒரு அம்மன் கோயிலும் இருந்தது.

பட்டறையின் முகப்பிலிருந்த பெயர்ப்பலகையை ஒட்டடைக் குச்சியால் துடைத்துவிட்டு பம்ப்செட் கழுவ உட்கார்ந்தான் பாண்டி. தினமும் காலையில் கூட்டிப்பெருக்குகிறபோது கூடவே மேலிருக்கும் பெயர்ப்பலகையையும் துடைத்துவிட வேண்டும் என்பது மகாராசண்ணன் உத்தரவு. கொஞ்சம் அழுக்கிருந்தாலும் சங்கடப்படுவார். வெள்ளிக்கிழமைகளில் ஏணிபோட்டு ஏறி தண்ணீர் தொட்டுத் துடைத்து சாமிபடத்துக்குப் பூப் போடும்போது அதற்கும் நாலுமுழம் கதம்பம் வாங்கிப் போடவேணும். அவர் ஓர்க்சாப்புக்குள் வரும்போதே போர்டை பாத்தபடிதான் நுழைவார். அடுத்துதான் மற்ற விசாரிப்புகளெல்லாம்.

பட்டறையில் கடசல் வேலை மும்முரமாய் நடந்து கொண்டிருந்தது. கைலாசம் எதோவொரு நெடுகமான இரும்புத் தண்டினைக் (சாஃப்ட்) கடைந்து கொண்டிருக்க, பாண்டியும் கண்ணனும் மோட்டார் பம்ப்செட் ஒன்றைப் பிரித்து மண்ணெண்ணெய் கொண்டு கழுவி சுத்தம் செய்து கொண்டிருந்தனர்.

ரோட்டரியில் சொருகியிருந்த பேரிங்கினை புல்லர்கொண்டு நாக்கைத் துருத்தியபடி கழட்டிக்கொண்டிருந்தான்

பாண்டி. எல்லா பேரிங்கும் சின்ன டூல் பிட்டுக்கு அல்லது வெட்டிரும்பிற்குப் பெயர்ந்து கழண்டுவிடும். இதற்கெல்லாம் மசியாத பேரிங்குகளை புல்லர்போட்டு இழுத்தால்தான் சேதாரமில்லாமல் கழட்டமுடியும். இல்லாவிட்டால் பேரிங் கண்டம் ஆகிவிடும். கவனமாய்த் திருகி எடுத்தால் அல்வாத் துண்டாய் நகர்ந்து வரும். மெதுவாய் ஸ்பானர் போட்டு திருகித் திருகி பேரிங்கினை இழுத்துக்கொண்டிருந்தான்.

“லே, செருப்படி பெத்த செகுட்டு நாயே! அரத்த எடுத்துக் குடுடான்னு கேட்டேன்ல. மடிச்சு வச்சு உக்காந்துட்ட.” பேச்சைவிட வேகமாய் வந்து மொந்தென பாண்டியின் முதுகில் தைத்தது கைலாசம் வீசிய ஸ்டூலால் ஆன காம்பஸ்.

“யம்மா!” என அலறிய பாண்டி, தன்னைத் தாக்கிய காம்பஸை பத்திரமாக எடுத்துக் கையில் வைத்துக்கொண்டு, வலித்த முதுகை நெளித்தபடி எழுந்தான். கடகடவென ஓடிக்கொண்டிருந்த பட்டறை மெசின் சத்தத்தில் கைலாசம் அவ்வப்போது தலையுயர்த்தி வேலைக்கு உகந்த கருவிகளைக் கேட்டு வாங்கி கடைந்துகொண்டிருந்தார்.

பம்ப்செட்டின் கிரீஸ் கப்பில் கெட்டித்துப் போயிருந்த கிரீஸைச் சுரண்டி எடுத்துக் கொண்டிருந்த கண்ணன், பாண்டியின் மீது காம்பஸ் வந்து விழுந்த வேகத்தைப் பார்த்து மிரண்டு போனான். உண்மையில் அது தன்மேல் பாய வேண்டியது. தன்னிடம்தான் கைலாசம் அரத்தை எடுத்துத் தரச்சொல்லிக் கேட்டார். ஞாபகமில்லாமல் பாண்டியோடு பம்ப்செட் பிரிக்க உட்கார்ந்துவிட்டான்.

கையிலிருந்த ஸ்பானரை ட்ரவுசரின் பின் பாக்கெட்டில் வைத்துக் கொண்ட பாண்டி, ஓடிக்கொண்டிருக்கும் பட்டறை மெசினுக்கு எதிர்ச் சுவரில் அறைந்து தொங்கவிடப்பட்டிருந்த டூல்ஸ் பலகையில் தொங்கிக்கொண்டிருந்த அரத்தை எடுக்கும் போது ‘ரஃப் அரமா, நைஸ் அரமா’ எனக் குழம்பினான்.

ஓடிக்கொண்டிருந்த சாஃப்டைப் பார்த்தான். முதல்பிடிப்பு ரஃபாகத்தான் இருக்கும். இரண்டாவதாகத்தான் நைஸ்

பிடிப்பார். இருந்தாலும் தெளிவுபடுத்திக்கொண்டால் அடுத்த எறியிலிருந்து தப்பிக்கலாம். “ரப்புத் தானண்ணே.”

மிசினில் ஓடிக்கொண்டிருந்த பம்ப் சாஃப்ட்டிற்கு கைலாசம், பேரிங் காடி குடைந்துகொண்டிருந்தார். பட்டறை மெசினில் சுழன்றுகொண்டிருந்த சாஃப்ட், வெள்ளிக்கம்பியாய் நெளிந்து கொண்டிருந்தது.

“நண்டுக்கால எங்க?” கேள்வி மாறியது.

எடுத்த அரத்தை இடக்கையில் பிடித்துக்கொண்டு, தன்னைத் தாக்கிய காம்பஸை எடுத்து கைலாசத்திடம் தந்தான். ஆளுக்கொரு பேர். கைலாசத்துக்கு நண்டுகால், பாண்டிக்கு காம்பஸ்.

பழைய சாஃப்ட்டை எடுத்து அதிலிருந்த பேரிங் காடியை அளவெடுத்து, புதிய சாஃப்ட்டில் ஒத்துப் பார்த்தார்.

இன்னும் நூல் கணம் எடுக்கவேண்டி இருந்தது. கைச் சக்கரத்தைச் சுழற்றி, ‘பிட்டை’ சாஃப்ட்டில் கொடுத்தார். மயிரிழையாய் கம்பியை உரித்துச் சுருட்டி எடுத்து கனம் குறைத்தது.

“அரம்?”

நைஸ் அரம் கொடுத்தான். மறைக்கும், பினிசிங் நேரத்திலும் நைஸ்தான் போடுவார்.

‘விஸ்ஸ்க் விஸ்ஸ்க்’ இரண்டே தேய்ப்புத்தான். பெல்ட்டை விலக்கிய இடது உள்ளங்கையை, ஓடிக்கொண்டிருந்த பட்டறை மெசினின் மண்டையில் அழுத்தி, நிறுத்தி காடியின் கனத்தை சரிபார்த்தார். நண்டுகால் நின்று இறங்கியது.

ஓக்கே.

சாஃப்ட்டை அண்டக்கொடுத்திருந்த சென்டர் கட்டையைப் பின்னுக்கிழுத்தார். சாஃப்ட் தனியாய் பிடிமானம் இழந்து

நின்றது. சென்டர் கட்டை கடவுக்குள்ளிருந்த பேரிங்கை எடுத்து சாஃப்ட்டுக்குள் சொருகிப் பார்த்தார்.

“சென்டரத் தள்ளிவாடா.”

பாண்டி சென்டர் கட்டையைத் தள்ளிவந்து மறுபடியும் சாஃப்ட்டுக்கு முட்டுக் கொடுத்து நிறுத்தினான்.

பெல்ட்டை மாட்டி மிசினை ஓடவிட்ட கைலாசம், மறை போடுவதற்காக பல்சக்கரம் பொருத்தச் சொன்னார்.

பாண்டி வேகமாய் மெசினின் பின்பக்கம் போனான். மெசினை மையமாகக் கொண்டு ஒரு அச்சும், குறுக்குவாக்கில் கீழிறங்கிய விளிம்பில் இன்னொரு அச்சும் சுழன்றுகொண்டிருந்தன. மைய அச்சில் பெரிய சக்கரமும், கீழ்ப்பகுதியில் சிறிய சக்கரமும் மாட்ட வேண்டும். அதுவே நைஸ் மரையானால் தலைகீழாய் மாறும்.

“பதினாறு தாண்ணே.”

அரம் பிடித்துக்கொண்டிருந்த கைலாசம், “ம்” என்றார்.

கண்ணன், பம்ப்பிலிருந்த கிரீசை, ஒடிந்த ஆக்சா பிளேடால் சுரண்டி எடுத்துவிட்டு, ஒவ்வொரு பகுதியாய் மண்ணெண்ணெய்க்குள் ஊறப்போட்டான். அவனுக்கும் மரைக்கு சக்கரம் மாட்டுவதைப் பார்க்க ஆவலாய் இருந்தது.

பாண்டி, தன்னைவிடச் சிறுவனாய் இருந்தாலும் அத்தனை வேலைகளையும் அனாயாசமாய் - தைரியமாய்ச் செய்கிறான். அலுக்காமல் செய்கிறான். ஆனாலும் அவனைத்தான் கைலாசம் ஏசுவதும் பேசுவதும் அடிப்பதும் செய்கிறார். என்ன செய்தாலும் முகத்தில் சிலபல நெளிசல்களை மட்டும் காண்பித்துவிட்டு இயல்பாய் அடுத்தடுத்த வேலைகளில் இறங்கி விடுகிறான்.

முதல் காரணம் பாண்டி, கண்ணனைக் காட்டிலும் ஓர்க்சாப் வேலையில் பல வருடங்கள் மூத்தவன். இரண்டாவது காரணம் ஓர்க்சாப்பின் ஓனர் மகாராசன் கண்ணனுக்குச் சித்தப்பா மகன்.

ஐடிஐயில் வெல்டர் கோர்ஸ் முடித்ததும் கோயம்புத்தூர், திருச்சி எனப் பெரிய பெரிய தொழிற்சாலைகளில் பணிபுரியும் கனவோடுதான் ஐடிஐயை விட்டு வெளியில் வந்தான். குறிப்பாக திருச்சி பிஎச்ஈஎல் கம்பெனியில் வெல்டராகச் சேருவதுதான் லட்சியம். அதற்காகவே சர்டிபிகேட்டைச் சொந்த மாவட்டமான மதுரையில் பதியாமல் திருச்சி எம்ப்ளாய்மெண்ட்டில் பதிந்து வைத்தான். கண்ணன் மட்டுமல்ல, அவனோடு படித்த எல்லோருமே அப்படித்தான். அதில் அழகர்சாமி மட்டும் ஐடிஐயில் முதல் மதிப்பெண் என்பதால் நேரடியாக ஐடிஐ மூலமாகவே அழைப்பு வந்துவிட்டது. மற்றவர்களுக்கு ஒரு வருடம் கழிந்தும் பதில் வரவில்லை. நாள் கடப்பதால் கிடைத்த வேலைக்குப் போகவும் தயாரானார்கள்.

இந்தச் சூழலில்தான் பிட்டர் வேலைபார்க்கும் அண்ணன் மகாராசன் தேனியில் ஒரு இன்ஜினியரிங் ஓர்க்சாப் வைக்கப் போவதாக அப்பாவிடம் சொல்ல, கண்ணன் வெல்டிங் படிப்பு படித்திருப்பதால் அவனையும் சேர்த்துக்கொள்ளச் சொல்லி கேட்டாராம். மகாராசனுக்கும் வேலைத்தளத்தில் தனதாள் ஒராள் இருப்பது நல்லதாகப்பட்டது. அதுபோக, கண்ணனுக்கு ஓர்க்சாப் வேலை அத்தனையும் பழக்கிவிடுவதாகவும் கைலாசம் ஒப்புக்கொண்டிருக்கிறார்.

“என்னாடா ? ரெண்டு சக்கரம் மாட்ட இம்புட்டு நேரமா?” பேரிங் காடியை முடித்துவிட்டு, மரை காடிக்குத் தாவியிருந்த கைலாசம் சத்தம் குடுத்தார். மரை போட்டு முடித்தால் சாஃப்ட் வேலை முடிந்தது.

“மாட்டியாச்சுண்ணே, வந்து செக் பண்ணிக்கங்க” கையில் பிடித்த ஸ்பானருடன், அவரது திருப்தியான பதிலை எதிர்பார்த்து நின்றான் பாண்டி.

‘பிட்டை’ இழுத்துத் திருப்பிவிட்டு, எமரி சீட் கொடுத்து பம்ப்பை பாலீஷ் செய்தபடி பின்பக்கம் வந்து எட்டிப் பார்த்தார். “ரெண்டு பல்லையும் நெருக்கமா பிடிக்கவிடாதடான்னு சொல்லீருக்கேன்ல... லூஸ் பண்ணு.”

பண்ணினான்.

ஒரு நூல் பின்னுக்கு இழுத்துத் தள்ளிக் கொடுத்தார். "ம், டைட் பண்ணு. கியர முடுக்கிச் சுத்துறப்ப பல்லு தெறிச்சிடும்."

கிரீஸ் கப்பைக் கழுவிக் கொண்டிருந்த கையோடு எழுந்துவந்த கண்ணன், இருவரது உரையாடல்களையும், மரைக்கான சக்கரங்கள் ஏற்றியிருந்த விதத்தையும் வினோதமாகப் பார்வையிட்டான்.

"என்னா... அவுத்துப்போட்டு ஆடுறாகளா? குடுத்த வேலைய செஞ்சுபழகுப்பா மொதல்ல" பெருமரையா எனக் கேட்க வாயெடுத்த கண்ணனை வாய்திறக்கவிடாமல் கைலாசம் அனுப்பி வைத்தார். தான் ஒரு ஐ.டி.ஐயில் வெல்டிங் படித்தவன் என நிரூபிக்க வாய்ப்பே இல்லை என நொந்தபடி திரும்பினான் கண்ணன்.

மரை போடுகிறபோது பட்டறை மெசின் கிடுகிடுவென்ற அதிர்வுடன் ஓடியது.

"ஆயில் ஊத்துடா" பாண்டியைக் கைலாசம் வழக்கம்போல் சத்தம் குடுத்தார்.

சப்த ஒலிக்கும் வேகமாய்த் திரும்பிய பாண்டி கையிலிருந்த ஸ்பானரைப் பலகையில் மாட்டினால் நேரமாகுமென்று மேசைமேல் வைத்துவிட்டு, மெசினில் பொருத்தியிருந்த இரும்புக் கிண்ணத்திலிருந்து ஒரு ஸ்பூன் டூ டி (2d) ஆயிலை எடுத்து, மரை உழுது கொண்டிருந்த 'பிட்'டுக்கு ஊற்றினான். அரையங்குல டூல்பிட் சாஃப்ட்டில் குத்தி மரையாகக் கீறும் அந்த அழுத்தத்தில் அத்தனை பெரிய மெசினே தனது இயல்பான சுழற்சியிலிருந்து தணிந்து கியரின் துணையோடு திணறியது. அந்தநேரம் ஊற்றப்பட்ட ஆயில் வெந்து புகையாக மாற்றமடைந்து நெளிந்து நெளிந்து மகுடிக்குத் தலை உயர்த்தும் பாம்பாய் மேலெழும்பி பாண்டியின் நாசி தொட்டது. சாஃப்ட்டிலிருந்து வெளியேறிய இரும்புப் பிசிறுகள் கருநீல நிறமாய்க் கருகி விழுந்தன.

ரொம்பவும் எச்சரிக்கையாய் அதேநேரம் அதிவேகமாகவும் செயல்படவேண்டிய வேலை - பட்டறை மெசினில் வைத்து - மரைபோடுவது. வினாடிப் பொழுது அசந்தாலும், டூல்பிட் உடைந்து மூளியாகிவிடும் அல்லது அத்தனைநேரம் கடைந்த சாஃப்டின் பேரிங்கு காடியில் பிட் ஏறி சாஃப்ட்டே பயனற்றதாகிப்போகும். அதனால் கண்ணையும் கருத்தையும் இரண்டு கைகளிலும் நிறுத்தி அசுரவேகத்தில் சாஃப்ட்டை முட்டுவதும், முட்டிய பிட்டை நொடிப்பொழுதில் விலக்கி எடுப்பதுமாக கரகரவென வேலை செய்ய வேண்டும்.

பணியின் உச்சகட்டம் இடதுபக்க மரைபோடுதல். அது இன்னும் சவாலானது. சிலர், வலதுபக்கம் மரைபோட்டதும் மெசினிலிருந்து சாஃப்ட்டைக் கழற்றி திருப்பிவைத்து இடதுபக்க மறையினைப் போடுவார்கள். ஆனால் கைலாசம் அந்த அழுகினி ஆட்டத்துக்கெல்லாம் போகமாட்டார். இந்த இடதுமரை என்பது, பட்டறையின் தலைப்பகுதியை ஒட்டிப் போடவேண்டும். இங்கும் அதேவேகம், சொல்லப்போனால் இன்னும் கூடுதல் கவனம் வேண்டும் தவறினால் வலதுமரையிலோ சென்டர் கட்டையில் மோதி டூல்பிட்டுதான் ஒடியும். இங்கோ மெசினின் மண்டையிலேயே மோதநேரும். என்ன நடக்குமென யூகிக்கவே முடியாது. ஆனாலும் கைலாசம் ஒருதரம் மண்டையில் பொருத்திய வேலையை முழுசாக முடிக்காமல் கழட்ட மாட்டார்.

மரைபோடும் வேலை முடிந்ததும், நைஸ் எமரி சீட் எடுத்து, சாஃப்ட்டை பாலீஷ் பிடிக்கச் சொல்லிவிட்டு மேசைக்கருகே வந்து உஸ்ஸென ஸ்டூலில் உட்கார்ந்தார். பாண்டி இன்னும் கொஞ்சம் ஆயில்விட்டு எமரிசீட் போட்டான். ஆயிலுக்கு சாஃப்டில் பளபளப்பு ஏறும்.

“அதுங்குள்ள என்னத்துக்குடா ஆயிலவிட்ட வெண்ண” உட்கார்ந்தவாக்கில் பாண்டியின் குண்டியில் எத்தினார். நாலைந்து சுற்றுப் பிசிர்களை உதிர்த்துவிட்டு அதன்பின் ஆயில்விட்டுப் பிடிக்கவேண்டும். “பரசலா பிசிர எடுத்துட்டு ஆயில விடணும்னு தெரியாதா?”

“பிசிர் போயிருச்சுண்ணே” உருண்டு கொண்டிருந்த சாஃப்ட்டை பிடித்துக் காண்பித்தான். “குத்தல பாருங்க.”

“கைவெக்காதடா வழுக்கும்.” அப்பவும் ஒரு உதை. சாஃப்ட்டை நன்றாக அழுத்திப் பிடித்து ஒருகோடியிலிருந்து மறுகோடிக்குக் கொண்டுபோனான் பாண்டி.

கண்ணன் இன்னமும் கழுவிக்கொண்டிருந்தான். அவனை அழைத்த கைலாசம், பாண்டியிடமிருந்த வேலையை கண்ணன் கைக்கு மாற்றிவிட்டார். “ஐடிஐ படிச்ச பையெ நாலொண்ணும் பாக்க வேணாமா? கழுவுனா கழுவுறது தொடச்சா தொடைக்கறதுனு இருந்தா என்னைக்கி வேலயப் பழக” உண்மையில் ஐடிஐயில் பழகியதற்கும் இங்கேயுமே நிறைய வித்தியாசம். இவர்களைப்போல கண்ணனுக்கு எந்த வேலையுமே இயல்பாய் வரவில்லை. எதைச் செய்தாலும் பதட்டமாகவே இருக்கிறது.

“சும்மா கேட்டுச் செய்யி. ங்ஙொய்யா வேற ஒனக்குத் தனியா பட்டறை வச்சுத் தரணும்னு சொல்லீர்க்கார். பழகணும்ல” கொஞ்ச நேரத்திற்கு முன் மரைபோடுகிறபோது வந்து விரட்டுப் பட்டது கண்ணனுக்கு ஞாபகம் வந்தது. “சரிண்ணே.”

“வேலகுடுக்க வந்த ஓங்கண்ணனே தனியா ஓர்சாப் போட்டுட்டார். ஒனக்கு ஆசவரவேணாமா! நா அப்பிடித்தே ஒருசமயம் சுளீர்னு விழுவே, கண்டுக்கப்படாது. வேல பழகணும்ல” என்றவர் பாண்டியை டீ வாங்கிவர அனுப்பினார்.

கண்ணன் பாலீஷ் பிடிக்க, பாண்டி டீ தூக்கினை சீயக்காய்த்தூள் போட்டுக் கழுவி எடுத்துக் கிளம்பிப் போகும்போது கண்ணனருகில் வந்து நின்று, “இப்பிடீ, கைய கொழா மாதிரி வச்சு அமுக்கிப் பிடிச்சுக்கிட்டே போகணும்ணே” எனத் திருத்தம் சொன்னான்.

“யே மயிரு, போடா அவனுக்குத் தெரியாதா. நாங்கதே சொல்றம்ல நீட்டி நெளிச்சுக்கிட்டிருப்ப” பின்னும் ஒரு உதை குண்டியை எட்டும்முன் பட்டறையை விட்டு இறங்கினான் பாண்டி.

4

கண்ணன் மதியச் சாப்பாடு எடுத்துவரவில்லை. பாண்டி சாப்பிடப் போகும்போது அவனோடு சைக்கிளில் டபுள்ஸ் போய்க் கொள்ளலாம் என நினைத்திருந்தான். பாண்டி வழக்கமாய், மதியம் சாப்பிட்டு வரும்போது கைலாசத்தின் வீட்டில்போய் அவருக்குச் சாப்பாடு எடுத்து வருவான். இன்று கண்ணனுக்கும் சேர்த்து எடுத்துவரச் சொல்லிவிட்டார் கைலாசம். “ரெண்டுபேரும் போய்விட்டால் பட்டறையில் ஆள் வேண்டாமா திடுமென வேலை வந்தா யார் இறக்கிப் போடறது?”

கண்ணனது வீட்டில் பாண்டியனைக் கண்டதும் பதறினார்கள். “வாப்பா, உள்ள வா” கண்ணனின் அம்மா கூப்பிட்டார்.

பாண்டி சைக்கிளை வாசலில் நிறுத்திவிட்டு வெளியிலேயே நின்றிருந்தான். யார் வீட்டுக்குள்ளும் நுழைந்து பழக்கமில்லை. தன் வீடு தவிர கைலாசம் அண்ணன் வீட்டுக்குத்தான் போயிருக்கிறான். கண்ணன் அண்ணனின் அம்மா விடாமல் கூப்பிட்டதால் பூனையாய் உள்ளே நுழைந்தான்.

வீடு மூன்று தகணையாய்ப பிரிந்திருந்தது. நுழைந்ததும் ரெண்டு பக்கமும் திண்ணைகள் இருந்தன. கிழக்கில் பெரிய திண்ணையும்; மேற்கில் அகலம் குறைந்த ஒட்டுத்திண்ணையும்

இருந்தன. திண்ணைகள் இடுப்பு உயரம் இருந்தன. கிழக்குத் திண்ணை, ஒரு குடும்பம் படுத்து உறங்கும் அளவிற்கு நீள அகலமாயிருந்தது. மேற்குப்புறத்திண்ணை தென்வடலாய் நீள மரப்பெஞ்சு போட்டமாதிரி ஒரு ஆள் கால்நீட்டிப் படுக்கும் விதத்தில் அமைந்திருந்தது. இரண்டு திண்ணைகளுக்கும் சேர்த்துக் கூம்புவடிவத்தில் தென்னங்கிடுகு வேய்ந்து மேலே போதப்புல் வேய்ந்திருந்தனர்.

அதற்கு அடுத்த பகுதி, பட்டியக்கல் பதிக்கப்பட்டு மாட்டுக் கொட்டம் இருந்த தடம் தெரிந்தது. மேல்கூரை இல்லாமல், தண்ணீர்க்குழாயும், குளியல் அறைக்கான மறைப்பும் இருந்தன. அதற்கடுத்து தகரம் போடப்பட்ட பெரிய வீடு. கதவை ஒட்டி கிழக்குப் பக்கம் தடுத்து சமையல்கட்டும் ஆவென விரிந்த ஒரு அறையும். நிலைப்படியை ஒட்டி பயிர்க்குழியும் போட்டிருந்தார்கள். ஊன்றியிருந்த சோளத்தட்டை வழியே அவரையும், புடலையும் மேலே ஏறிப்போனது. தகரத்தில் கொடி பொசுங்கிப் போகாதா! இனிமேல் பந்தல் போடலாம்.

பாண்டி சின்னத் திண்ணையில் உட்கார்ந்தான். கால்கள் தரையைத் தொடமுடியாதபடி உயரமாய் இருந்தது. காலை ஆட்டிக்கொண்டான். தொடையில் கிரீஸ் கறுப்பாய் ஒட்டியிருக்கக் கண்டான். டவுசருக்குக் கீழாக இழுகி இருந்தது. டவுசரின் நுனியை இழுத்துத் துடைத்தான். அழுக்கு டவுசர்தான். ஒர்க்சாப்பில் உடுத்தக்கூடியது. சட்டையை மட்டும் மாற்றியிருந்தான். தேனி பஜாருக்குள் என்றால் அப்படியேதான் அலையவேண்டும். ஊருக்குள் வரும்போது சட்டையாவது மாற்றிக்கொள்ள வேண்டும் என்பது அம்மாவின் உத்தரவு.

வீட்டுக்குள் கடபுடவெனப் பாத்திரங்கள் புழங்கும் சத்தம் கேட்டது.

“அர, தாளிச்சுக் கொட்டு, கிண்டு...”

இரண்டு மூன்று குரல்கள் கேட்டன. கண்ணன் அண்ணனின் தங்கச்சி உள்ளேயிருந்து பெரிய டிபன் பாக்சை எடுத்துவந்து கல்

பாவிய தளத்தில் வைத்து தண்ணீர் தெளித்து ஊறவிட்டார். அந்த அக்காளைப் பார்த்ததும் டவுசரை வேண்டுமட்டும் கீழே இழுத்துவிட்டான். தலை சீவின ஞாபகம் இல்லை. 'முகத்தையாவது கழுவினேனா, அங்கேயும் கிரீஸ் சனியன் இழுகிக் கிடக்கா?' முகத்தைத் தாழ்த்திக்கொண்டான். அந்தக்கா இவனைப் பார்த்ததாகத் தெரியவில்லை. சிரட்டையிலிருந்து எருச் சாம்பலைத் தேங்காய் நார் தொட்டு டிபன் பாக்சை தேய்த்துக் கழுவினார்.

அடுப்படியிலிருந்து தீயல் வாசனையோடு ஆவிபறக்க ஈய வடச்சட்டியோடு வந்த அம்மா, "தனம், மொதல்ல இதக் கழுவிக்குடு. ரசத்த தாளிச்சு விட்ருவம்" என்றார்கள்.

சூட்டோடு வந்த வடசட்டியில் தண்ணீர் பட்டதும் சட்டி, சடசடத்துச் சிணுங்கியது.

"ஏம்ப்பா நீ கொஞ்சம் சாப்டு" அம்மா சொன்னதும் திண்ணையை விட்டுக் கீழே குதித்தான் பாண்டி. அப்போதுதான், தான் சாப்பிட வேண்டும் என்பதும், கைலாசம் அண்ணன் வீட்டிலும் சாப்பாடு வாங்க வேண்டும் என்பதும் உரைத்தது.

"இல்லீங்மா எங்க வீட்டுக்குப் போய்ட்டு வந்திர்ரேன். டர்னர் வீட்டுக்கும் சோறு வாங்கப் போகணும்" என்றான்.

ரசம் மட்டும் தயாராக வேண்டியதாகச் சொன்னார்கள். சாப்பிட்டுவிட்டு வரும்போது எடுத்துக் கொள்வதாகச் சொல்லிவிட்டு கைலாசம் வீட்டுக்கு சைக்கிளை மிதித்தான். பள்ளிவாசல் வழியாக சைக்கிள் தலைகீழாய் இறங்கியது. அதததனை இறக்கம். இரண்டு கைகளையும் கட்டிக்கொண்டு சர்க்கஸ் வித்தைக்காரனாய் உடம்பைச் சாய்த்து நெளித்து ஓட்டினான். சாவடித்தெரு மேட்டில் ஏறி கந்தையா மடத்துக்கு எதிர்ச் சந்தில் கைலாசத்தின் வீடு. அங்கே போகவே பாண்டிக்கு அச்சலாத்தியாக இருந்தது. போனவுடன் மதினி எதாவது ஒரு வேலையை தயாராய் எடுத்து வைத்திருக்கும். அத வாங்கிட்டு வா, இத வாங்கிட்டு வா, ரைஸ் மில்லில் மாவு

அரச்சு வச்சிருக்கே கொழுந்தா, ஒரு ஓட்டம் எடுத்து வந்துரு. அதுங்குள்ள டிப்பன்ல சோத்தப் போட்டு வச்சிர்ரேன்.

சந்துக்குள் நுழைந்து சைக்கிளை வீட்டின் முன்னால் நிறுத்தினான். வீட்டின் முன்புறம் கூரை வேய்ந்திருந்தது. உள்ளுக்குள் வரிசையாய் நாலைந்து வீடுகள் எதிரெதிராய் இருந்தன. முதலாவது வீடு கைலாசம். எல்லாமே தகரம் போட்ட வீடுகள்.

வாசலில் நின்றபடி பேப்பர் போடுபவன்போல மணியடித்தான்.

“மதினீ... மதினியோவ்!” கைலாசம் அண்ணன் ஏதோ ஒருவகையில் சொந்தமென அம்மா சொல்லியிருந்தது. அதனால்தான் அவர் பாண்டியை உரிமையோடு அடிக்கிறாராம்.

“மதனீ!”

“வந்திட்டியா? என்னா அவசரம்னு இந்த அவயம் போடுற?”

வீட்டுக்குள்ளிருந்து எட்டிப்பார்த்த மதனியைப் பார்த்ததும் பாண்டிக்கு சிரிப்பு வந்தது. எந்நேரமும் புலம்பிக்கொண்டே இருப்பார். “நேரம் பாக்க மாட்டேங்களா மதினி?”

“இப்பத்தானடா பன்னண்டு மணி சங்கு ஊதுச்சு. அதுங்குள்ள அடிவகுறு கவ்வுதா?”

“இப்பதே சங்கு ஊதுச்சா, ஒருமணிச் சங்கு அடிக்கப்போவுது பாருங்க” சொல்லிக்கொண்டிருக்கும்போதே “வூம்ம்ம்” என முனிசிபாலிட்டி அலுவலகத்திலிருந்து சங்கடித்தது. தினமும் காலை ஆறுமணி, எட்டுமணி, மதியம் பன்னிரண்டு, ஒருமணி, மாலை ஆறுமணி, இரவு ஒன்பது மணி என ஒலிக்கும். காடுகரைகளில் வேலை பார்ப்பவர்களுக்கு அனுகூலமாய் இருந்தது.

“அப்ப, இன்னம் சோறு வெக்கெலியா? அய்யோ நேரமாச்சு மதினி, அண்ணெ வையப் போறாரு” சோறு எடுக்காமல் போகமுடியாது. “நின்னு வாங்கிட்டு வரங்குள்ள அய்யாவுக்குப்

பொறுக்கலியாக்கும்" எனத் திட்டுவார். இருந்து வாங்கிவர தாமதமானால், "எங்குட்டு ஊர் சுத்திட்டு வார" என அடிப்பார்.

"சோறெல்லா வச்சாச்சு, நீ, எங்குட்டாச்சும் சுத்தறதா இருந்தா சுத்தீட்டு வா போட்டுவச்சிருக்கே" சொல்லிவிட்டுத் தலையை உள்ளுக்கிழுத்துக் கொண்டாள்.

"வீட்ல போய்ச் சாப்ட்டதும் வந்திர்ரே மதினி. வேற வேல எதும் கிடியாது" தப்பித்தேன் என்பது போல சைக்கிளை சடாரென இழுத்துக்கொண்டு கிளம்பினான். திடீரெனக் கூப்பிட்டாலும் கூப்பிடும். மெய்ன் ரோட்டைக் கடந்து வேகமாய் கிழக்கே கரட்டுப்பக்கம் ஏறினான்.

ஹைஸ்கூல் வந்தபின் நிறைய குடியிருப்புகள் வந்துவிட்டன. ஊரும் நகர்ந்து வந்தது. பாண்டியின் வீடும் ஹைஸ்கூலை ஒட்டியே இருந்தது. அதைத் தாண்டினால் வெங்கலாமுனி கோயில். மூணுபேர் சேர்ந்து கட்டிப்பிடித்தாலும் முடியாத பெருத்த ஆலமரத்தில் முனி குடியிருக்கிறார். மத்தியானத்தில் அந்தப் பக்கம் போகக் கூடாது என அம்மா சொல்லியிருந்தது. வெள்ளி, செவ்வாயில் கிடாவெட்டி சிறப்பு கொடுப்பார்கள். அந்தச் சமயம் போய்க் கொள்ளலாமாம். வேலைக்காரனுக்கு அதையெல்லாம் பார்க்கமுடியாது. நினைத்த நேரம் அம்மாவுக்குத் தெரியாமல் போய்வருவான். நிறைய விழுதுகள் விட்டு குடைராட்டினம்போல இருக்கும். ஒட்டுமொத்தக் குளுமையும் குத்தகைக்கு எடுத்ததுபோல, மரத்தடியை விட்டு நகர மனமிருக்காது. அதைவிட அங்கே தொங்கும் விழுதுகள் தூளியாடி விளையாட வா வா என அழைக்கும்.

இப்பொழுதும்கூட அங்கே ஒரு மிதி மிதிக்க ஆவல் பீறிட்டது. இரண்டு வீட்டிலும் சாப்பாடு ஆகவில்லை. ஒரு அஞ்சு நிமிசம் தூளி ஆடினால்...

வெங்கலா கோயிலில் சைக்கிளை நிறுத்தியபோது, ஹைஸ்கூல் பிள்ளைகள் தூளியை ஆக்ரமித்திருந்தனர். தனக்கென வாய்ப்பு கிட்டுமாவெனத் தெரியவில்லை.

சடாரென வழக்கம்போல் மரத்தின் பின்பக்கம் குரங்குபோல தொத்திக்கொண்டே கிளைகளைப் பற்றியபடி மேலே ஏறினான். அவனது அந்தச் செயலைப்பார்த்து ஸ்கூல் பிள்ளைகள் ஆரவாரித்தனர். முன்புறமாய் ஏறினால் முனி பிடித்துக் கொள்ளுவார்.

விழுது தொங்கும் கிளையில் உட்கார்ந்து விழுதைப் பிடித்தபடி சரசரவெனக் கீழிறங்கியது கண்டு தூளியாடிக் கொண்டிருந்தவர்கள் தங்கள்மேல் விழுந்து விடுவானோ எனப் பயந்து கீழே குதித்தனர். பாண்டி விழுதின் மையப்பகுதியில் நின்று சர்க்கஸ்காரனைப்போல கால்களை, உடலைப் பின்னி ஊஞ்சலாடினான். கீழே வரவே இல்லை. ஸ்கூல் பிள்ளைகள் கைதட்டி ஆரவாரிக்க, “நீங்க தூளி ஆடுங்க. நா இங்கனேயே நின்னுக்குவே” என அவர்களையும் ஆட்டத்தில் கலக்கச் செய்தான். கோரசான ஆட்டம் குதூகலிப்பாய் தூள் கிளப்பியது.

அடுத்த அரைமணி நேரத்தில் தனது வீட்டுக்கு வந்தான். தார்த் தகரம் போட்ட ஒரேமாதிரி அச்சுக் கோத்ததுபோல் ஆறுவீடுகள். நடைபாதையும் வீடுகளை ஒட்டிப்போகும் சாக்கடையும் மட்டும் சிமிண்ட் பூச்சு கண்டிருந்தது. கடேசி வீட்டையொட்டி குளிப்பு ரூம் இருந்தது.

வீடு பூட்டாமல் வெறுமனே சாத்தியிருந்தது. அம்மா வேலைக்குப் போயிருந்தது. கதவைத்திறந்து உள்ளே நுழைந்தான் பாண்டி. வீட்டுக்குள் நுழைந்ததும் கண் இருட்டுக்கட்டியது. ஆனாலும் பழக்கத்தில் சுவரில் தொங்கிக்கொண்டிருந்த கண்ணாடியை எடுத்து வாசலுக்கு வந்தான். தலை கலையவில்லை. உச்சிதான் மூடியிருந்தது. சீப்பை எடுத்துச் சீவி, நெளுவு வைத்துக்கொண்டான்.

தண்ணீர் மொண்டு கைகழுவினான். சீயக்காய்த்தூள் இல்லை. ஓர்க்சாப்பிலேயே கழுவிக்கொண்டு வந்திருக்கவேண்டும். கையெல்லாம் பிசுபிசுவென ஆயில் வாடையடித்தது. தரையில் உள்ளங்கையைத் தேய்த்தான். அடுப்படியிலிருந்த வெங்காயம் ஒன்றை எடுத்து அம்மியில் நசுக்கி அதைப் பரபரவெனக்

கைகளுக்குள் வைத்துத் தேய்த்ததும் வாசனை மாறிவிட்டது. வயிறு பசியெடுத்தது.

சட்டியைத் திறந்து சோறுபோட்டுக் கொண்டான். அம்மா சாப்பிட்டதா எனத் தெரியவில்லை. ராத்திரி வந்துதான் சோறு வடிக்கும். தட்டில் போட்டதில் பாதியை எடுத்து சட்டியிலேயே போட்டான். பள்ளிக்கூடம் விட்டு தம்பி வருவான். ரசம் ஊற்றி, சீனியவரக்காய் வத்தலைக் கடித்துக்கொண்டு செம்பு நிறைய தண்ணீரைக் குடித்துவிட்டு சைக்கிளைக் கிளப்பினான்.

கண்ணண்ணன் வீட்டில் முதலில் சாப்பாட்டை வாங்கிக்கொண்டு, அடுத்து கைலாசம் வீட்டுக்கு வந்தான்.

“வெஞ்சனம் வெக்கெ நேரமில்லியாம், எதுனாச்சும் வடையக் கிடைய வாங்கிக் கடிச்சிக்கிடச் சொல்லு” என்ற மதனி, “சாயங்காலம் வாரப்ப சின்னப்பிள்ளைக்கி சளி மாத்திரை வாங்கிட்டு வரச் சொல்லு. மறந்திரப் போறாப்ல நீய்யும் ஆவுகப்படுத்து” எனச் சொல்லிவிட்டது.

இரண்டு டிபன் பாக்ஸ்களையும் பாதுகாத்தபடி பதனமாய் சைக்கிளை மிதித்தான் பாண்டி.

ஓர்க்சாப்பில் மகாராசண்ணன் வந்திருந்தார். அவரது வண்டி இடதுபக்கச் சுவரின் நிழலில் நின்றிருந்தது. மெசின்கள் நிறுத்தப்பட்டிருந்தன. மேசையை ஒட்டியிருந்த ஸ்டூலில் மகாராசண்ணன் உட்கார்ந்திருக்க, கைலாசமும், கண்ணனும் நின்று கொண்டிருந்தனர். பாண்டி வலதுபுறமாய் சைக்கிளை ஸ்டாண்ட் போட்டு நிறுத்தினான். டிபன்பாக்ஸ் இரண்டையும் தூக்கி உள்ளே வந்தான். மெசின் பக்கமாய் வைத்துவிட்டு முதலாளி முன்னால் என்ன செய்வது என விளங்காமல் நின்றான். யாரும் எதும் பேசவில்லை எல்லோரும் தலைகவிழ்ந்தபடியே இருந்தனர். சட்டென சென்டர் கட்டைக்குள்ளிருந்த வேஸ்ட்டை எடுத்து பட்டறை மெசினைச் சுத்தம் செய்யலானான்.

“நீ சாப்ட்டியாடா ?” மகாராசண்ணன் பாண்டியைக் கேட்டார்.

“சாப்பிட்டேண்ணே” என வார்த்தைகள் வருவதற்குள் தலை ஆடியது. திடீரென ஞாபகம் வந்தவனாக, “கடிச்சிக்க வெஞ்சனம் வக்கெலியாம்ணே. மைனீ வடகிட எதுனாச்சும் வாங்கிக்கிடச் சொல்லுச்சு” கைலாசத்திடம் சொன்னான்.

“வாரப்பவே வாங்கிட்டு வர வேண்டிதான'' என்ற மகாராசண்ணன் “போ ஒரே வேலையா வாங்கிட்டு வந்திரு” என அவரே காசும் கொடுத்து பாண்டியை அனுப்பிவைத்தார்.

“சரி, இனி நாஞ் சொல்றதுக்கு என்னா இருக்கு கைலாசம்!” என்றவர், “ரெண்டு பிள்ளைகளா? மூணா?”

“ரெண்டு.”

“பொம்பளப்பிள்ளைகதான, படிக்கிதுகளா?”

“மூத்த பொண்ணு மூணாவது போகுது. ரெண்டாவது கைப்பிள்ள. மூணுவயசு.”

“இன்னம் நாலுவர்சத்துல தலையெடுத்துரும்ல?”

பின்னும் அமைதி காத்தனர். கண்ணனுக்குப் பசியெடுத்தது. இந்த நேரத்திலதான இவர் வரணும்? சட்டுன்னு பேசி ஓயமாட்டார். கைலாசம் அண்ணனாவது இது என்னுடைய தனிப்பட்ட பிரச்சினை என்று சொல்லணும். சொன்னா வேலையவிட்டுப் போகச் சொல்லீருவாரோன்னு பயம். இத்தன வயசுக்கப்பறம் இது அவருக்குத் தேவையா! ஊரே அசிங்கப்பட்டு...

“அந்தப் பிள்ள ரெம்பநாளாப் பழக்கமா?” மகாராசண்ணன் விடவில்லை.

“ப்ச், எனக்கு நேரஞ் சரியில்லண்ணே” கைலாசம் கேள்வியைத் தவிர்ப்பது மகாராசனுக்குப் புரிந்தது. அது தன்னை இப்பிரச்சனையிலிருந்து விலகியிருக்கச் சொல்வது போலத் தெரிய,

“ஆமா, சூரியனுஞ் சந்துரனும் ஆளுக்கொரு விதமாத்தான

உதிக்கிறாக. எல்லார் நேரமும் நல்லாருக்கு, ஒனக்கு மட்டுஞ் சரியில்ல.”

மகாராசனை கைலாசம் ஏறிட்டுப் பார்த்தார். கோபப்பட்டு விட்டாரே!

“பின்ன என்னாய்யா, எல்லாத்துக்கும் ஒரு வயசு, வாலிபம்னு ஒண்ணு இருக்கு. அதுகூட எப்பிடியும் போ. ஒனக்கு முறுக்கு இருக்கு போல. அது ஒன்னோட வீர்யத்தப் பொறுத்தது. ஆனா அது வீட்டோட முடிஞ்சிறணும்ல. ஏங்க கிட்டக்க வரக்குடாதுல்ல. இங்க வந்தா கேக்கறதுக்குப் பதில் சொல்லணும். அதவிட்டு நேரம் காலம்னு பொம்பளமாதரி பொலம்பக் குடாது. தெரியிதா?”

“இல்லண்ணே. நா அப்பிடிப் பேசலண்ணே” இங்கேதான் கைலாசத்துக்கு செண்பகத்தின் மீது கோபம் வந்தது. புளுக்கென்றதும் மகாராசன் வீட்டுக்குப் போய்விடுவாள். சகலமும் ஒப்பித்தால்தான் அவளது மனசு ஆறும்.

“சரி, பேச்சவிடு. நீ எப்பிடிப் பேசுனாலும் சரி. பஜார்ல நாம தொழில் பண்றோம். அத ஞாபகம் வச்சுக்கணும். அதும் இந்தப் பொம்பள சமாச்சாரமெல்லாம் கசிஞ்சிருச்சின்னா அப்பறம் மீடேற முடியாது கைலாசம்! வீட்ல பொண்டாட்டிய வச்சுக்கிட்டு இப்பிடி சில்றத்தனமா நடந்துக்கறது இது கடேசியா இருக்கட்டும். பெரிய டர்னர்னு பேர் வாங்கியிருக்கீக. அத நம்பித்தே நானும் உங்களப் போட்டு தொழில் வச்சிருக்கே நம்பிக்கையக் கெடுத்துராதீக.” சொல்லும்போது கொஞ்சம் பதட்டத்தில் மனம் படபடப்பதைத் தவிர்க்க முடியவில்லை.

பாண்டி வடை வாங்கி வரும்போது மகாராசண்ணன் வண்டியை ஸ்டார்ட் செய்து கொண்டிருந்தார். மீதிக்காசை அவரிடம் தந்தான். அவர் அவனை வைத்துக் கொள்ளச் சொன்னார்.

5

விறுவிறுவென லட்சுமி டாக்கீஸ் வீதிக்குள் நுழைந்தான் செந்தில். தியேட்டரின் முகப்பில் ஒட்டப்பட்டிருந்த சுவரொட்டியை அண்ணாந்து பார்த்தபடி நின்றான். கைகளிரண்டையும் பின்புறமாய்க் கோர்த்து ஒரு காலை மட்டும் சற்று நீட்டி ஸ்டைலாக வைத்துக்கொண்டு இப்படியும் அப்படியுமாக முகத்தைத் திருப்பித் திருப்பிப் பார்த்தான். பார்த்த படம் மாதிரியே நினைவில்லை. கதாநாயகியின் முகத்தைப் பார்க்க, பார்த்த மாதிரியும் தெரிந்தது. நாகேசின் வேஷத்தைக் கண்டமாத்திரத்தில் சிரிப்பு வந்தது. சிரித்தும் விட்டான். அவருக்காவாச்சும் ஒருக்கா பாத்துவிடவேணும்.

“அட்ஜேய், குள்ளா, வேலைக்கிப் போவலியா?” சைக்கிளில் அவனைக் கடந்துபோன கொசுவு சண்முகம் செந்திலின் தலையில் தட்டிவிட்டுப் போனான். குளத்தில் விட்டெறிந்த கல்லாய் அந்த வார்த்தை செந்திலின் சிந்தனையைக் கலைத்தது. சைக்கிள்கடை முதலாளி, சைக்கிளைப் போட்டுக்கொண்டு தேடிவந்து விடுவரோ என்ற பயம் வந்தது. கொசுவு சம்முகமே சொல்லிக் குடுத்தாலும் குடுப்பான்.

வரட்டும்.

அங்கிருந்து மெல்ல நகர்ந்தான். தியேட்டரில் டிக்கெட்

கொடுக்கும் அறை சாத்தி இருந்தது. மூடியிருந்த கதவுக்கு வெளியே நாய் படுக்குமளவு இடமிருந்தது. அங்கே நிழல் அடர்ந்திருந்தது. படியேறி கதவில் சாய்ந்து கால்களைக் கட்டி உட்கார்ந்து கொண்டான். யாரும் கண்டுபிடிக்க முடியாது. தலையை நேராய் நிமிர்த்தி, இறுக்கமாய் விறைப்பாய் தன்னை அமைத்துக் கொண்டான். நிழலின் குளுமையில் உறக்கம் வந்தது. கழுத்தில் தலை, நிலைகொள்ளாமல் சாய, கண்களை இமைகள் மூடத் துவங்கிய சமயம் வயிறு சுளீரென பசியினைக் கிளப்பிவிட்டதில், உறக்கம் கலைந்தது. காலையிலும் சாப்பிடவில்லை. அம்மாவிடம் கோவம் போட்டு கடைக்கு நேரமாகுதென்று வீம்பில் வந்துவிட்டான். இப்போ வீட்டுக்குப் போகமுடியாது. கடைக்கும் போகமுடியாது. நேத்து ஒரு சைக்கிளை எடுத்துப்போய் மரத்தில் மோதி சக்கரம் வளைந்து போனது ஓனருக்குத் தெரியாமல் வைத்துவிட்டு ஓடிவந்து விட்டான். இது தெரியாமல் காலையிலேயே அம்மா சம்பளம் கேட்டது. சாயங்காலம் சம்பளக் காசோடு வந்தால்தான் கஞ்சி என அசிங்கமாக வஞ்சு அனுப்பியது.

கதவை நெருக்கிக் கொண்டு, கால்கள் இரண்டையும் எடுத்துக் குத்தவைத்து வயிறை அமுக்கித் துணிமூட்டையைப் போல சுருண்டுகொண்டான்.

வீதியில் ஆட்களும் வண்டிவாசிகளுமாய்ப் போக்குவரத்து இருந்தது. வயிறை அழுத்திப் பிடித்ததில் தூக்கம் போய்விட்டது. கொட்டக்கொட்ட முழிப்பு வந்தது. வீதியில் ஓடிய வெள்ளை நாயொன்று செந்திலைப் பார்த்தபடி அவனுக்கு எதிரே வந்து நின்றது. கொஞ்சநேரம் ரெண்டுபேரும் ஒருத்தரை ஒருத்தர் பார்த்துக்கொண்டே இருந்தனர். நாய் என்ன நினைத்ததோ, அவன்மீதான பார்வையை விட்டுவிட்டு அவனுக்குக் கீழே இருந்த ரெண்டாம் மூன்றாம் படிகளை முகர்ந்து பார்த்தது. அதன் நாசியிலிருந்து வெளிப்பட்ட மூச்சுக்காற்றில் படிக்கட்டில் படிந்திருந்த தூசுகள் அகன்றன. திடுமென பின்னால் திரும்பிய நாய் காலைத் தூக்கியது. சர்ர்க் சர்ர்க்கென ஒண்ணுக்கடித்து படியை ஈரப்படுத்தியது, செந்திலுக்குச் சுளீரென கோவம்

வந்தது. தனது கண்ணெதிரே, அதுவும் தன்மீது தெறிக்குமளவு ஒரு நாய் ஒண்ணுக்கடிப்பதா!

மடித்த கால்களை மெதுவாய் விடுவித்தான். அழுந்திச் சாய்ந்திருந்த இரும்புக் கதவிலிருந்து அப்படியே மெல்ல நிமிர்ந்தான். தகரக்கதவு அவன் பாரம் நீங்கிய களிப்பில் 'கடபுட' வென சத்தமிட்டது. அந்தச் சத்தமும் செந்திலின் எழுகையும் நாயினை உசார்ப்படுத்தியது. பாதி நீரொழுக்குடன் நகர்ந்தது.

தனது விரட்டல் இல்லாமலே நாய் நகர்ந்ததில் செந்திலுக்கு ஏமாற்றம். இந்த நடவடிக்கையில் திருப்தியில்லை. கீழே குனிந்து கல் தேடினான். ஒரு பிடி மண்கூட சிக்கவில்லை. நாய் செந்திலை திரும்பிப் பார்த்தபடியே மெதுவாக நடந்து சென்றது. 'எம்பிட்டுத் தைரியம்?' வெற்றுக் கூச்சலாவது இட்டு அதனை அலறச்செய்ய வேண்டும். இல்லாவிட்டால் தன்மேல் பயமில்லாது போய்விடும்.

"ய்ய் யேய்ய்க்"

கல்லெடுத்து எறியப் போகிறவனைப் போல குனிந்து பாவனை செய்து சப்தமிட்டான். அவனது ஆர்ப்பாட்டத்தை நிஜமென்று நம்பிய வெள்ளை நாய், பயந்து ஓட்டமாய் ஓடியது. வெற்றிக்களிப்பில் சட்டையின் நுனியெடுத்து முகம் துடைத்துக் கொண்டான். கையெல்லாம் மண்ணாயிருந்தது. டவுசரில் துடைத்துக் கொண்டான்.

அப்படியே நடந்தான். டிக்கட் அறையை அடுத்து சைக்கிள் நிறுத்தும் ஸ்டாண்ட். ஆள் உயரம் காம்பவுண்டு சுவர் எழுப்பி, யாரும் ஏறிக் குதிக்க முடியாவண்ணம் மேலே முள்கம்பி வைத்துக் கட்டியிருந்தார்கள். அந்தச் சுவருக்குப் பின்னால் குண்டு விளையாட்டு நடந்துகொண்டிருந்தது. பெரிய பையன்கள் காசுவைத்து ஆடினார்கள். நாலுகுண்டு ஆட்டம். உச்சியும் அடிக்கலாம். இழுத்தும் விடலாம்.

"ஆட்டைக்கி எவ்வளவு?" போய் நின்ற வேகத்தில் அவர்களிடம் கேட்டான்.

வேட்டிகட்டிய ஒரு அண்ணன் செந்திலை மேலும் கீழுமாய்ப் பார்த்தான். “வாடா டப்பாசு, எஞ் சுண்டுவிரல் தண்டிகூட இருக்கமாட்ட, மாஸ் கேக்கறியாக்கும்? எம்புட்றா வச்சிருக்க?” என்றான்.

அவனுக்குப் பதிலேதும் சொல்லாமல் காம்பவுண்டுச் சுவரில் சாய்ந்துகொண்டு விளையாட்டை வேடிக்கை பார்த்தான்.

விளையாட்டுக் கட்டடத்திலிருந்து எல்லைக்கோடுவரை நிழல் விழுந்திருந்தது. எல்லைக் கோட்டில் நின்று குண்டு உருட்டுபவர்கள் முகத்தில் வெய்யில் பூசியிருந்தது.

இடையிடையே மாஸ் பிடித்தார்கள்.

அடியும்பிடியுமாய் நடந்த விளையாட்டு செந்திலுக்கும் ஆசையூட்டியது. தன்னொத்த சிறுவர்கள் விளையாடுகிறார்களா எனத் தேடினான். பள்ளிக்கூடம் போயிருப்பார்கள். திடல் பூராவும் குப்பைமேடாக இருந்தது. சாணிக்குழம்பும், கோழிச்சிறகுகளின் சிதறல்களுமாய் இறைந்து கிடக்க, இவர்கள் ஆடுமிடம் மட்டும் சுத்தம் செய்து துப்புரவாய் இருந்தது.

திடுமென அவர்களுக்குள் காச்மூச்சென சண்டை வந்தது.

“லைனுலதே விழுந்திருக்கு” என்று வேட்டி கட்டிய ஒருவன் கத்தினான்.

“ஓங்கண்ணு முன்னாலதான இருக்கு, நல்லா உத்துப்பாரு.” முக்காக் கால் டவுசர் போட்டவன், கோட்டுக்குள் விழுந்து கிடந்த குண்டினை உட்கார்ந்து காண்பித்தான்.

அடி குண்டு உருண்டு படுக்கைக்கோட்டின் விளிம்பில் நின்றிருந்தது. அது கோட்டின்மேல் நின்றால் வேட்டிகட்டியவன் ஜெயிப்பு. விலகியிருந்தால் டவுசர்க்காரனுக்கு.

ஆளாளுக்கு உண்டு இல்லை எனச் சத்தம் கொடுத்துக் கொண்டிருந்தனர். ஒரு நாயக்காரன் “என்னாத்துக்குடா கத்தறீங்க, கோட்ட இழுத்துப் பாத்தா ஜெயிப்பு தோப்பு

தெரிஞ்சிட்டுப் போவுது" என மூக்கைச் சீந்தியபடி சொன்னான்.

வேட்டிக்காரன் சம்மதிக்கவில்லை. உத்துப் பாக்கச் சொன்னான். "கோட்ல நின்னுருக்கான்னு பார்ரா" ஒரொருத்தனாய் உட்காரவைத்துக் காண்பித்தான்.

மூக்கு சீந்தியவனின் யோசனையே முடிவாகியது.

"கோட்டில் லைன் இழுப்பது யார் ?" தேசியப் பிரச்சனை வந்தது. வேட்டிக்காரன் யாரையும் அனுமதிக்க மறுத்தான். "வெரல சாச்சு இழுத்தா, குண்டு நகண்டிரும். அதனால நடுவாள்தே வேணும்" மாஸ் பிடித்ததெல்லாம் சேர்த்து பத்துரூபாய் நிற்கிறது. சட்டென செந்திலைப் பிடித்துக் கொண்டான்.

"இவன இழுக்கச் சொல்லலாம். சிறுபய தெய்வத்துக்குச் சமானம்."

டவுசர்க்காரன் ஒத்துக்க முடியாதென்றான். "இவெ வெரலு வெளக்கமாத்துக் குச்சியப்போல இருக்கு. கோட்லயே நிக்காது."

"கோட்ல குண்டு இருக்கா, இல்லியான்னுதான பாக்கணும்? அசங்குனா சரித்தான!" என்றபடி செந்திலைக் கோடிழுக்கச் சொன்னார்கள். செந்திலுக்குப் பெருமை தாங்கவில்லை. ஆள்காட்டி விரலை டெம்பராய் கம்பிபோல் நீட்டி, கோட்டின் ஆரம்பத்திலிருந்து மெதுவாக இழுத்து வந்தான். குண்டு, கோட்டில் நிற்கவில்லை என அவனே தீர்ப்பும் சொன்னான்.

டவுசர்க்காரன் செந்திலுக்கு ஒரு ரூபாய் கொடுத்தான்.

பின்னும் கொஞ்சநேரம் நின்றான். ஒரு ஆட்டமாவது ஆடிப்பார்க்க ஆவல். கெஞ்சிக்கேட்டான். "எல்லக்கோட்டுக்கு கை நீளம் எட்டாது" என்றார்கள். வேறு வழியில்லாமல் மாஸ் கட்டினான். காசுகுடுத்த டவுசர்காரனே பிடுங்கிக் கொண்டான்.

விட்டதைப் பிடிக்க இன்னொரு மாஸ் சொன்னான்.

காசைக் கீழே போட்டு கட்டச் சொன்னார்கள்.

“சேப்பில இருக்குணே.”

ஆட்டத்தின் மும்முரத்தில் மாஸை ஏற்றுக்கொண்டனர்.

அப்பவும் தோற்றான். “காச எடுடா” எனக் கேட்ட வினாடியில் செந்தில் சிட்டாய்ப் பறந்துவிட்டான்.

“வாடீ... வா. சிக்காமயா போவ!” காற்றில் கலந்த அவனது பேச்சு காதுக்கு எட்டாத தூரத்தில் ஓடிக்கொண்டிருந்தான் செந்தில்.

தார் ரோட்டைக் கடந்து நேரே நடந்தான். புல்லுக்கட்டு விற்பவர்கள், சோளநாத்து, வைக்கோல் என்ற தீவனக் கடைகளைத் தாண்டி கலியாண மண்டபத்தில் ரேடியோ பாடிக்கொண்டிருந்தது.

ஒருகணம் நின்று யோசித்தவன் மடமடவென மண்டபத்தினுள் நுழைந்தான். கண்ணாடி போட்ட வாட்ச்மேன் கையில் குச்சியுடன் நின்றிருந்தார்.

“எங்கடா சாப்பிடவா?”

“நா, சமையல் பார்ட்டி” பதிலுக்குக் காத்திராமல் ஹாலுக்குள் நுழைந்தான் செந்தில்

“நரித்தண்டி இருந்துகிட்டு எப்பிடி பொய் சொல்லிட்டுப் போறான் பாருங்க, சாப்பிடணும்னு சொன்னா அடிச்சு வெரட்டவா போறம்?” அருகிலிருந்தவரிடம் சொல்லிப் புலம்பினார் வாட்ச்மேன்.

ஹாலில் பந்தி நடந்துகொண்டிருந்தது. செந்திலுக்கு உடனே உட்கார விருப்பமில்லை. யார் சமையல் என அறிய, சமையல்கட்டுக்குள் நுழைந்தான். மாஸ்டர் யாராக இருக்கும்? கருவாய முருகன் உருமாக்கட்டுடன் பந்திக்கு அய்ட்டங்களை எடுத்து வைத்துக்கொண்டிருந்தார்.

“ண்ணே..!” கருத்த முகத்தில் பளீரென பல்லக்காட்டிச் சிரித்தான் செந்தில்.

“வாடா, குட்டையா! சாப்ட்டியா?”

“இல்லண்ணே.”

“யேன்? போ. போய்ச் சாப்ட்றா.”

“சப்ள பண்றண்ணே...” யாரிடமும் கேளாமல் தண்ணீர் கேத்தலை எடுத்துக் கொண்டு பந்திக்குள் நுழைந்தான். குறைந்திருந்த டம்ளர்களைப் பூராவும் நிரப்பிவிட்டான். மசால்வாசனை பசியைக் கிண்டிவிட்டது. அடுத்த பந்தியிலேயே சாப்பிட உட்கார்ந்தான். சாப்பிட்டு முடித்ததும் மறுபடியும் சமையல்கட்டுக்குள் நுழைந்து எதையோ தேடினான். தேடியது கிடைக்க, கைகளுக்குள் புதைத்து வைத்துக்கொண்டு, எச்சில் இலைபோடும் தொட்டியின் மேல் ஏறி உட்கார்ந்து கொண்டு வெத்திலைக்குச் சுண்ணாம்பு தடவ ஆரம்பித்தான்.

எச்சில் இலை கொட்டவந்த பூங்கொடி அப்படியே விக்கித்து நின்றாள்.

“மழையும் மாரியும் எங்கிட்டுப் பேயும்?” என அங்கலாய்த்தவள், *“எறங்குடா கீழ, கெண்டங்கால் ரோமந்தண்டிகூட மொளைக்கல, அதுங்குள்ள ஒனக்கெல்லா வெத்தல கேக்குதோ! தொட்டிக்குள்ள விழுந்தா எலையோட எலையா தெரியாமப் போயிருவ படவா! அப்பறம் முனிசிபல் கெடங்குலதா தேடணும். ஆளெம்பிட்டுன்னா நரியம்பிட்டுன்னான்னாம் ஓட்றா.”*

அடுத்த வார்த்தைக்கு நில்லாமல், அவளுக்குச் சிவப்பேறிய நாக்கைச் சுழற்றி வக்கணம் காட்டியபடி ரோட்டுக்கு வந்தான் செந்தில்.

6

வீட்டிலிருந்து பிய்த்துக்கொண்டு வரவேண்டியிருந்தது கைலாசத்திற்கு.

வீடுன்னு இருந்தா, இம்பிட்டுத் தொந்தரவாவா இருக்கும்? வேல செஞ்சு அலுத்துவார மனுசனுக்கு ஒரு எதமா பதமாப் பேசிச் செஞ்சு சந்தோசமா சாப்பிடவச்சு, அடுத்தவேலைக்கு ஆனந்தமா அனுப்பிச்சு விடுறவதே பொண்டாட்டி. நல்லவேள, ராத்திரிப்பொழுது பாதி ஒறக்கத்தில கழிஞ்சிடுது. ஆனா, காலம்பற ஏந்திர்ச்சதுமே அது இல்ல, இது இல்ல, அதுவேணும் இதுவேணும், இந்தப் பொலம்பலும் புராணமும்தானா, பெத்த பிள்ளைககூட நாலுவார்த்த நல்லவிதமாப் பேசக்கூட முடியல. எங்கன பேச்ச ஆரம்பிச்சாலும் முடியும்போது கொற சொல்லித்தான் அடையும்.

இன்றைக்கும் அப்படித்தான். மூத்தபிள்ளை பள்ளிக்கூடத்தில் நடந்த நிகழ்ச்சியைக் கைலாசத்திடம் பரவசம் பொங்க ஒப்பித்துக் கொண்டிருந்தது. சின்னது தொட்டிலில் இருந்து இறங்காமல் தலையை மட்டும் வெளியில் நீட்டி அக்காவின் பேச்சை அது தலையை உருட்டி உருட்டிப் பேசும் அழகை கண்கொட்டாமல் பார்த்துக்கொண்டு கிடந்தது. இவள், அடுப்பில் ஆக்கிய சோத்துச் சட்டியோடு கைலாசத்துக்கான காப்பிச் சட்டியையும் சேர்த்துக் கொதிக்க வைத்துக் கொண்டிருந்தாள்.

“ஏ பகுமானக்காரி, ரவ்வெல்லா நோட்டு வேணும், டீச்சரு காசு கேக்கறாங்கன்னு எம் பாடு வாங்கி என்னைய பாடையில ஏத்திக்கிருந்தவ. இப்பக் கேக்க வேண்டிதான” என பொரிந்தவளை எரிக்கும் கண்களோடு ஏறிட்ட கைலாசம்,

“லூசுமுண்ட, லூசுமுண்ட, சின்னப்பிள்ளை கிட்ட எதப் பேசணும் என்ன வார்த்தை சொல்லணும்ன அறிவுகூட இல்லியா” எனக் கோபப்பட்டார்.

“அறிவு இல்லாத்துனாலதான ஆக்குப்பரையில அடஞ்சு கெடக்கேன், நம்ம அறிவு கொளுந்துவிட்டு எரியறதாலதா ஊர்மேஞ்சு திரும்புது.”

“காலையிலயே வம்பு கட்றதுன்னு முடிவு பண்ணீட்டியா?”

“பள்ளிகொடத்துக்குக் காசக் கேட்டு வாங்கிட்டுப் போடின்னு சொன்னது ஒருகுத்தமா?”

“அத எந்த கேணப் பயலாச்சும் குத்தம்னு சொல்வானா. அதுக்குப் பிறகு எதோ பாடை கீடன்னு சொன்னியே.”

“அது, என்னியச் சொன்னே. ஏன்டி இப்பிடி குடுக்குற ஆளவிட்டுட்டு செவனேன்னு கெடக்குறவ ஊயிர வாங்கி, பாடைல ஏத்துறன்னு சொன்னே.”

“நிய்யி செவனேன்னு கெடக்கியாக்கும்? சர்த்தேன். பச்சப் புள்ளகிட்ட எப்பிடிப் பேசணும், கட்டுன புருசெங்கிட்ட எப்பிடி நடந்துக்கணும்னு மொதல்ல கத்துக்க” என்றவர், “ஒண்ணுந் தெரியாத மண்ணுகிட்ட பாடை, சுடுகாடுன்னு பேச நொப்பே வீட்ல சொல்லித் தந்தாகளாக்கும்.”

“இப்ப இங்க பேசிக்கிட்டிருக்கும்போதே என்னத்துக்கு எங்க அப்பனையும் ஆத்தாளயும் இழுக்கற. அப்பறம் நா இழுத்தேன்னா கீசரி மேசரி ஆகிப்போகும் ஆமா...” சத்தம் கேட்டு பிள்ளைகளுக்குச் சாதம் ஊட்டிக்கொண்டிருந்த எதிர்வீட்டு சுமதியும் ராமுத்தாயும் சமாதானம் செய்ய வந்தனர்.

“என்ன செம்பகம்க்கா காலைல ஆகவேண்டியதப் பாக்காம இப்பிடி அநாவசியமா வேலைக்கிப் போறவரப் பிடிச்சு பேசிட்டுருக்கீக...” உண்மை எதுவானாலும் வீட்டு ஆம்பிள்ளையை மட்டும் குறைசொல்லக்கூடாது வெளியாள்களுக்கு. அந்தப் பேச்சு கைலாசத்துக்கு ஒரு தெம்பைத் தந்தது. ஓடிப்போனவன் என்ற குற்றத்தை மறந்து விட்டார்கள் என எண்ணிக்கொண்டான்.

“சின்னப் பிள்ளைககிட்ட நல்லவார்த்தை பேசுன்னு சொன்னேம்மா, அதுக்கு இப்பிடி பத்ரகாளியா நிக்கிறா...” ஒரே காம்பவுண்டு என்பதால் அவர்களது அத்தனை உரையாடலையும் கேட்டுவிட்டுத்தான் வந்தார்கள்.

“வார்த்தைல என்னா நல்லது கெட்டது. மனுசெ செயல்லதான் கெட்டது இருக்கப்படாது. எனக்குத் தெரிஞ்சத சொல்லிக் குடுத்தே. நீ வேணா ஒக்காந்து நல்ல வாத்தயா சொல்லிக்குடு சாமி. இதுக்கு எதுக்கு எங்கவீட்டாள இழுக்கற” என்றவள் பொசுக்கென அழுதுவிட்டாள். “அவகள எல்லாம் நீ பூப்போட்டுக் கும்பிடணும். அவகளே இல்லாட்டி நீ செய்ற நாயத்துக்கு இன்னேரம் நானும் எம் பிள்ளைகளும் என்னிக்கோ பரலோகம் போய்ச் சேந்திருப்போம்.” கைலாசம் கைவிட்டுப்போன காலத்தில் செண்பகத்தின் வீட்டார் வந்து காபந்து செய்ததை எல்லோரும் அறிவார்கள். இந்த நேரத்தில் செண்பகம் வெளிப்படுத்தியது கைலாசத்திற்கு தர்மசங்கடத்தை உருவாக்கியது.

“ஏம்மா, நா என்னா பேசறேன். இவ என்னா பேசறா பாரும்மா. வேல விட்டு வீட்டுக்கு வந்தா வீட்ல இருக்க கொஞ்ச நேரம் ரெண்டு நல்ல வார்த்தையப் பேசும்மான்னு சொன்னா. இப்பிடி ஊரக்கூட்டுனா எப்பிடிமா வீட்ல இருக்கது?”ம்பவும் பாந்தமாகப் பேசினார் கைலாசம்.

“வார்த்தையில சக்கரயைத் தடவிப் பேசறது. சீனியத் தடவி பேசறதெல்லா எங்களுக்குப் பழக்கமில்ல. அது பழகுனதுனாலதே ஊர்ப் பொம்பளைகளப் பூராம் நீ ஓட்டி அடச்சுக்கிட்டுத் திரியற. அது எங்க வம்சத்துக்கு சுட்டுப் போட்டாலும்

வராது சாமி, வராது." ஆங்காரம் பிடித்தவளாய்க் கத்தினாள் செண்பகம்.

காப்பித் தம்ளரை வீசி எறிந்த கைலாசம் இன்னமும் தாமதித்தால் அடிதடிக்குப் போகும் என்பதை உணர்ந்தவராய் சட்டையை மாட்டிக்கொண்டு குளிக்காமல்கூட, சைக்கிளை எடுத்தார்.

செக்குமாட்டினைப் போல சைக்கிள் நேரே பட்டறையில் வந்து நின்றது.

லேத் மிசினைத் துடைத்துக்கொண்டிருந்தான் பாண்டி. அவனுக்கு அருகில், துளைபோடும் ட்ரில்லிங் மெசினின் காடிகளுக்குள் வேஸ்ட் துணியை விட்டு நுழைத்து இரண்டு கைகளாலும் மேலும் கீழுமாய் இழுத்து ஓவராயலிங் செய்யாத குறையாய் நாக்கைத் துருத்தியபடி சுத்தம் செய்துகொண்டிருந்தான் செந்தில்.

கைலாசம் சைக்கிளிலிருந்து இறங்கியதையும், அதனை உருட்டிக்கொண்டு பக்கவாட்டுச் சந்துக்குள் நிறுத்தியதையும் கண்டுகொண்ட செந்தில், கையிலிருந்த வேஸ்ட்டை ட்ரில்லர் மேலேயே வைத்துவிட்டு பட்டறையைவிட்டு நகர்ந்தான்.

பூட்டிய சைக்கிள் சாவியை டூல் பலகையில் கோர்த்துவிட்டு மேசையை ஒட்டியிருந்த ஸ்டூலில் உட்கார்ந்தார். பாண்டிக்கு, கைலாசத்தின் முன்னதான இந்த வருகை குழப்பத்தை ஏற்படுத்தியது. வேலை ஏதும் வருகிறதோ, இருந்த இடத்திலிருந்தபடியே வெளியில் கண்களை ஓட்டினான். ஒன்றும் புலப்படவில்லை. சரி, இன்று காலை வீட்டுக்கு சீக்கிரமாய்ப் போகலாம்.!

பாண்டி இரவில் இங்கேயே தங்கிவிடுவான். பட்டறையில் சிறுவர்கள் தங்கவைக்கப்படுவது எல்லா இடத்திலும் உள்ள வழக்கம்தான்... இரவு நேரத்தில் அவசரவேலைகள் வருகிறபோது சைக்கிளை எடுத்துக் கொண்டு டர்னர்களின் வீட்டில் சேதி சொல்லி அழைத்து வருவார்கள். தவிர காவலுக்கும்தான்.

ஸ்டூலில் அமர்ந்தவாக்கில் செந்திலைத் தேடினார் கைலாசம்.

மெசினுக்கு அடியில், பின்னால், மேலே இருக்கும் ஜங்சன் வீல் ஸ்டாண்டு, பட்டறையின் மூலைமுடுக்கு எனத் துழாவினார்.

“என்னாண்ணே, எட்டேகாலுக்கே வந்திட்டீங்க. வேலையா?” சுவற்றில் தொங்கும் வட்டக் கடிகாரத்தைப் பார்த்தபடி கேட்டான் பாண்டி. எட்டேமுக்காலுக்கு கண்ணனும், ஒன்பது ஒன்பதேகாலுக்கு கைலாசமும் வருவார்கள். யாராவது வந்தபிறகே பாண்டி வீட்டுக்குக் கிளம்புவான். குளித்து, சாப்பிட்டு பத்துமணிக்குள் வந்துவிடவேண்டும்.

“எங்கடா அந்தக் குட்டையன? வாரப்ப இருந்த மாதரி தெரிஞ்சது?”

“போய்ட்டாண்ணே!”

“போய்ட்டானா! சைக்கிள நிறுத்தறப்ப இருந்தான். படியேறங்குள்ள மாயமா மறஞ்சிட்டான்.” இன்னமும் நம்பாமல் எழுந்து மேசைக்கடியில் குனிந்து பார்த்தார்.

பாண்டிக்கு கைலாசத்தின் அந்தப் பரபரப்பு நகைப்பை ஊட்டியது. அவன் பட்டறை மெசினின் மண்டையைச் சுழலவிட்டுத் துடைத்துக் கொண்டிருந்தான். கியரை விடுவித்துவிட்டதால் பல்சக்கரத்தின் தடையில்லாது கடகடவென சப்தமெழுப்பிய வண்ணம் சுழன்றது மெசினின் தலை.

“ந்தா... அவெந்தான்றா?”

பட்டறையின் எதிர்ப்புறமிருந்த அரசமரத்தடி கோயிலின் பீடத்தின் பின்புறத்தில் சாய்ந்து கால்மேல் கால் போட்டு உட்கார்ந்திருந்த செந்திலைக் கண்டுபிடித்துவிட்டார். கைலாசம். அவனும் பட்டறையினைப் பார்த்தபடி கையில் ஒட்டியிருந்த ஆயில் பிசுக்கினை மண்ணெடுத்துத் தேய்த்துத் துடைத்துக் கொண்டிருந்தான்.

“கூப்புட்றா...”

லேத் மண்டையை கியர் போட்டு நிறுத்திவிட்டு, “லே செந்திலு. டேய்” எனச் சத்தமாய் அழைத்தவன், கைச் சைகையிலும் கூப்பிட்டான்.

கைலாசம் என்ன மூடில் இருக்கிறார் என்பது விளங்கவில்லை பாண்டிக்கு. வழக்கத்துக்கு மாறாக சீக்கிரம் வந்திருக்கிறார். வேலையோடு வந்தால் பிரச்சனையில்லை. வீட்டில் தகராறென்றால் அந்தக் கடுப்பை இங்கேதான் இறக்கி வைப்பார். அதுக்குத்தான் செந்திலைக் கூப்பிடுகிறாரா. பாவம், அவ்வப்போது வந்து தனக்கு ஒத்தாசையாய் வேலை செய்து விட்டுப் போகிறான். என்ன செய்யப் போகிறாரோ!

பீடத்திலிருந்து எழுந்த செந்தில், மூக்கினுள் விரல் நுழைத்து சுத்தம் செய்தபடி, தப்படி வைத்து நடந்து வந்தான்.

பாண்டி, மெசினில் துடைத்து எடுத்த இரும்புத் துகள்களை மொத்தம் சேர்த்து அள்ளி வாசலோரமிருந்த மரப்பெட்டியில் சேமித்து வைத்தான். பழைய இரும்பு வாங்கும் வண்டிவந்து வாரம் ஒருதரம் எடைபோட்டு எடுத்துப் போவார்கள்.

பட்டறைக்குள் வராமல் வாசலிலேயே நின்றான் செந்தில். பட்டறையின் உயரம் செந்திலின் நெஞ்சுக்கு இருந்தது. உள்ளிருந்து பார்க்க செந்திலின் தலைமட்டும் வாசல்படியில் இருப்பதுபோலத் தெரிந்தது.

“ஏறி வாடா” கைலாசம், செந்திலைக் கூப்பிட்டார்.

படிவழியே ஏறாமல் தளத்தில் கையூன்றிக் குதித்து ஏறிவந்தான்.

“பார்ரா” தன்முன்னால் வந்து நின்றவனை ஆச்சர்யத்துடன் நோக்கினார் கைலாசம்

ரெம்பவும் சின்னவனாய் இருந்தான். குட்டையனா, சிறுபயலா என அனுமானிக்க முடியவில்லை. மொழுமொழுவென்றிருந்த உடல்வாகு. உருண்டையான முகம். கண்களும் மூக்கும்கூட குமிழ்குமிழாய் உருண்டை வடிவத்திலேயே அமைந்திருந்தது.

குவிந்த வாய். அவனது கைகளை அளந்தால், கைலாசத்தின் முழங்கை அளவுகூட வருமாவென்பது சந்தேகம். அதுபோலவே கால்கள், குட்டிகுட்டியாய் விரல்கள். சட்டையும் டவுசரும் அழுக்கு நிறமென்றாலும் கச்சிதமாய் பொருந்தி நின்றன. கைலாசத்தின் தன்னைப் பற்றிய இந்த ஆய்வினைப் பொருட்படுத்தாமல், அவருக்கு சலாம் வைத்தான். கைலாசத்தின் மனம் லேசானது. இறுக்கமெல்லாம் கரைந்து சிரிப்பு அலைமோதியது.

"ஒனக்கு என்ன வயசுடா?"

"ம்... தெர்லணே!"

"பள்ளியொடம் போறதில்லியா?"

'ம்... போனே! இப்ப போறதில்லண்ணே..."

"என்னாடா, போனேம் போவல! போறியா போவலியா?"

"இல்லண்ணே, அம்பியாவதி ஸ்கூல்ல போனே..." அதற்குமேல் சொல்லத் தெரியவில்லை.

"ம்... சொல்லு. அம்பிகாபதி ஸ்கூல்ல போன. இப்ப?"

"இப்ப... இப்ப போவல..."

"அதாண்டா ஏம் போவல?"

"டீச்சரு டெய்லி எழ்தீட்டு வரச் சொன்னாங்க."

"பள்ளியொடத்தில, டெய்லி எழுதீட்டுதான வரச் சொல்லுவாங்க."

"ம்! அதேம் போவ்ல."

"இல்லண்ணே இவெம் பெரிய ஃபிராடு. ஸ்கூல்ல பிள்ளைகளோட தெனமும் மல்லுக்கட்டுவானாம் பத்திவிட்டுட்டாக."

"ம்... ஏண்டா அப்டியா?"

“இல்ல, டீச்சர்தே, வீட்டுக்குப் போகச் சொல்லிட்டாங்க.”

“வீடு எங்கயிருக்கு?”

“அல்நாரத்தில.”

“என்னமோ அமெரிக்காவில இருக்கவெ மாதிரி கெத்தாப் பேசற. வேலைக்கி எதும் போறியா?”

“போனே.”

“இப்ப போவ்லியாக்கும்” சொல்லும்போதே கைலாசத்துக்குச் சிரிப்பு வந்தது.

“பொய் சொல்றாண்ணே. சைக்கிள் கடைக்குப் போனாண்ணே அங்கே சைக்கிள ஒடச்சு வந்துட்டான். அடிச்சு பத்திவிட்டாங்க” பாண்டி முந்திக்கொண்டு சொன்னான்.

“இல்ல” என மறுத்து எதோ சொல்ல அவனிடம் சென்றான்.

கைலாசத்துக்கு அவனோடு பேசியதில் சந்தோசமாய் இருந்தது. தனது மூத்த மகள் வயசிருக்கும். இந்த வயசுக்கு இத்தனை வெடுப்பாய் இருக்கிறானே ! கவலை மறந்ததில் பசி எழும்பியது. கொஞ்சம் பொறுமையாய் இருந்தால் வீட்டில் சாப்பிட்டு வந்திருக்கலாம். ‘சண்டாளி, எந்திரிக்கும்போதே இன்னிக்கி என்ன சொல்லி சண்டை இழுக்கறதுன்னு நெனச்சுக் கிட்டேதா ஒறங்குவா போல. கண்ணுமுழிச்சதும் தொண்டைய தொறந்துடுறா. எதப்பேசினாலும் ஒரு சொல்லுல முடிக்கிற பழக்கம் கெடையாது. நாரா இழுத்து பக்கத்து வீட்லயிருந்து ஆள்வந்து அமட்டுன பெறகுதான் வாய் ஓயும். அசிங்கம் அசிங்கம் எத்தன நாளக்கிதான் ஆம்பள வாயப் பொத்தியே கெடக்கறது. இன்னொரு ஆள்வந்து மேவிச்சு விடுற அளவுக்கு தரம்தாழ்ந்து போச்சோன்னு வாரப்பதான் நாலு தொளுக்கு, தொளுக்கீட்டு வந்துர்றது.’

இருவருக்கும் இடையில் பிள்ளைகள் சிக்கிக்கொள்ளும். சின்னது பிரச்சனையில்லை. பெரிய பிள்ளைதான் சண்டைவந்தால்

போந்தா கோழியாய் முழிமுழியென முழித்துக்கொண்டிருக்கும் எட்டரை மணிக்கு பள்ளிக்கூடத்தில் விடவேண்டும். வழக்கமாய் பட்டறைக்கு வருகிற வழியில் இறக்கிவிட்டு வருவது வாடிக்கை. இன்னிக்கி என்ன செய்றாளோ? புலம்பலை முடிக்கவே மதியம் ஆகிவிடும். இதில், பிள்ளையை எப்படி ஸ்கூலில் விடுவாள். தானாகவும் போய்ப் பழக்கவில்லை. ரோட்டுவழியே வரவேண்டும். தூரமும் அதிகம். குழப்பமாய் இருந்தது கைலாசத்துக்கு. ஒருவேளை அவளே கொண்டுவந்து விட்டு விடுவாளோ. நடக்கட்டும். நடந்து வந்தால்தான் அருமை தெரியும். பிள்ளையும் நடக்கணுமே. ஒருமைல் தூரம்.

“லே பாண்டீ!”

மெசின்களை சுத்தம் செய்து முடித்துவிட்டு பட்டறையைப் பெருக்க, அப்போதுதான் பெருக்குமாறைக் கையிலெடுத்தான். பட்டறையினைக் கூட்டித் தள்ளிவிட்டு வாசலை தண்ணீர் தெளித்துக் கூட்டவேண்டும். வாசல் தெளிக்க மாசச் சம்பளத்துக்கு ஒரு பெண்ணை அமர்த்தியிருந்தார்கள். அந்தம்மாள் நினைத்தால் சாணி கரைத்துத் தெளிப்பாள். சில சமயம் சேர்ந்தாற்போல் வரமாட்டாள். அம்மாதிரி நாட்களில் பாண்டிதான் சாணம் கரைக்காமல் வெறும் தண்ணீர் தெளித்து விடுவான்.

“ணே!” கையில் பிடித்த பெருக்குமாறோடு நிமிர்ந்தான்.

“வீட்டுக்குப் போய்ட்டு வந்திரியா!”

கைலாசத்தின் அந்தக் கேள்வியில் ஏதோ பெரிய வேலை ஒன்று வருகிறது போலிருக்கிறது. அதனால் சீக்கிரமாய் வீட்டுக்குப்போய் குளித்து சாப்பிட்டு வரச் சொல்கிறார் என நினைத்து, “சரிண்ணே...”

அவனிடமிருந்த பெருக்குமாறைக் கையில் வாங்கிய கைலாசம் “இத நாம் பாத்துக்கறே, பாப்பா ஸ்கூலுக்குக் கிளம்பி ரெடியா இருக்கும். சைக்கிள்ல ஜல்லுன்னு போய் விட்டுட்டு வந்திர்றியா” என்றவர், “விட்டுட்டு நீய்யும் சாப்ட்டு வா” என்றார்.

“ரெடியா இருக்கும்ல ணே?” அங்கே தாமதமானால் அதன்பிறகு தான் தயாராகி வருவதில் சிக்கல் வரும். கைலாசம் அண்ணனே சொன்ன வேலையை மறந்துவிட்டு, ‘சாப்புட்டுவர இம்புட்டு நேரமாடா’ என உதைப்பார்.

“எட்டரைக்கு ஸ்கூலுக்குள்ள போகணும். சீக்கிரம் கிளம்பு, இல்லாட்டி அவ எதாச்சும் வேற ஏற்பாடு செய்யப்போறா” என்றபடி சைக்கிள் சாவியைக் கொடுத்தார்.

தலையில் அடித்துக்கொள்ளாத குறையாய் நொந்து கொண்டான் பாண்டி. ‘இவருக்கு இதே வேலையாப் போச்சு ச்சே’ பட்டறையிலிருந்து இறங்கியபோது செந்திலும் சேர்ந்து குதித்தான். சைக்கிளை சந்துக்குள்ளிருந்து எடுத்துத் திருப்புகையில் கைலாசத்திற்குப் பசி மறுபடி தலைகாட்டியது.

“பாண்டி...”

அழைத்தவர், தன் சட்டைப்பையைத் துழாவினார். ஒரு ரூபாய் மட்டும் இருந்தது. ‘சண்டாளி, எப்பப் பாத்தாலும் சட்டையக் காலிபண்ணாம விடுறதில்ல’ மனைவியை மனசுக்குள் உதைத்து விட்டு, “சேப்ல எம்பிட்டு வச்சிருக்க” எனப் பாண்டியிடம் கேட்டார்.

இரண்டு நாள் பேட்டா காசு இரண்டு ரூபாய் இருந்தது. வீட்டில் சோறு இல்லாவிட்டால் அக்காண்டிப் பெரியம்மாளிடம் பணியாரம் வாங்கித் தின்ன வைத்திருந்தான்.

தனது கையிலிருந்த ஒரு ரூபாயை அவனிடம் வீசியெறிந்த கைலாசம், “வீட்ல சாப்டாம வந்திட்டே, தியேட்டருக்குப் பின்னாடி, எசக்கி மக வீட்ல இட்லி வாங்கிட்டு வா.”

“ஒரு ரூவாய்க்கா?”

“ஒங்கிட்ட இருக்கில்ல. சேத்துப்போட்டு வாங்கிட்டு வா, அப்பறம் தாரேன்” என்றவர் செந்திலைக் கண்டதும், “நீ போக வேணாம். யே, குட்டயா... பேரு என்னாது? செந்திலா!

இவென்ட்டக் குடுத்துவிடு.” பாண்டி, செந்திலிடம் இடத்தைச் சொல்லி, இட்லியும் பணியாரமும் வாங்கிவரச் சொன்னான். தனது காசையும் சேர்த்துக் கொடுத்தான். சட்டினி வாங்க ஒரு டம்ளரையும் எடுத்துத் தந்துவிட்டு சைக்கிளில் ஏறினான்.

இருவரும் பட்டறையை விட்டுக் கிளம்பியதும், பேப்பரைக் கீழே வைத்துவிட்டு பெருக்குமாறைக் கையிலெடுத்தார் கைலாசம்.

எசக்கி மகள் வீட்டுக்குப்போன செந்தில், இட்லியும் பணியாரமும் தனித்தனியே வாங்கிக்கொண்டு சட்னியும் டம்ளரில் வாங்கினான். ஓசிக்கு ஒரு பணியாரமும் தனியாகக் கேட்டு வாங்கிக்கொண்டான். வரும் வழியில் ஓசிப் பணியாரத்தோடு இன்னொரு பணியாரத்தையும் எடுத்து வாயில் அதக்கிக் கொண்டு பட்டறை நோக்கி நடந்து வந்தான்.

7

பாண்டி, சாவடித்தெரு கடந்து கைலாசம் வீட்டுச் சந்துக்குள் நுழைந்தான். திருப்பத்திலிருந்த விளக்குக் கம்பத்திலிருந்து துவங்கி சந்து முழுக்க ஈரம் படர்ந்திருந்தது. வீடு தவறாமல் சாணம் கரைத்து வாசல் தெளித்துக் கோலங்கள் போடப்பட்டிருந்தன. வளசலும் நெளிசலுமாய் பிசிறில்லாமல் புள்ளிக் கோலங்கள் தெருவை அலங்கரித்தன. நுழைவாயிலில் இருபுறமும் அரண்போல கோடிழுத்து, சின்னதான சக்கரம், ஒற்றைத் தாமரைப்பூ, சாமந்திப்பூ என வரைந்து அழகுபடுத்தி இருந்தனர். வாசல்கோலம் மட்டும் அவரவர் மனசுபோல மூணு புள்ளியில் இருந்து முப்பது புள்ளிவரை இருந்தது.

கைலாசம் வீட்டில் புள்ளியே இல்லாமல் கோடுகோடாய் இழுத்து, இழுத்த கோடுகளைக் கட்டமாகவும் சதுரமாகவும் இணைத்து முடிச்சுப் போடப்பட்டிருந்தது. வெள்ளிக்கிழமைகளிலும் விரத நாட்களிலும்தான் கோட்டுக்கோலம் போட வேண்டுமென அம்மா சொல்லும். ஆனால் கைலாசம் அண்ணன் வீட்டில் எப்போ பார்த்தாலும் கோடுதான். ‘புள்ளிவச்சுக் கோடிழுக்க சில பேருக்கு வராதுடா, இல்லாட்டா எதாச்சும் அவசர வேலயிருக்கும்’ என பாண்டியின் அம்மா சொல்லியிருந்தது.

இதுபோலவே வருகிற வழியில் இருக்கிற செல்வம் மெஸ்ஸின் வாசலிலும் இப்படித்தான். அவசர அவசரமாய்

கோடு இழுத்துக்கிடக்கும். எதையாவது பேசிக்கொண்டே கோலப்பொடியினை வீசிவிடுவார்கள் போலும். அங்கே வேலை செய்யும் கிட்ணம்மா அத்தைதான் கோலமிடப் பார்த்திருக்கிறான். ஒரு கோடு இழுப்பதற்குள் உள்ளிருந்து எக்கச்சக்கமான கேள்விகள் வரும்.

“இட்லி மாவு கரச்சு வச்சாச்சா?”

“சட்னிக்கு மொளகா போதுமா, வாங்கிட்டு வரணுமா?”

“எலைய வெட்டி குப்பய இங்கனியே போட்டுட்டியே. வழுக்குது பாரு!”

கல்லாவிருந்து பவுனுப்பிள்ளையின் கீச்சுக்குரல் எழும்பி வந்து கொண்டே இருக்கும். ஒவ்வொரு கேள்விக்கும் பொறுமையாய் பதில் சொல்லிக்கொண்டே ஓரொரு கோடாய் கிட்ணம்மா அத்தை இழுத்துக் கொண்டிருப்பார். கடைசியில் பொறுக்க மாட்டாமல், “நிம்மதியா ஒரு கோலத்தப் போடவிடுறீகளா? மனசு ஒப்பி ஒரு கோடு இழுக்க முடியல” என்று தரையை உதைத்தபடி கோலப்பொடி டப்பாவோடு கடைக்குள் போவார். உள்ளே நுழையும்வரை சொந்தங்களைவிட்டு புகுந்தவீடு போகும் புதுமணப்பெண்ணாய் போட்ட கோலத்தினைத் திரும்பித் திரும்பி பார்த்தபடியே நடப்பார். வாசலில் அத்தை போட்ட கோலமும் சவலைப் பிள்ளையைப் போலவே சடவாய்க் கிடக்கும்.

அதே சவலைப் பிள்ளையைத்தான் கைலாச அண்ணனது வாசலிலும் கண்டான் பாண்டி. சைக்கிளின் முன் சக்கரம் கோலத்தில் ஏறிய வண்ணம் சைக்கிளை நிறுத்திய பாண்டி, வழக்கம் போல கிணிகிணியென மணியடித்தான். சக்கரத்தின் டயர் பூராவும் ஈரமும் கோலப்பொடியுமாய் இருந்தது. ஒன்றிரண்டு கோலங்களைப் பெயர்த்து பிரதி எடுத்துமிருந்தது. கோடுகளும் புள்ளிகளும் அச்சாய் விழுந்திருந்தன.

“மைனி!”

சந்துக்குள் இன்னமும் சூரியஒளி முழுமையாய் விழவில்லை. எதிர்வீட்டின் ரெண்டாவது மாடியில் வெளிச்சம் ஏறி நின்றிருந்தது.

பிள்ளையை சீக்கிரமாய் விட்டுவிட்டு வீட்டுக்குப் போகணும். அம்மா வேலைக்கிப் போவங்குள்ள போய்ட்டா நல்லது. அம்மாகூடப் பேசியே நாலஞ்சு நாளாயிருச்சு. சின்னத்தம்பி பள்ளியொடம் போறானா என்னன்னு தெரியல. முடிஞ்சா அவனையும் சைக்கிள்ல வச்சு, பள்ளியொடம் விட்டுவந்தா சந்தோசப்படுவான்.

“மைனீ!”

மறுபடியும் கூப்பிட்டான்.

அவனுக்கே சங்கட்டமாய் இருந்தது. இத்தன கத்து கத்தியும் ஒரு பதில் இல்லியே! ஒருவேள பாப்பாவ அவங்களே ஸ்கூலுக்கு அழச்சிட்டுப் போய்ட்டாங்களா! அப்பிடி நடந்தா ரெம்ப நல்லது. சடார்னு வீட்டுக்குப் போயிடலாம். ஆனாலும், உறுதிப்படுத்திக்கொள்ள, வீட்டுக்குள் நுழைந்து பார்க்க எண்ணி வாசலில் கால்வைத்தபோது மூணாவது வீட்டிலிருந்து மைதிலியக்கா வெளியில் வந்தார். “நீதானா!” கேட்டுவிட்டு கைலாசத்தின் வீட்டில் தலை நுழைத்தது. “செம்பகத்தக்கா” என அழைத்தாள்.

அழைத்த நிமிசத்தில் கைலாச அண்ணனின் கடைக்குட்டிப் பெண், அம்மணமாய் வெளியில் வந்து நின்றது. கைநிறையச் சோற்றை அள்ளி, வாயில் திணித்துக் கொண்டும், முழங்கை வரை வடியவிட்டும் வந்தது.

“எங்கடி ங்கொம்மா?” மைதிலி அக்கா, அச்சிறுமியிடம் கேட்டபோது பாண்டியும் உள்ளே வந்துவிட்டான்.

அச்சிறுமி, அவர்களுக்கு எந்தப் பதிலும் சொல்லாமல் நின்ற நிலையில் அப்படியே இடுப்பை மட்டும் திருப்பி வீட்டுக்குள் பார்த்தது.

அதன் மொழியைப் புரிந்துகொண்டவராய், “அவக ஆத்தா உள்ள இருக்காளாம்” என பாண்டிக்கு அறிவித்து விட்டு, உட்புறம் நோக்கி, “அக்கா. செம்பத்தக்கா” எனக் கூப்பிட்டாள். பாண்டியும் எட்டிப் பார்த்தான்.

உள்ளே தண்ணீர்ப் பானையினை ஒட்டி பள்ளிக்கூட உடுப்பினை உடுத்தி, புத்தகப் பையினை பக்கத்தில் வைத்துக்கொண்டு தட்டில் போட்டிருந்த சோற்றினை அள்ளி சாப்பிட்டுக் கொண்டிருந்தது சகுந்தலா. கைலாசத்தின் மூத்த மகள்.

சுவரையொட்டி விரித்தபாயில், மதினி குப்புறப்படுத்துக் கிடக்க, அவர்மேல் தன் முதுகினைச் சாய்த்து மல்லாந்து கொண்டது இரண்டாவது பிள்ளை. வீடு இருட்டாய் இருந்தது.

“மைனி!” பாண்டி அழைத்தான்.

“ம்” என பலஹீனமாய் செண்பக மதினியிடமிருந்து பதில் எழும்பியது.

“என்னாக்கா?” எனக்கேட்ட மைதிலி, “யே, எந்திரிடி” என்று மல்லாந்து கிடந்தவளை இழுத்து உட்காரவைத்தார். “யேந்திரிச்சு சன்னலத் தெறந்து விடு. மணி ஒம்பதாகப் போவுது.”

சன்னலைத் திறந்ததும் வீடு பிரகாசம் கொண்டது. அந்த வெளிச்சத்தின் உறுத்தலோ வேறு எதுவோ, படுக்கையில் கிடந்த செண்பகம் எழுந்து சுவரில் சாய்ந்து உட்கார்ந்து கொண்டாள்.

“இன்னுமா திங்கிற... எந்திரிச்சு கையக்கழுவிப் பொறப்புடு. நேரமாகலியா” சத்தங் குடுத்தாள். அது, அம்மாவைப் பார்த்தபடியே தட்டில் கைகழுவியது.

“என்னாக்கா, இந்நேரம் வரையிலும் ஒறக்கம்? ஒடம்பு முடியலியா!” காலையிலிருந்தே புருசன் பொண்டாட்டிக்குள் நடந்த களேபரம் தெரிந்தே ஒப்புக்குக் கேட்டாள் மைதிலி.

“கேடு. ஒடம்புக்குக் கேடு வந்திட்டாத்தே ஒரேடியாப் போய்ச் சேந்திரலாம்ல. என்னா பொழப்பு, இருந்தவளோடயும்

சேர்த்தியில்லாம, செத்தவளோடயும் சேர்த்தியில்லாம!" நடந்த சண்டை ஊரறியுமென்பதால் மன ஆறுதலுக்காகச் சொல்லிக்கொண்டாள்.

"யார்வீட்லதே சத்தமில்ல சச்சரவில்ல! பேனில்லாத தலையுமில்ல பெரச்சனை இல்லாத குடும்பமுமில்லன்னு எங்கம்மாதே அடிக்கடி சொல்லும்" மைதிலியும் வந்த கடனுக்கு ரெண்டு வார்த்தை பேசினாள்.

"நீ என்னாடா?" வந்து நின்ற பாண்டியைப் பார்த்துக் கேட்ட செண்பகம், "இருக்காளா இல்ல செத்துட்டாளான்னு பாத்துவரச் சொன்னாப்லயா?" எனக் கேட்டாள்.

அந்த வார்த்தையில் மிரண்டுபோன பாண்டி, "இல்ல மைனி, பாப்பாவ ஸ்கூல்ல விட்டுவரச் சொன்னாரு!" என்றான்.

"ம். கௌம்புடி, அதேங் நொப்பே ஒனக்கு ஆளனுப்பிச்சு விட்ருக்கார்ல! காசலக்கார பேரெ கம்மாளப் பயன்னு சொலவஞ் சொல்லீர்க்காகள்ல. அடிக்கி அடியுங் குடுத்து ஒத்தடங் குடுக்க ஆளையும் அமத்தீட்டாப்ல. எந்திர்ரீ."

சட்டை, கவுனில் சிந்திச் சிதறியிருந்த சோற்றுப் பருக்கைகளைத் தட்டிவிட்டு முந்தானையால் முகம் துடைத்து, லேசாக பவுடரைத் தடவிவிட்டாள் செண்பகம். பையை எடுத்து தோளில் போட்டுக்கொண்ட பிள்ளை அம்மாவின் முகம் நோக்கி நின்றது.

"என்னா?"

"வாங்கித் திங்க காஸ்!"

"காசா? அதக் கேட்டதுக்குத்தான இம்புட்டு குதிகுதிச்சுட்டுப் போனாக" என்றவள், "லே பாண்டி, அரும கொழுந்தா, ஒரு கால்ரூவா இருந்தா புள்ளைக்கிக் குடுத்துர்ரா" எனச் சொல்லியபடி சாப்பிட்ட தட்டுகளை ஒழுங்குபடுத்தினாள் செண்பகம்.

பாண்டிக்கு பக்கென்றது. சட்டை டவுசர் பையைத் தடவினான். இருந்த ரூபாயை கைலாசம் அண்ணந்தான் வாங்கிக்கொண்டார் என எப்படிச் சொல்வது. “எங்கிட்ட காஸ் இல்ல மைனி” என்றான் பரிதாபமாக.

“யேன் நிய்யும் வப்பாட்டி வச்சிருக்கியா. அவளுக்குக் குடுத்திட்டியாக்கும்.”

செண்பகத்தின் அந்தப் பேச்சு பாண்டிக்கு விளங்கவில்லை.

“ம், சின்னப்பய கிட்டப்போயி என்னா பேச்சுக்கா பேசற?” எனக் கடிந்தாள் மைதிலி

“ஓர்க்சாப்காரனுகளப் பத்தி ஒனக்கு ஒண்ணுந்தெரியாது மைதிலி” என்றாள் செண்பகம்.

“அதுக்காக, பச்சப்பய கிட்டக்கயா ஒங்க விசுக்காரத்தக் காட்டறது” என்று திட்டியபடி காசு எடுப்பதற்காகத் தனது வீட்டுக்குப் போனாள் மைதிலி.

8

அவ்வா, செந்திலை தனது கைப்பிடிக்குள் வைத்து கையில், உமிக்கருக்கு எடுத்து அவனுக்கு பல்தேய்த்துக் கொண்டிருந்தது. அவன் ஓடிவிடாமல் தலையை இடுப்பில் தண்ணீர்க்குடத்தை இடுக்கிக் கொள்வதுபோல இறுக்கமாய் இடுக்கிக்கொண்டது. நிஜமாகவே குட்டையனால் விசும்ப முடியவில்லை.

விரலை வாய்க்குள் விட்டு கொரகொரவென தேய்த்ததோடு மூலைமுடுக்கெல்லாம் அவ்வாவின் விரல் நுழைந்து கடவாய்ப்பல், மேலண்ணம் எல்லாமும் போய்வர, வாயைக் குத்திக் கிழிப்பதுபோல் இருந்தது. வலிக்கிறது என்பதைச் சொல்லக்கூட முடியாமல் விரல் வாய்க்குள் சுழன்று கொண்டிருந்தது. எச்சில் கன்னங்கரேல் என உதடுவழியே வழிந்து நாடியில் படர்ந்து நின்றது. சட்டையில் வடிந்துவிடாதிருக்க குனிந்து கொண்டான். அதையும் மீறிக் கசிகிறபோது அவ்வாவின் சேலையில் துடைத்துக் கொண்டான். அவ்வா திட்டியது.

“தொடைக்காதடா, சேலையெல்லா கறுப்பு கறுப்பா கற ஒட்டிக்கும்” சொல்லியபடி பல்லை வெள்ளையாக்கிவிடும் விதமாய் மேலும் அழுத்தித் தேய்த்தது. வேகவைக்காத பச்சைநெல்லின் விறைப்பு மங்காத உமிக்கருக்கும், கல் உப்பும் சேர்த்து இடிக்கப்பட்ட பல்பொடியில் உப்பின் கைப்பும்,

உமியின் தைப்பும், அவ்வாவின் அழுத்தமும் ஈறுகளைப் புண்ணாக்குவது போல் எரிச்சலை உண்டாக்க கைப்பிடிக்குள் சிக்கிய மீனாய் துடிதுடித்தான். வார்த்தைகள் பேசமுடியாமல் "ம் ம் ம்" என விதவிதமாய் ஒலி எழுப்பி விசும்பி தன்னை விடுவித்துக் கொண்டு கொல்லையில் போய் எச்சில் துப்பினான்.

"வாடா, இன்னாம் ஒரே ஒரு தேய்ப்பு. வாயெல்லா பொண நாத்தம் அடிக்கிது பாரு." அவ்வா அருகில் வருவதற்குள் தண்ணீரெடுத்து வாய் கொப்பளித்துக் கொண்டான்.

"போ, வாயெல்லா வலிக்கிது. இதுக்குத்தே உங்கிட்ட வாரதே இல்ல."

பட்டறையில் கைலாசத்திற்குப் பணியாரம் வாங்கிக்கொடுத்து விட்டு வந்ததும் வெளியே ஒரு அண்ணன் சைக்கிளில் வந்தார். அவரிடம் ஓசிகேட்டு ஏறி வீட்டுக்கு வந்து விட்டான். அம்மா, "ராத்திரி எங்கடா போன" என பிரம்பெடுத்து அடிக்க வந்தபோது அவ்வா செந்திலை வாங்கிக் கொண்டது. "வீட்டுக்கு வந்தபிள்ளைய கஞ்சி தண்ணியக் குடுத்து நல்லவாத்த நாலு சொல்லி விசாரிக்கணும். வந்த ஒடனே கம்பும் கப்படாவும் எடுத்தா ஆம்பளப்புள்ள நிப்பானா. நீ வாடா அய்யா. எதுஞ் சாப்ட்டியா? மொதல்ல பல்லு தீத்துனியா" எனக் கேட்டு கிடுக்கிப்பிடி போட்டது. நல்லவேளை குளிக்கச் சொல்லவில்லை.

தட்டில் பழைய சோற்றைப் போட்டு புளித் துவையலும், சுண்டக்கா வத்தலும் எடுத்து வைத்தது. அவ்வாவின் இருப்பிடம் மூணாம்கட்டு. முதலில் சமையல்கட்டும் அடுத்தது எல்லாரும் உண்ண, உறங்க. மூன்றாம் அறை குலுக்கை, அண்டா, பெரியபெட்டிகள் பழைய துணிமணிகள் எனப் போட்டு வைக்கும் இடமாயிருந்தது. அதற்கு இன்னொரு சிறுவாசலும் பக்கவாட்டில் உண்டு. ஒருகாலத்தில் அவ்வாவும் தாத்தாவும் வீரபாண்டியிலிருந்து பெயர்ந்து இங்கே வந்தபோது இருவரும் அங்கேதான் தங்கிக்கொண்டனர். தாத்தாவின் காலத்திற்குப் பிறகு அவ்வா அந்த அறையினையே தனதாக்கிக்கொண்டது. செந்திலுக்கும் அவ்வாவின் அனுசரணை தேவைப்பட,

அங்கேயே தானும் இருந்துகொண்டான். மற்ற அக்காமார் இருவரும் அவ்வப்போது வந்து அறையில் பங்கு கேட்பார்கள். செந்திலின் தம்பியும் ஏதாவது ஒருநாள் "நானும் இங்க படுத்து உறங்கட்டா. இன்னியொருநாள் மட்டும்" எனக் கெஞ்சுவான். அக்காமார்களைக் கூட விடுவான். தம்பியை நெருங்கவிடமாட்டான். தன்னைவிட அவன் உயரமும், பள்ளிக்கூடத்துக்கு தவறாது போய்வருவதும் அப்பா அம்மாவிடம் நல்லபேர் வாங்குவதும் செந்திலுக்குப் பிடிக்காது. ஆகவே அவனை அண்ட விடமாட்டான். அம்மாவுக்கு அதிலும் செந்தில்மீது குறை, "கூடப் பொறந்தவன குப்புறப்பிடிச்சுத் தள்ளுறானே. இப்பவே இப்பிடின்னா நாளப்பின்ன இவன நம்பி பிள்ளைய விடமுடியுமா? குள்ளப்பய!"

"பழைய சோறு வேணாம்" தட்டை தள்ளிவிட்டான். எண்ணம் பூராவும் கைலாசம் அண்ணனுக்கு வாங்கிக்கொடுத்த பணியாரத்தில் இருந்தது.

பள்ளிக்கூடம் போகிற பிள்ளைகளும் பழயதைத்தான் சாப்பிட்டு மதியத்துக்கும் எடுத்துப் போகிறார்கள். இவனுக்கு மட்டும் வேறு என்ன செய்ய முடியும்? "நல்லா இருக்கு கண்ணு. அவ்வா தண்ணிய வடிச்சிப்பிட்டு, நீச்சதண்ணி ஊத்தித் தாரேன். மணம்மா இருக்கும். அஞ்சு காசுக்குப் பொட்டுக்கடல வாங்கிட்டு வந்துகூட கடிச்சிக்க." முந்தானையிலிருந்து நாலணாவை அவிழ்த்துத் தந்தது.

கையில் காசை வாங்கிய செந்தில், வீட்டுக்குள் போய் ஒரு கிண்ணத்தை எடுத்துக் கொண்டான் "எதுக்குடா?" அம்மா கேட்டது,

"அவ்வா பணியாரம் வாங்கிட்டு வரச் சொல்லுச்சு" என பதில் சொன்னான்.

"ஆருக்கு?"

"ம்? அதுக்குத்தே."'

“யேந்? கெழடுக்கு, பழசு எறங்கலியா!”

பதில் சொல்லாமல் கிளம்பினான். மங்கத்தாயம்மாவிடம் பணியாரம் வாங்கி தேங்காய்ச் சட்டினியை அதன் மேலேயே ஊற்றச் சொன்னான்.

“வெத்தலக்கிம் மூக்குப் பொடிக்கும்னு நாலணா வச்சிருந்தே. அது ஓங்கண்ண உறுத்துச்சாக்கும்” - தன் முன்னால் சவரட்டணையாக சம்மணம் போட்டு உட்கார்ந்து பணியாரத்தை தேங்காய்ச் சட்டினியில் முக்கிமுக்கிச் சாப்பிட்டுக் கொண்டிருந்தவனின் காதினை செல்லமாய் திருகியவாறு அவ்வா புலம்பியது.

பணியாரத்தினை உண்டு முடித்துவிட்டு பழையதையும் நொறுங்கப் பிசைந்து வெங்காயம் கடித்துக்கொண்டு உறுப் உறுப்பென உறிஞ்சி உறிஞ்சி சாப்பிட்டான். அப்போது அவனருகில் அமர்ந்து அவனுடைய தலைமுடியினைக் கோதிவிட்ட அவ்வா, மெதுவாகப் பேச்சுக் கொடுத்து நேற்று இரவு அவன் எங்கே படுத்தான் என்பதைத் தெரிந்து கொள்ள விசாரித்தது. அவன் போனதும் “எங்க போனான்னு வெசாரிச்சியா” என அம்மா கேட்கும்.

சட்டென எந்தத் தாமதமுமில்லாமல், “ராஜேஸ்வரி சித்தி வீட்லதா” என பதில் சொன்னான். அவன் சொல்லிய விதம் யாரையும் நம்பவைக்கும். ஆனால் அவ்வா நம்பவில்லை. பாம்பின் கால் பாம்பறியும்தானே.

குழந்தை பாக்கியமில்லாத சித்தி தனது வீட்டில் பள்ளிப்பிள்ளைகளுக்கு இலவசமாக ட்யூசன் சொல்லித் தந்து வீட்டை எப்போதும் கலகலப்பாக - குழந்தைகள் நிறைந்த இல்லமாக - வைத்திருப்பதில் மகிழ்பவர். அதிலும் செந்திலை சித்திக்கு ரொம்பவே பிடிக்கும். எல்லோரும் அவனை, ’குட்டையா, குள்ளா’ என அழைக்க, சித்தி மட்டும் ”வாடா வாமனா” என வாய்ச்சிரிப்பு மாறாமல் கூப்பிடுவார். செந்தில் எந்த நேரம் சித்தியிடம் போனாலும் அவனுக்கு வாங்கித்தின்ன காசு கிட்டுவது நிச்சயம். அப்படிப்பட்ட சித்தி செந்திலைக் காட்டிக் கொடுப்பாரா...

“ஆமா, சித்தி சொன்னா!” என அவ்வா சொன்னதும் செந்திலுக்குப் புரையேறியது. அதெப்படிச் சொல்லியிருக்கும். நேற்று செகண்ட் ஷோ சினிமா பார்த்தவாக்கில் தியேட்டரிலேயே உறங்கிப் போனான். காலையில் கண்முழித்து வெளியே வந்ததும், ஓர்க்சாப் பாண்டி கூப்பிட்டு டீ வாங்கித்தந்து ஓர்க்சாப்பில் உட்கார வைத்தான். ‘ஓனர் வரவும் வீட்டுக்குப் போகலாம்’ எனச் சொல்லியிருந்தான். ஆனால் தன்னை பணியாரம் வாங்கிவரச் சொல்லிவிட்டு பாண்டி கிளம்பி விட்டான்.

“ராத்திரி ஆச்சுன்னா, வீட்டுக்கு வந்திரு ராசா! என்ன வேலை வந்தாலும் வீட்ல வந்துதே உறங்கணும். அப்பத்தே எல்லாரும் நல்லபிள்ளைனு சொல்லுவாங்க. அதுமில்லாம, இப்ப தலை இல்லாத முண்டம் ஊருக்குள்ள அலையிதுன்னு சொல்றாக. சாமத்துக்கு மேல அதுபாட்டுக்கு வீதியில திரியுதாம். அதும் ஒன்னப்போல சிறுபிள்ளைகளப் பாத்தா புடிச்சு முத்தம் குடுத்து அது வீட்டுக்குக் கூட்டிட்டுப் போயிருமாம். அங்க வச்சி கையிகாலுன்னு ஒண்ணொன்னா பிச்சிப் பிச்சித் திங்கிமாம். அதனால ரவ்வைக்கி வீட்டுக்கு வந்திரு. அவ்வா தெனமும் ஒரு கத சொல்வேன்.”

இந்த ஒப்பந்தம் செந்திலுக்குப் பிடித்திருந்தது. அவ்வாவின் கதை சினிமா படம்போல சூப்பராக இருக்கும். “டெய்லி சொல்லுவியா?”

“கண்டிசனா சொல்வே.”

“தின்னுட்டியா” அம்மா அழைத்தபடி வந்தது. “பெரிய மனுசனுக்கு அடுத்து எங்க வேல? சைக்கிள் கடையக் காலிபண்ணியாச்சாம்ல” எகத்தாளமாய்க் கேட்டது. செந்தில் பதில் சொல்லவில்லை. எதாவது சொன்னால் அப்பாவிடம் சொல்லி வேறு எங்காவது ஒரு கடையில் சேர்த்துவிடும்.

“மாடாக்குழில, கூப்பன் காரடும் பையும் வச்சிருக்கேன். எடுத்துப்போயி கூப்பன் கடைல சீனி வாங்கிட்டு வா. கூட்டமா இருக்குன்னு ஓடிவந்திடாத. வெளக்கமாறு பிஞ்சுபோகும்.

தெக்குத் தெருவரைக்கும் போய்ட்டு வாரேன். சொல்லி அனுப்பு ஆயா" அவ்வாவுக்கும் உத்தரவு போட்டுவிட்டுப் போனது.

ரேசன் கடையில் கூட்டம் அனுமார் வால்போல் நிற்குமே! செந்திலால் யோசிக்கவே முடியவில்லை. மாடக்குழியில் இருந்த காசை எடுத்து சேப்பில் வைத்துக்கொண்டு வீட்டை விட்டுக் கிளம்பினான் செந்தில்.

பையும் ரேசன் கார்டும் மாடக்குழியிலேயே அனாதையாய்க் கிடந்தன.

9

சைக்கிளை பக்கத்து சந்துக்குள் நிறுத்திவிட்டு டிபன் பாக்சோடு வீட்டுக்குள் நுழைந்தான் கண்ணன்.

நிலைப்படியில் அறுபதுவாட்ஸ் குண்டுபல்ப் எரிய, அம்மாச்சி உள்திண்ணையில் பாய்விரித்து உட்கார்ந்து தலகாணிக்கு உறை போட்டுக் கொண்டிருந்தது. ஆளரவம் கேட்டு நிமிர்ந்து பார்த்த அம்மாச்சி, சேலையைக் குதிங்காலுக்கு இழுத்துவிட்டது.

“இப்பதே வாரயா அப்பனு?” கண்ணாடியைக் கழட்டி சுவரோரமாய் மடக்கி பத்திரப்படுத்தியது. திண்ணை பூராவும் பாயும் சமுக்காளமுமாய் விரிக்கப்பட்டிருந்தது. தலகாணிகள் அத்தனைக்கும் உறைபோட்டு சுருங்கல் இல்லாமல் படுக்கையைத் தயார் செய்திருந்தது. சிறுபிராயத்தில் தனமும் கண்ணனும் இங்கேதான் படுக்கை கொள்வார்கள்.

அம்மாச்சிக்குப் பதில் எதும் சொல்லாமல் செருப்பைக் கழட்டியபோது, உள்ளிருந்து “ங்கொண்ணே வந்துட்டார் புள்ள, நா வாரேன்” என்று கூவியபடி துள்ளிக்குதித்து வெளியேறினாள் ஈஸ்வரி.

ஈஸ்வரியின் பார்வை பட்டதும் கண்ணனுக்கு டிபன்பாக்ஸ் பயங்கரமாய்க் கனத்தது. அப்படியே துணிப்பையோடு குழாயடியில் அதனை வைத்தான்.

“இன்னஞ் செத்த பெரிய அடுக்கு கெடைக்கலியா?” கோபமும் கேலியுமாய் உள்வீட்டில் அடியெடுத்து வைத்தான்.

அடுப்படியில் இருந்த தனம் எதையோ கிண்டிக்கொண்டிருந்த அம்மாவைக் கைகாட்டியது.

“என்னாவாம்?”

“டிப்பன் பாக்சு சின்னதா இருக்காம்.” அவனது கிண்டலைப் புரிந்துகொண்ட அம்மா, “டெய்லி இதுலதான குடுத்துவிடுறேன். இன்னிக்கி மட்டும் என்னாவாம்?”

ஈஸ்வரியின் பார்வையும் எக்காளச் சிரிப்பையும் சொல்லமுடியாதே. “நெதமுந்தே சொல்றேன்.”

“ஒங்க அப்பாவுக்கும் இதுலதானடா குடுத்துவிட்டடம்.”

“அவரு கொண்டுக்குப் போனார்னா அது அந்தக் காலம்.”

“இப்பென்னா காலம் பெரண்டு போச்சா?”

“சின்னதா ஒரு ரெண்டடுக்குப் பத்தாதா?”

“ரசம், கொழம்பு, காயின்னு தனித்தனியா ஊத்திவைக்க வேணாமா. எனக்கென்னா எல்லாத்தியு ஒண்ணா ஊத்தி கூட்டாஞ் சோறாக்கி ஒரே டப்பாவுல போட்டுவிடுறேன்.”

“ரோட்டுவழி கொண்டுக்கு வரச் சங்கட்டமா இருக்கில்ல?”

“அந்தக் காலத்தில காட்டுவேலைக்குப் போறவுக கஞ்சியோ கூழோ கரச்சு ஒருதூக்குல கொண்டுக்குப் போவாக. இப்பத்தே வகவகையா செய்யவேண்டியிருக்கே. அதுக்குத் தக்கன தேவப்படுதுல்ல” அம்மா பண்டு பழசெல்லாம் இழுத்துப் பேசத் துவங்கியது. “வீட்ல இருக்க ஏனத்துலதே குடுத்துவிட முடியும். சம்பாதிக்கிறீல்ல? வேணும்னா புதுசா வாங்கிட்டுவா” ஒருவரியில் முடித்துவிட்டது.

“அலுத்து வார புள்ளகிட்ட என்னத்த கச்சுக் கச்சுன்னு

பாரதம் படிச்சுக்கிருக்கீக. சோத்தப் போட்டு வைங்கம்மா. பாவம் பசியோட வந்திருப்பான்.” திண்ணையில் இருந்தபடி அம்மாச்சி அதட்டியது.

கைகால் கழுவி சாப்பாட்டு வட்டிலில் உட்கார மறுபடி ஈஸ்வரி வந்து அடுக்களையில் நின்ற தனத்திடம் போனாள். அம்மா கண்ணனுக்குப் பரிமாறிக் கொண்டிருந்தது. கண்ணனின் கவனம் அடுப்படியில் தேங்கியது. “எப்பிடி இருக்கு ?” ஈஸ்வரி எதையோ ருசி பார்க்கச் சொன்னது போலிருந்தது. தனமும் ஈஸ்வரியும் கோரசாகச் சிரித்தனர்.

“ஊறுகா இருக்காம்மா” கண்ணன் சத்தமாய் கேட்டான்.

“ஊறுகாயா? அதேன் சாம்பார் காய் இருக்கு, கோசு இருக்கு. சுண்டவத்த வறுக்கச் சொல்லவா?”

அடுப்படிக்கு என்ன வந்திருக்கிறதென்று தெரியவில்லையே! “தனம், கடிச்சிக்கிற வேறெதும் இருக்கா?” அம்மாவை ஒதுக்கி விட்டான்.

“ம், கடிக்க ஆட்டுக்காலும், கொறிக்க கோழி மண்டையும் கொண்டு வரவா” கேட்ட ஈஸ்வரி சத்தமாகச் சிரித்தாள்.

“ஏன் த்த, எங்க வீட்ல வெண்டிக்காப் புளிக்கொழம்பு இருக்கு கொண்டு வரட்டா” ஈஸ்வரி மெலல வந்து முகம் காட்டினாள். அப்போதுதான் முகத்துக்கு பவுடர் போட்டிருப்பாள் போலிருக்கிறது. பாண்ட்ஸ் பவுடரின் வாசனை கண்ணனது நாசியை எட்டியது. செஞ்சாந்துப் பொட்டும் கண்மையின் தீற்றலும், பேசும்போது தெறிக்கும் பற்களின் வசீகரமும் நேருக்குநேர் பார்க்க வைத்தன.

“வெண்டக்கான்னாலே இவனுக்கும் இவகய்யாவுக்கும் ஏழாம் பொருத்தம். என்னாடா சுண்டக்கா வறுக்கச் சொல்லவா?”

வேண்டாமெனத் தலையைக் குலுக்கினான்.

ஈஸ்வரி எதோ கொண்டு வந்தாளே! என்ன அது?

“அத்தைக்குக் கொஞ்சம் குடு பிள்ள” ஈஸ்வரி தனத்தை விரட்டினாள்.

“ஒங்க அத்தைக்கெல்லாம் பிடிக்காது” சொல்லிக்கொண்டே தனம் எதையோ ஸ்பூனில் அள்ளித் தின்றது. கண்ணனுக்கு சஸ்பென்ஸ் தாங்கவில்லை.

“என்னாது அது?” அம்மா இங்கே நின்றபடியே கேட்டது.

“சீம்பாலு. அப்பாவுக்கு ஆரோ குடுத்தாகனு கொண்டு வந்தார். நல்லாருக்கு. கொஞ்சம் சாப்டுங்க அத்த.” ஒரு டம்ளரில் எடுத்து வந்து அம்மாவிடம் நீட்டினாள் ஈஸ்வரி.

“ஆமா, அதுவொரு பண்டம்னு. கவுச்சி வாடை வீசிக்கெடக்கும், ந்தா இவெனும் அவளுந்தேங் குடிப்பாக. வேணுமாடா” எனக் கேட்டது அம்மா.

அம்மாவை ஏறிட்டுப் பார்த்தான். தெய்வமாய்த் தெரிந்தார்.

“அடுத்த வீட்டுப் பண்டமெல்லா எங்கண்ணே கை தொடாது.” தனம் தாழ்ப்பாள் போட்டு மூடிவிட தவித்துப் போனான். ‘அட, கழுத!’

“ம்? ஒங்க வீட்டுப் பண்டத்த மட்டும் நாங்க வாங்கிட்டுப் போறம்!” ஈஸ்வரி சண்டைக்கு வந்தாள்.

“ஏந் திங்க மாட்டான்? அதெல்லா அப்ப. இப்பத்தே சேர்வாரோட சேந்து சிக்குனது செதறுனதுன்னு கணக்கில்லாம அள்ளிப் போட்டுத்தான திரியிறான்” என்ற அம்மா, “என்னாடா வேணுமா?” எனக் கேட்டது.

ரெம்பவும் வழியக்கூடாது என முடிவெடுத்து, “நல்லாருந்தாக் குடு” என்றான்.

அம்மாவுக்கு எடுத்து வந்ததை கண்ணனுக்குக் கொடுத்த ஈஸ்வரி, உடனே வீட்டுக்குக் கிளம்பினாள்.

சாப்பிட்டு முடித்ததும் டம்ளரைக் கையில் எடுத்துக்

கொண்டான். திரள் திரளாக மென்று தின்ன ருசியாகவே இருந்தது சீம்பால்.

“அத்தியான் வண்ட்டாரா அப்பாயி” ஈஸ்வரியின் தம்பி வீரபத்திரன் கேட்டுக்கொண்டே திண்ணை ஒட்டி நின்றபடி உள்ளே எட்டிப்பார்த்தான்.

“வந்துட்டான்டா வள்ளால கண்டே!” என்று வீரபத்திரனைச் சபித்த அம்மாச்சி, “அவெ இப்பத்தே வந்தான். சாப்பிட்டுக் கீப்பிட்டு வரட்டும்டா அய்யா” என வீரபத்திரனை விரட்டும் தொனியில் பதிலளித்தது.

வீட்டுவாசலில் ஆனந்தன், செல்வம் உட்பட நாலைந்துபேர் நின்றிருந்தனர். உள்ளிருந்து கண்ணன் உள்ளேன் என கை உயர்த்தினான்.

10

வீரபாண்டிக்குக் கிழக்கே தென்புறத்தில் இருக்கிறது பூச்சியப்பன் கோயில். வீரபாண்டி ஊருக்குள்ளிருந்து தேரிமேட்டுப்பாதையில் கிழக்காக நடந்தால் கடலைக்காடுகள் பலவற்றைத் தாண்டி மகாமலை முருகன் கோயில். அதை அடுத்தாற்போல ரெண்டுகாடு நடந்தால் பூச்சியப்பன் கோயிலுக்குப் போய்விடலாம். சுற்றிலும் கல்கரடு. சப்பாத்திக் கள்ளியும், பொத்தக்கள்ளியும் குத்துக்குத்தாய் நின்றிருக்கும். அதில் பிரண்டைக் கொடியும் ஏகமாய் படர்ந்திருக்கும். சீமைக்கருவேலம், உடைமரம் என கரட்டுக்கே உரித்தான பட்டை உரிந்த மரங்கள் ஆங்காங்கே உடம்பெல்லாம் முள்தரித்து வளர்ந்துகிடக்க, நாயுருவி, துளசி, சோத்துக்கத்தாழைச் செடிகள் இன்னுமொரு பக்கம் காய்ச்சல் பதமேறிக் கிடக்கும்.

பொட்டியம்மன் கோயிலைப்போல இதுவும் அளவான கோயில்தான். ஒரு கல்திட்டைதான். இரண்டு பெரிய கல்களை நிறுத்தி மேலே பெரிய பட்டியக்கல் போட்டு மூடி இருந்தனர். அதற்குள்ளேதான் பூச்சிப்பனை கல்லுளியால் படமெடுத்ததுபோல செதுக்கி இருந்தனர். அந்த வடிவத்துக்கு சந்தனக்காப்பு இட்டு, மஞ்சள், குங்குமம் தீற்றப்பட்டிருந்தது. குனிந்து உள்ளேபோய் இரண்டுபேர் குத்தவைத்து உட்காரும் அளவுதான் விஸ்தீரணம் இருந்தது. அதனால் உள்ளே சூடம்

ஏற்றிவிட்டு வெளியில் நின்று கும்பிட்டுக்கொள்வார்கள். திட்டைக்குப் பின்னால் முள்மரங்கள் உயரமாய் நின்று நிழல் தந்தன. மரத்தினடியில் புற்று ஒன்றிருந்தது. அதற்கும் மஞ்சள் தெளித்து குங்குமப் பொட்டு இடப்பட்டிருந்தது.

கோயிலின் வலதுபுறம் இருபது முப்பதுபேர் அமரும் அளவான மண்டபம். யாரோ ஒரு புண்ணியவான் ஏதோவொரு வேண்டுதலுக்காகக் கட்டிவிட்டிருந்தார். அதன் பலனைக் கோயில் பூசாரி அனுபவித்து வருகிறார். பூச்சி(பாம்பு)க்கடி, பூரான்கடிக்கு அங்கே உட்கார்ந்துதான் மருந்து அரைத்துக் கொடுப்பார். முக்கியமாக பேய்பிடித்த பொம்பளைகளுக்கு உடுக்கை அடித்துப் பேய் ஓட்டுவது அந்த மண்டபத்தில்தான். வீட்டுக்கு வந்து பேய் ஓட்டச் சொன்னால் காணிக்கை ஆயிரத்து ஒண்ணு வைக்கவேணும் என்பார். கோயிலில் கம்மி. கோயிலை பிரபல்யப்படுத்த பூசாரி வழிபாக்குறான் என ஊர்மக்கள் பேசிக்கொண்டனர்.

அதனால் பூசாரியின் உடுக்கையடி காட்டை எதிரொலிக்கச் செய்தது. சிறு பிள்ளைகள், கர்ப்பிணிகள், கன்னி கழியாத குமருகள் வரமாட்டார்கள். அதும் பேய் விலகுகிற நாளில் பூசாரியின் அரற்றல் உருட்டல் கண்டு ஆம்பளைகளே அரண்டு போவார்கள்.

“வழியவிட்டு உக்காருங்க, தலையக் கவுந்துக்கங்க. குப்புற குனிஞ்சுக்கங்க. வெளில போற பேய உங்ககிட்ட இருத்தி வச்சுக்கறாதீக.”

செண்பகத்தை இங்கே அழைத்து வரும்போது பூசாரியிடம் மந்தரித்து விபூதி வாங்கிப் போகும் நிலையில்தான் வந்தார்கள் கைலாசமும், பிட்டர் பாலுவும்.

மூன்று நாளாகத் தொடர்ந்து ராத்திரியில் ஒரே அலறல். இத்தனைக்கும் அன்னைக்கு சண்டைக்குப் பிறகு தள்ளியேதான் படுத்திருந்தார். ஆனாலும் சுளீர்சுளீர் எனத் தூக்கிப்போட்டது மாதிரியும், யாரோ தன்னை அடிக்க வந்த மாதிரியும்

செண்பகம் அலறி எழுந்தாள். மலங்க மலங்க படுக்கையில் உட்கார்ந்துகொண்டு எதையோ தேடுவதுபோல சுற்றும் முற்றும் பார்த்தாள். அவளது அலறல் சத்தம் கேட்டுப் பதறி எழும் பிள்ளைகள் அபயம்தேடி செண்பகத்தின் மடியில் விழுகிறபோது, செல்லுப்பூச்சியை உதறிவிடுகிற கோழியைப்போல தன்பிள்ளைகளையே தள்ளிவிட்டாள். செண்பகத்தின் அந்தச் செயலைக்கண்டு கைலாசம் அதிர்ந்து போனார். அதுமட்டுமல்ல, தானும் அந்த நேரம் அவளுக்கு யாரென நினைவில் இல்லை. தன்னையும் மூன்றாம் நாலாம் மனிதரைப்போலப் பார்ப்பதும் பயப்பதுமான அவளது அந்த நடவடிக்கை கைலாசத்திற்குப்' புதிராக இருந்தது.

பொழுதுபோனபிறகு செண்பகம் கக்கூசுக்கு வெளியில் போவதைக் குற்றமாகச் சொன்னார் மச்சு வீட்டுக்காரம்மா. "எல்லாப் பொம்பளைகளும் சாயங்காலம் போனா, இவமட்டும் வெளக்கு வச்சபெறகு போறா. ஏற்கனவே அதுபூராம் நாண்டுகிட்டதும், எடவழிச்சாவுமான ஏரியா." புதுப்புது காரணங்களைக் கண்டுபிடிக்கலானார்.

பகல் பொழுதிலும் அதிகநேரம் உறக்கத்தில் இருந்தாள். பகல் உறக்கத்திலும் பல்லைக்கடிப்பதாக மைதிலியும், சுமதியும் கொஞ்சம் அச்சத்துடனேயே சொன்னார்கள். ஓர்க்சாப் வேலையோடு சகுந்தலாவை பள்ளிக்கூடத்தில் விட்டுவருவதும் கூப்பிட்டு வருவதும் கைலாசத்திற்குக் கூடுதல் வேலையானது.

இப்படியான சமயத்தில்தான் ஓர்க்சாப்புக்கு வேலை கொண்டு வந்த பிட்டர் பாலு, கைலாசத்தின் பிரச்சினையைக் கேட்டான், "மகாமலை பூச்சியப்பன் கோயில் பூசாரியிடம் ஒரு விபூதி வாங்கிப்போட்டால் எப்பேர்ப்பட்ட பேயும் காத்தா மாறிக் கதறி ஓடிப்போகும்" என சாதாரணமாகச் சொன்னான்.

"அப்ப செண்பகத்துக்குப் பேய் பிடிச்சிருக்குன்னே முடிவு பண்ணிட்டியா பாலு."

"நீங்க சொல்ற அறிகுறி அப்படித்தான தெரியுது."

பாலுவின் அந்த அனுமானிப்பில் கைலாசம் ரொம்பவே வருத்தம் கொண்டார். பயமாகவும் இருந்தது. புருசனைப் பிடிக்காத சில பேய்கள் புருசன் தலையில் கல்லைத் தூக்கிப்போட்டு கொன்றுவிடுமாம். அதனால் ராத்திரி செண்பகத்தோடு படுக்கவும் தயக்கம் இருந்தது. பிள்ளைகளை எதும் செய்து விடுவாளோ? இதற்காகவே பிள்ளைகளைப் பள்ளிக்கூடம் அனுப்பிவிட்டு ஓர்க்சாப் வரப் பழகினார். அதிகமான வேலையிருந்தால் சகுந்தலாவை மாத்திரம் பாண்டியை வரச்சொல்லி அனுப்பி விடுவார்.

இதை செண்பகத்தின் அம்மா வீட்டுக்குச் சொல்ல விரும்பவில்லை. விபரம் தெரிந்து வந்தால் வரட்டும். தானாக வலியப்போய்ச் சொல்லிவிட்டால் எதையோ எதிர்பார்ப்பதாகப் பேச்சுவரும். இந்த நேரத்தில்தான் பாலு, ‘பூச்சியப்பன் கோயில் பூசாரியிடம் விபூதி வாங்கிப் போட்டால் ரெண்டே நாளில் சரியாகப்போகும்’ என உற்சாகப்படுத்தி இருந்தான். செண்பகத்தை அழைத்துப் போக ஒரு பெண் துணை வேண்டும். ஆஸ்பத்திரிக்கு என்றால் பக்கத்துவீட்டுப் பெண்கள் வந்துவிடுவார்கள். இது பேய் சமாச்சாரம். ஒட்டுவாரொட்டி மாதிரி. அவகிட்ட இருக்கற பேய் அவள விட்டு தன்மேல் ஏறிக்கொண்டால்? மச்சுவீட்டுக்காரம்மாவிலிருந்து மைதிலி, சுமதி, ராமுத்தாய் வரை, ‘எங்கே தன்னை துணைக்குக் கூப்பிட்டு விடுவார்களோ’ எனும் எண்ணத்தில் செண்பகத்துடனான பழக்கத்தைக் கொஞ்சம் எட்டவே வைத்துக் கொண்டனர்.

செண்பகத்தைக் கோயிலுக்குக் கூட்டிப் போகவும் கொஞ்சம் சகஜமாகப் பேசவும் ஆள் தேவைப்பட்டது. அப்போதுதான் பொம்மையகவுண்டன்பட்டியில் இருக்கும் தனது தங்கச்சி வசந்தாவை கைலாசத்தின் வீட்டுக்கு அனுப்பி வைத்தான் பிட்டர் பாலு. வசந்தா ஏறக்குறைய செண்பகத்தின் வயசுதான். கொஞ்சம் மாநிறமானாலும் களையான முகமும், வாளிப்பான தேகக்கட்டுமாக பார்வைக்கு லட்சணமான பொம்பளை. வீட்டுக்காரர் கண்டக்டராக வேலை பார்க்கிறார். ஒரே ஒரு பையன். கைலாசத்தின் வீட்டுக்கு வந்த நாளிலேயே

காம்பவுண்டிலிருக்கும் எல்லோருடனும் சகஜமாகச் சிரித்துப்பேசி உறவினை ஏற்படுத்திக் கொண்டாள். அதேபோதில் செண்பகத்தை அழைத்துக்கொண்டு மகாமலைக்கும் வந்தாள்.

வந்தபோது ஒருபெண் மண்டபத்தில் தலையை விரித்துப்போட்டு உட்கார்ந்த நிலையில் செக்குமாடுபோல சுழன்றும், சமயத்தில் பூசாரியை அதட்டியும், கண்களையும் நாக்கையும் திரட்டி மிரட்டியபடியும் ஆடிக்கொண்டிருந்தாள். ஐம்பதை ஒட்டிய பிராயமான வயதானாலும் பூசாரி பூரிப்பான உடல்கட்டு மிக்கவராகவே இருந்தார். வயசின் மூப்பு அவரது மயிர்க்கட்டில் மட்டும் வெளிப்பட்டது. தலையில் சின்னதான உருமாக் கட்டோடும், நெற்றியில் அப்பிய சந்தன குங்குமப் பூச்சோடும், கண்களில் ஏறியிருந்த சிவப்பும் மழிக்கப்படாத தாடியும் கட்டையான மீசையும் அவர்மீதான ஒரு மரியாதையை உண்டாக்கியது. இடக்கையில் பிடித்திருந்த உடுக்கையில் வலக்கை விரல்கள் நர்த்தனம் புரிந்தபோது எழுந்த நாத ஓசை மண்டபத்தில் அமர்ந்திருந்த அத்தனைபேரையுமே கட்டிப்போட்டிருந்தது.

டுண்டுண்டுண்டு டுண்டுண்டுண்டு டுண்டுண்டுண்டு

டுண்டுண்டுண்டு டுண்டுண்டுண்டு டுண்டுண்டுண்டு

டுண்டுண்டுண்டு டுண்டுண்டுண்டு டுண்டுண்டுண்டு

உடுக்கை வழியாகவே பூசாரி அந்தப் பெண்ணிடம் பேசினார். மூன்று நாளாகப் பேசிக்கொண்டிருக்கிறாராம். முதல்நாள் பூசாரி தன்னுடைய தெய்வத்தின் பிரலாபம் தான் இதுவரை எப்பேர்ப்பட்ட கொம்பன்களை, முனியை, பேய்களை எப்படி எப்படியெல்லாம் விரட்டி கல் தூக்கவைத்து ஊரைவிட்டே ஓடச்செய்துள்ளேன் என்பதை விலாவரியாக எடுத்துச் சொல்ல ரெண்டாம்நாள் முழுக்க அந்தப் பெண் கதறிக்கதறி அழுதாள். உடுக்கை அடிக்கஅடிக்க ஆட்டத்தை நிறுத்திவிட்டு மாலைமாலையாய் கண்ணீர் விட்டவள் மெதுவாக தனது வாக்குமூலத்தைச் சொல்ல ஆரம்பித்தாள்.

"அண்ணே, உடுக்க யண்ணே,
ஏங் குறி கார அண்ணே
இந்தப் பவுனுபிள்ள பட்டகத கேளு அண்ணே
சங்கராபுரம் நா பொறந்த எடம்
ஆறு மக்க எ ஒடம்பொறப்பு..."

சினேகிதனிடம் சொல்வதுபோல தனது கதையை அந்தப் பெண் அழுதும் தொழுதும் விம்மியும், சிரித்தும் எனப் பலவித உணர்ச்சிகளில் சொல்லச் சொல்ல சங்கராபுரத்து பவுனுப்பிள்ளை என்கிற மீனாட்சி கதை மூன்றுநாளாய் மகாமலையில் அரங்கேறிக்கொண்டிருந்தது. ஆறு பிள்ளைகளில் நாலு ஆண்மக்களும், இரண்டு பெண்மக்களில் கடைக்குட்டியாய் மீனாட்சி செல்லக்குழந்தையாய் வளர்ந்து வந்திருக்கிறாள். பத்தாம் வகுப்பு படித்து மேல்படிப்பு போகும்போது உள்ளூர் லைப்ரரியன் ஒருவரோடு காதல் கொண்டு படிப்பு வீணானதாம். வீட்டில் காதலுக்கு எதிர்ப்புவர மீனாட்சி மருந்து குடித்து தற்கொலைக்கு முயல, வீட்டில் அவள் விரும்பியவனுக்கே கலியாணம் முடித்து செய்யவேண்டிய சீர்வரிசைகளை மொத்தமாகச் செய்து அவளை அண்ணன் அக்கா எல்லாரும் ஒதுக்கிவிட்டார்களாம். வழக்கம்போல ஆரம்பத்தில் இனித்த காதல் வாழ்க்கை இரண்டே ஆண்டுகளில் கசந்துபோனதாம். லைப்ரேரியன் பணவெறியன் ஆகிப்போனானாம். கொண்டுவந்த சீதனமெல்லாம் கரைத்து வெறுங் கழுத்தாய் ஆக்கிவிட்டானாம்.

"மாத்துத் துணியுமில்ல உண்ண
மதியத்துக்கு கூழுமில்ல
வேளைக்கு கஞ்சியில்ல - இந்த
வேதனையச் சொல்லியழ நாதியுமில்ல"

தாய் தகப்பன, உடன்பிறந்தாரப் பாக்க மனசில்ல. இப்ப இந்த நிலைமையில மூணுமாசம் முழுகல மசக்க வந்து மயக்கமா வருது.. உடனே அஞ்சாம் மாசம், அஞ்சுவக, ஏழாம்மாசம் ஏழுவக, ஒம்பதாம் மாசம் வளகாப்பு, பொறந்த புள்ளைக்கி கால் கொலுசு, கைவளையல், கழுத்துக்குச் சங்கிலின்னு பட்டியல் போட்டுக்குடுத்து அப்பெ வீட்டுக்குப் போடின்னு பத்திவிட்டான்.

அடுத்தொருத்தியக் கூட்டிவந்து குடும்பமா ஆக்கிக்கிட்டான். எங்க போவேன் எந்த மொகத்தோட எங்கம்மாவப் பாப்பேன். அண்ணன பாக்க ஆசயிருந்தாலும் அக்காமேல பாசமிருந்தாலும் நீசச் சிறுக்கி நானும் நெதானங்கெட்டுப் போனேன்.

அப்பறம்?

பூசாரியின் உடுக்கை ஒருகணம் ஒலிக்க மறந்தது. மண்டபத்துச் சனங்கள் அத்தனை பேருக்கும் அது ஆணாக இருந்தாலும் பெண்ணாக இருந்தாலும் தன்னை அறியாமலேயே கண்ணிலிருந்து கண்ணீர் வழிய ஆரம்பித்தது. கன்னத்தைவிட்டுக் கீழிறங்கி மார்பினைத் தொடும்போதுதான் தாம் அழுவதை உணர்ந்து அவசர அவசரமாகத் துடைத்துக் கொண்டனர்.

இதில் செண்பகம், மீனாட்சி கதையைத் துவங்கிய வேளையிலிருந்தே விசும்ப ஆரம்பித்தாள். துடைக்கத் துடைக்க கண்ணீர் ஊற்றெடுத்ததுபோல வழிந்து கொண்டே இருந்தது. வசந்தாவும் செண்பகத்தைத் தொந்தரவு செய்யவில்லை. உடம்பிலிருந்து போகிறதெல்லாம் போகட்டும். வடித்தெடுக்கப்பட்ட ஆமணக்கு எண்ணெய் போல சுத்தமாய் திரும்பினால் போதும் எனக் காத்திருந்தாள்.

“போக்கிடமில்லாத ஒருத்தி என்னாதேஞ் செய்வா? ஆதரிக்க ஆருமில்ல. அழுவாதேன்னு சொல்ல, அன்பா பேச ஆளுமில்ல. நல்லாருக்கியானு கேக்க நாதியில்லாத கழுத நாண்டுக்கத்தான வேணும். உத்தரத்துல கயத்தப் போட்டு உயிரப் போக்கிக்கிட்டேன்” என்றவள், “கழுத்து வலிக்கிது கயறு இறுக்குது கண்ணெல்லாம் பிதுங்கித் தவிக்கிது நாக்கு வெளிய தள்ளுது தண்ணி தண்ணின்னு நெஞ்சுக்குழி துடிக்கிது. அம்மாவக் கூப்புட்டுச் சொல்லணும். கைவலிக்கும்னு பாத்தரம் கழுவாதேன்ன அண்ணன்கிட்ட ஒப்பிக்கணும் அக்காவக் கட்டிக்கிட்டு கதறணும் ஒண்ணும் முடியல பகவானே. துள்ளத்துடிக்க தூக்குல தொங்கி மாண்டுபோனே அண்ணே.”

செண்பகம் வீறெனக் கதறி அழலானாள். அவளது அழுகையைக் கண்ட அத்தனை பெண்களும் கூடியமட்டும் அடக்கிக்

கொண்டனர். பூசாரி உடுக்கையை ஆங்காரமாக அடித்து முடித்தார்.

ஒருசெம்பு தண்ணீரெடுத்துக் குடித்தாள். இன்னொரு செம்பு கேட்டாள். நீர்வழிந்த முகத்தையோ கலைந்திருந்த உடையையோ சீர்செய்யும் எண்ணமில்லாமல் சோர்ந்து போனவளாய் தலையைத் தொங்கவிட்டாள் மீனாட்சி.

பூசாரி உடுக்கையை ஓங்கி ஓங்கி அடித்துவிட்டு, "வேற எதும் பிராது இருக்கா தாயே" எனக் கேட்டார். இல்லை என்பதுபோல தலையசைத்தாள்.

பூசாரி பேசத்துவங்கும் முன்னதாக ஒரு வயதான பெண் குறுக்கிட்டாள். "பொண்ணுக்குப் பொண்ணு எறங்கணும். ஒரு வாத்த கேக்கணும். ஒன்னப்போல நீ வந்து இறங்கியிருக்க பொண்ணும் ஈருசுர்க்காரி. இல்லியா. அவளுக்கும் ஒன்னப்போல ஆச பாசமிருக்கும். அப்பிடியிருக்கப்ப நிய்யாப் பாத்து வெலகிக்கிட்டு வழிவிடணுமாத்தா" என்றார்.

அதையொட்டி இன்னுமொரு பெண், "ஒனக்கு வேணுங்கறத கேட்டு வாங்கிக்க. புள்ளைய மட்டும் விட்டு வெலகீறணும்."

அதற்குமேல யாரும் பேசாதபடிக்கு உடுக்கை ஒலிக்க ஆரம்பித்தது.

டுண்டுண்டுண்டுண் டுண்டுண்டுண்டுண்

டுண்டுண்டுண்டுண் டுண்டுண்டுண்டுண்

முப்பத்து முக்கோடி தேவர்கள் சாட்சியாக சத்தியம் செய்து கொடுத்து இந்தப் பெண்ணை விட்டு விலகிவிடவேணும். இல்லையானால் சாட்டை அடிவாங்கிக் கதறிகதறி ஓடவேணும் என உடுக்கை அடித்த பூசாரி அவர் பங்கிற்கு,

"என்ன வேணும் சொல்லு சீக்கிரம். ஆடு, கோழி, பட்டு பீதாம்பரம், பொன்னு பொருளு, கொலுசு வளவி... பட்டுன்னு சொல்லி சட்டுன்னு வெலகு" என்றார்.

எதுவும் வேண்டாம் என்பதுபோல தலையசைத்துக் கொண்டிருந்த அந்தப் பெண், “மசக்க பொண்ணு நானு. புளிச்சோறு ஒருவா குடு போதும்ணே. புளிச்ச மாங்கா, ஒரு கீத்து அது போதும். போத்திக்க ஒரு நல்ல சீலை இருந்தாக் குடு. கும்மிட்டுப் போயிடுரேன். ஒரு கண் மையி, பவுடர் டப்பா, வெலகியே போயிர்றே.” கைகள் இரண்டையும் தரையில் ஊன்றி தலையை மட்டும் உயர்த்தி ஒவ்வொரு பொருளாய்க் கேட்டதும், கூடியிருந்த பெண்கள் மீண்டுமொருதரம் சிலிர்த்துப் போனார்கள். செத்த பெறகும் சீரழிஞ்ச பொழப்பு பொண்ணுமக்க பொழப்புங்கறது சரியா இருக்கு. பாவம் உண்மையிலேயே ஒருவாக் கஞ்சிக்கும் உடுப்புக்கும் நாதியில்லாமத்தே நாண்டுக்கிருக்கா.

“புளியொதர என்னா தாயி அஞ்சுவகச் சோறு, ஏழுவகப் பட்சணம், உடுத்திக்கப்பட்டு, உபயோகிக்க கண்மை, சாந்துப்பொட்டு ஆசப்பட்ட அத்தனையும் வாங்கித்தாரேன். ஆத்தா அன்னம்போல வெலகி ஊருக்கு அந்தப் பக்கம் ஓடிப் போயிரணும்.”

அந்தப் பெண் மயங்கிச் சாய்ந்ததும் பெண்ணுக்குரியவர்கள் வந்து அவளை ஏந்திக்கொண்டனர். பூசாரி எழுந்து பெற்றோர்களிடம் ஒப்புக்கொண்ட பொருள்களத்தனையும் உடனடியாகக் கொண்டுவந்து சேர்க்கச் சொன்னார். ‘இன்னிக்கே களரிய முடிச்சு அனுப்பிசுருவம்’ உருமாவைக் கழட்டி முகம் துடைத்துக்கொண்டு மற்றவர்களைக் கவனிக்கத் துவங்கினார்.

செண்பகத்திற்கு நிறைசெம்பு நீரை முகத்திலடித்து விபூதி கொடுத்தார். “சரியாப் போகும். ராத்திரி ஒறங்கையில தலமாட்ல இத வச்சிக்கச் சொல்லு” ஒரு எலுமிச்சையும் கொடுத்தார். விபூதியை செண்பகத்தின் முந்தானையில் முடிந்துவிட, வசந்தா எலுமிச்சையைத் தான் வைத்துக் கொண்டாள்.

அங்கிருந்து இரண்டு மைல் தூரம் நடந்துதான் வீரபாண்டிக்குப் போகமுடியும். பாதை அகலமாக இருந்தாலும் குண்டுங்குழியுமாக ஏற்ற இறக்கமாக இருப்பதால் சைக்கிளில் வரமுடியாது.

உருட்டிக்கொண்டு வரலாம். ஏறிப்போனால் டயரும் ட்யூப்பும் பொத்தையாகிவிடும். வெய்யில் இருந்தாலும் காற்று அடிப்பதால் வெம்மை தெரியவில்லை. பாதையில் கள்ளிச்செடியில் பழம் பழுத்துக் கிடந்தது. குன்றிமணிகள் சிவப்பு முத்துக்களாய் குமிழ்குமிழாய் பூத்தும் தரையில் உதிர்ந்தும் கிடந்தன. கரட்டான்கள் மல்லாக்கக் கிடந்து கால்களைப் பரப்பி, வாய்திறந்து கழுத்துக் கழலை ஏறி இறங்க மழைத் தவமிருந்தன. ஆளரவம் கண்டு முயல்கள் புதர்விட்டு, புதர் தாவி ஓடி மறைந்தன.

“ஓங்க வீட்டுக்கார்ரு எப்ப வருவாரு?” செண்பகம் முதன் முதலாய் வாய்திறந்து வசந்தாவிடம் கேட்டாள்.

“இன்னைக்கிப் போனா நாளைக்கித்தே வருவாரு. டபுள் டூட்டி.”

“நீ இங்க வாரது தெரிமா?”

“தெரியாது. சொல்லிக்கலாம்.”

“வைய மாட்டாகளா?”

வசந்தா சிரித்தாள். “தெரிஞ்சா வையத்தேஞ் செய்வாக.”

“அடிப்பாகளா?”

“நாந்தே அடிப்பேன்” சொல்லிவிட்டு வசந்தா களுக்கெனச் சிரித்தாள்.

வீரபாண்டியில் வந்து பஸ் ஏறினார்கள். தேனிக்கு வந்ததும் வசந்தா, கைலாசத்தைப் பார்க்க ஓர்க்சாப் அழைத்துப் போனாள். செண்பகம் இதுவரை ஓர்க்சாப் போனதே இல்லை. முதலில் வேண்டாமென்றுதான் சொன்னாள்.

‘சங்கடப்படுவாக’ கைலாசத்தைப் பார்க்கப் பயந்தாள்.

“நாஞ் சொல்லிக்கறேன்” வேகமாய்ப் பதில் சொன்ன வசந்தா, பட்டறைக்கு இழுத்து வந்தாள். ஓர்க்சாப்பில் பாலுவும் இருந்தான். வலதுபக்கமிருந்த கோயிலடியில் நின்றுகொண்டாள் செண்பகம்.

கைலாசத்தை இழுத்து வராத குறையாக பட்டறை படியேறி பூச்சியப்பன் கோயிலில் நடந்ததையும், திரும்பி வருகையில் செண்பகம் தன்னுடைய வீட்டைப்பற்றி விசாரித்ததையும் விலாவாரியாகவும் உற்சாகமாகவும் ஒப்பித்தாள்.

“இன்னிக்கித்தே அந்தக்கா நல்லாப் பேசுனாங்க. அனேகமா சரியாய்ட்டாங்க” சந்தோசமாய்ச் சொன்னாள்.

11

இன்றைக்கு எங்கேயும் வெளியில் சுற்றப்போகாமல் வீட்டுக்கும் வாசலுக்குமாய் உக்காரவும் எந்திரிக்கவுமாய் இருந்தான் செந்தில். அவ்வா, தனது மண்ணாலான தரையினை சாணியைக் கரைத்து மொழுகிவிட்டது. இனி தரை காயும்வரை அவ்வா ரூமுக்குள் நுழையமுடியாது. கொதகொதவென பசுஞ்சாணி ஒருவிதமான நெடியுடன் பரவிக்கிடந்தது. நன்றாகக் காய்ந்து புழங்கவேண்டுமானால் குறைந்தது ஒரு மணி நேரமாவது ஆகும். அதற்கிடையில் போனால் காலில் சாணி அப்படியே பெயிண்டாய் ஒட்டும், தரையிலும் பாதங்கள் அச்சுப் பதிக்கும். அவ்வாவின் வசவு நாறிவிடும். அவ்வாவின் ரூமில்தான் செந்திலுக்கு வேலையே. வாசலிலேயே காவலுக்கு உட்கார்ந்தான்.

“என்னாச்சு? வெள்ளாட்டங்குட்டி மேச்சலுக்குப் போகலியா, வீட்டச்சுத்திட்டே கெடக்கு?” அவ்வா கிண்டலாகக் கேட்டது.

“ம்?” வெளிவாசலுக்குப் போய் நின்றவன் பிறகு திரும்பி வந்தான்.

“என்னடா, மேலைக்கும் கீழைக்குமா அலையிற. ஒக்காற வேண்டிதான. குண்டிப்புழு எது தொளைக்கிதா?” ரைஸ்மில்லுக்குப் போய் வந்த அம்மா, கூடையை இறக்கி வைத்துக் கேட்டது.

“ம், சாணியா இருக்கில்ல?”

“அவ்வா ரூம்லதான சாணி மொழுகீருக்கு. மத்த எடத்துல ஒக்கார எடம் பத்தலியா?” அவன் ஏதோ சில்மிஷம் செய்திருப்பதாக அம்மாவுக்குப் பட்டது. இல்லையானால் இத்தனை அமைதியாய் இருக்கமாட்டான்.

அம்மாவின் சொல்லுக்காக வெளிவாசலின் நிலைப்படியில் உட்கார்ந்தான். “நெலப்படியில ஒக்காரக்குடாதுன்னு தெரியாதா, ஒண்ணு வெளீல ஒக்காரு, இல்ல உள்ள எறங்கி ஒக்காரு.” சொல்லிவிட்டு மாவைத் திறந்து ஆறவிட்டது.

வாசலைவிட்டு கீழிறங்கி படியில் உட்கார்ந்து வீதி பார்க்கத் துவங்கினான். பகவதியம்மன் கோயிலின் முன்புறத்தில் பொம்பளைப் பிள்ளைகள் ’கிச்சுக் கிச்சுத் தாம்பாளம் கிய்யாக் கிய்யாத் தாம்பாளம்’ விளையாடிக்கொண்டிருந்தார்கள். அதற்கடுத்து ஒளிவிளக்கு டீக்கடை கருத்தய்யா மாமா டீயை உயரமாய் இழுத்து ஆத்திக்கொண்டிருந்தார். அடுத்து கண்கள் மெல்லத் திரும்பியது. பாலண்ணன் பல சரக்குக்கடை. அவ்வளவாகக் கூட்டமில்லை. வெள்ளைவேட்டிச் சட்டையில் வழுக்கையாய் வாரிச்சீவிய தலையுடன் சிரித்துக்கொண்டே ஏவாரம் பார்த்துக்கொண்டிருந்தார். பக்கத்தில் உப்பு மூட்டைச்சாக்கு நின்றிருந்தது. இன்னும் அதில் யாரும் வந்து உட்காரவில்லை. அதிக கூட்டம் வரும் சமயம் ஒத்தாசைக்காக யாரையாவது சிறுபையன்களை உப்புச்சாக்கில் உட்கார்ந்தபடி சில்லறை ஏவாரத்தைப் பார்க்கச் சொல்லுவார். உப்புச்சாக்கை ஒட்டிய சுவர்களில் மிட்டாய் பாக்கெட்டுகள் ஆணியடித்து தொங்கவிடப்பட்டிருக்கும். மிட்டாய் ஏவாரம் முழுக்க சாக்கில் உக்கார்ந்து பார்க்கலாம். ஏவாரம் முடிந்ததும் ரெண்டு அச்சுவெல்லம், அல்லது கம்மர்கட்டு தருவார். ஓசிப் பொரிகடலையும் கிடைக்கும்.

“செந்திலூ” அம்மா கூப்பிட்டது.

“என்னா?” உட்கார்ந்தபடியே கேட்டான்.

“அம்மாவுக்கு வேலையிருக்கு, வெளக்கத் தொடச்சு வையி.” வீட்டில் இரண்டு சிம்னி விளக்குகள் இருக்கின்றன. தினசரி கண்ணாடியைக் கழற்றி எருச்சாம்பல் கொண்டு துடைத்து தீபம் ஏற்றவேண்டும். அதனைப் பெரும்பாலும் அம்மாதான் செய்யும். இல்லையானால் அவ்வா காலை நீட்டி உக்கார்ந்து கொண்டு பல்லுவிளக்குவதுபோல சாவதானமாகத் துடைக்கும். செந்திலுக்கு எரிச்சலாய் இருந்தது. கையெல்லாம் புகைக்கரி ஒட்டும். மண்ணெண்ணெ வாசனை சாப்பிட்டு முடிக்கிறவரை ஒட்டியிருக்கும்.

“போம்மா, கையெல்லா சீமெண்ண வீசும். நா வெள்ளாடப் போறேன்” என சிணுங்கினான். ஆனால் விளையாடப் போவதைவிட அவ்வாவின் ரூமில் அவனுக்கு முக்கியமான வேலை ஒன்று இருக்கிறது. இந்தநேரம் பார்த்து சாணி மொழுகி விட்டது.

“நானும் அதத்தாண்டா சொல்றேன். ராத்திரிக்குச் சோறாக்கணுமில்ல. வெளக்கத் தொடச்சுட்டு மாவத்தொட முடியாது. இன்னைக்கி ஒருநாள் வா, சீயக்காத்தூள் போட்டு கழுவிக்கலாம்.”

“ஏன் நீ கழுவிக்கலாம்ல.”

“உசுர வாங்காம வா. வாங்கித்திங்க காசுதரேன்.”

அவ்வா மீதமிருந்த சாணிக் கரைசலை சொளகு, முறத்துக்குப் பூசிக் காயவைத்துக் கொண்டிருந்தது. இனி அது கையைக் கழுவிக் கொண்டுவர ரொம்ப நேரமாகும். பேசாம அப்பவே வெளீல போய்ருக்கணும். போனவன்தான்... பாலு அண்ணன் மதியச் சாப்பாடு முடித்து கடைதிறக்க வந்தார். தேனியிலிருந்து கடைக்குக் கொஞ்சம் சரக்கு வாங்கி வந்திருந்தார். அதனை உப்புச்சாக்குமேல் வைத்துவிட்டுக் கடையைத் திறந்தார். ஆறு சொருகு பலகைகள் கோர்த்த கடை. இரண்டு பூட்டுகள், ஒவ்வொரு பலகையாக எடுத்து திண்ணையில் அடுக்கிவிட்டு கடைக்குள் நுழையவேண்டும்.

செந்தில் முட்டாய் வாங்குவதற்காக நின்றிருந்தான். நேரமாகுமெனத் தெரியும். கடை திறந்ததும், உள்ளிருக்கும் அரிசிவாளிகளைப் பூராவும் வெளியில் எடுத்துவைத்து, சோடாபாட்டில் ட்ரேயை நகர்த்தி, அப்புறம் சுவரில் தொங்க விட வேண்டிய மிட்டாய் பாக்கெட்டுகள், லக்கிபிரைஸ் அட்டைகள் அத்தனையும் ஒவ்வொன்றாய் ஆணியில் கோர்த்துவிட்டு, தலைக்குமேல் விட்டத்தில் கட்டிய கம்பி தோரணத்தில் அண்ணாக்கயறு, விளக்குத்திரி, சடைரிப்பன், நெற்றிப்பொட்டு முதலான அய்ட்டங்களைத் தொங்கவிட்ட பிறகுதான் கல்லாவில் உட்கார்ந்து ஏவாரம் பார்ப்பார்.

அதனால் வழக்கம்போல உப்புச்சாக்குப் பக்கம் ஒதுங்கி நின்றான். முட்டாய் வாங்கித் தின்னதும் அப்படியே சாக்கில் ஏறி உட்கார்ந்துகொள்ள எண்ணியிருந்தான். சாக்கின் மீது பெரிய பைகளில் பாலு அண்ணன் வாங்கிவந்த சாமான்கள் ஏறி உட்கார்ந்திருந்தன. அவை என்னென்ன என்பதைப் பார்க்கும் ஆவலில் அதன் கைப்பிடியை விலக்கினான். பையைத் தொட்ட நொடியில் உள்ளிருந்து ஒரு தேன்மிட்டாய் பாக்கெட் பொத்தெனக் கீழே விழுந்தது. பயந்துபோனான். நல்லவேளை பாலுஅண்ணன் கவனிக்கவில்லை. எடுத்து பையில் வைக்கத்தான் நினைத்தான். எப்படியோ அவனது டவுசர் சேப்புக்குள் போனது. அப்படியே திரும்பிப்பார்க்காமல் விடுவிடுவென நடந்துவந்து அவ்வாவின் ரூமுக்குள் போனான். கதவுமேல் ஏறி பரணில் வைத்துவிட்டு வீட்டுக்குள் வந்து படுத்துக் கொண்டான்.

“எந்திரிச்சு வந்து ரெண்டு குடுத்தாத்தான் வருவியா?” அம்மாவின் கத்தலுக்குப் பின் வீட்டுக்குள் வந்தான்.

“துணி எங்க ? சாம்பலக் குடு” என ஆங்காரமாகக் கேட்டாலும் எடுத்துக் கொடுக்க யாருமில்லாமல் தானே எடுத்துத் துடைக்கலானான்.

“பாத்து மெதுவாத் தொட, ஆங்காரத்துல கெளாச (காண்ணாடி) ஒடச்சுப் போடாத” அம்மா தன்னுடைய வேலையோடு

செந்திலுக்கும் ஏவிக்கொண்டே இருந்தது.

“ஒடஞ்சு போச்சு. ரெண்டு கௌாசுமே ஒடஞ்சு போச்சு” கடுப்பில் சொன்னாலும் அவ்வாவைப் போல கண்ணாடி துடைக்க இவனுக்கும் பிடிக்கும். கரேலென சுடரின் புகை படிந்து கிடக்கும் சிம்னியின் கண்ணாடியினை முதலில் துணியால் வெறுமனே துடைத்துவிட்டு, பிறகு எருச்சாம்பலை கல், மண் இல்லாமல் (சிறு கல் இருந்தாலும் விரலையும் கண்ணாடியையும் கீறிவிடும்) தெள்ளியதைக் கொண்டு துடைக்கத் துடைக்கப் பளபளவென மேகமில்லா வானம்போல கண்ணாடி புதுஸ்சாய் ஜொலிக்கும். அப்புறம் திரியினை ஏற்றி, அதன் நுனிக்கருக்கினை உதிர்த்துவிட்டு, கழுத்தைத் திருகி மண்ணெண்ணெய் சரிபார்த்து, வெளிப்புறத்தையும் சுத்தமாய்த் துடைத்து வைப்பான். அம்மாவென்றால் மடமடவென முடித்துவிடும். செந்தில் நிறுத்தி நிதானமாய்ச் செய்வான்

“வராத மழ பூராம் இன்னிக்கித்தான் வந்து கொட்டப்போகுது.” அவ்வா, செந்திலைப் பார்த்து மகிழ்வாய் திட்டிக் கழித்தது.

“நீ ஒராள் போதும் அவனக் கெடுக்க” என அவ்வாவைக் கடிந்த அம்மா, “அரிசிய ஒரல்ல போட்டுருக்கேன். நாலுசுத்து சுத்தி எடுத்திர்ரியா” என அவ்வாவுக்கு வேலை ஏவியது. துடைத்த விளக்கினை எடுத்து அம்மாவிடம் ஒப்படைத்து விட்டுக் காசுக்காக நின்றான்.

“என்னா?”

“காஸ் தரேன்ன?”

“வேலைக்கிக் கூலியா? அப்ப நீ திங்கிறதுக்கு யார் தருவா?” என்றவர், “இந்தா பாலண்ணே கடைலபோயி, மானுப்படி உளுந்தம் பருப்பும், கொஞ்சூண்டு ஓசிவெந்தயமு வாங்கிட்டு வா!” என காசு கொடுத்தார்.

“பாலண்ணேங் கடைக்கா? ம்ஹூம், நாம் போகல. நீ போ. ஒனக்குப் பொழுதுன்னீக்கும் வேல பாத்துட்டே இருப்பாகளா?”

அழுவதுபோலப் பேசினான்.

“வீட்ல சின்னப் பிள்ளைக எதுக்கு வச்சிருக்காக, இங்கன இருக்க கடைக்கிப் போக வருத்தமா இருக்கா. போடா, காலைல ஒனச்சியா திங்கணும்ல போ.”

போகாமல் விடாது. எதியாச்சும் பேசி வஞ்சிட்டே இருக்கும். இதுக்குத்தான் வீட்லயே இருக்கறதில்ல.

“காசக் கொண்டா, இதுக்குப் பெறகு எதுனாச்சும் வேல சொன்ன, அம்புட்டுத்தேன்.” அம்மாவின் கையிலிருந்த காசைப் பிடுங்கினான். “எனக்குக் காசு?”

“மிச்சமிருக்கும் எடுத்துத் தொல.”

“ஏம்மா, பொழுது மசங்கற நேரத்துல பச்சப்பிள்ளய தொலகிலன்னு அசவாக்காப் பேசற.” அவ்வா அம்மாவைக் குறை சொன்னது. அம்மா பதில் சொல்லவில்லை.

காசை வாங்கியவனுக்கு பயமாயிருந்தது. ‘வாடா களவாணிப் பயலே எனக் கண்டுபிடிச்சிடுவாரோ? வேற கடைக்கிப் போகணும்னா, கீரக்கல்லுக்குப் போகணும்.’ மெள்ளவே நடந்தான். கடையில் நல்ல கூட்டமாய் இருந்தது. ஆள் பாக்க மாட்டார். எல்லோருக்கும் பின்னாடியே நின்று கொண்டு நோட்டம் பார்த்தான். கொஞ்சம் விலகிய நேரத்தில் கையைமட்டும் நீட்டி உளுந்தம் பருப்பு வாங்கிவிட வேண்டும். அவனது எண்ணம் தப்பானது. வந்து நின்றதுமே அவனைப் பார்த்துவிட்டார் பாலண்ணன்.

“லே செந்திலு, குட்டயா… இங்கிட்டுவா” கைபக்கமாய் அழைத்தார். உயிரே கழண்டுவிட்டது செந்திலுக்கு.

ஓடிவிடலாமா என நினைத்தான். கடையில் நிற்கும் எல்லோரது பார்வையும் பட்டுவிட்டது. பம்மிப்பம்மி வந்தான். வழக்கம்போல உப்புச்சாக்கருகே வந்ததும் நின்றிருந்த கூட்டம் அவனுக்காக விலகிக்கொடுத்தது.

“கையைப் பிடிடா” சொல்லிக்கொண்டே கல்லாவிலிருந்தபடி முன்னால் எக்கிக் குனிந்து தேங்காயை உடைத்தார். “கையப் பிடிடா” மறுபடியும் சொன்னார். கையிலிருந்த காசை டவுசர் சேப்புக்குள் திணித்துக்கொண்டு இரண்டு கைகளையும் குவித்து தேங்காயின் உயரத்திற்கு ஏற்ப குனிந்தான். தேங்காய்த் தண்ணீரை அவனது கைகளில் கொஞ்சம்கொஞ்சமாய் ஊற்ற துளிகூடக் கீழே சிந்தாமல் வாங்கிக்குடித்தான். நிமிர்ந்த செந்திலுக்குப் பெருத்த ஏப்பம் ஒன்று வந்தது.

“மேல ஏறி ஒக்கார்ரா” அவன் உட்கார ஒரு பலகையினைப் போட்டார். டவுசரில் உப்பின் பிசுபிசுப்பு ஒட்டாது. குறிப்பாக குசுப்போட்டால் திங்கிற பண்டத்தில் பட்டுவிடக்கூடாது.

செந்திலுக்கு சந்தோசமாய் இருந்தது. தேன் மிட்டாயை மறந்துவிட்டார். உற்சாகமானான். வீட்டுக்கு சாமான் வாங்கவேண்டியிருப்பதைச் சொன்னான். “குடுத்துட்டு வந்திர்ரேண்ணே.”

உடனடியாய் உளுந்தம்பருப்பை மடித்துக்கொடுத்தார். “வெந்தயம்?”

“சேத்துப் போட்ருக்கேண்டா.”

வாங்கியதும் தெரியவில்லை. வீட்டில் சேர்த்ததும் தெரியவில்லை. அவசரத்தில் அம்மாவிடம் மிச்சகாசு பூராத்தியும் கொடுத்துவிட்டான். தனக்கானதை எடுக்க மறந்துபோனான்.

“ஏறி ஒக்காந்துக்கிறவாண்ணே!” குழிந்து கிடந்த உப்புச்சாக்கை ரமப்படுத்தி பலகையைப் போட்டான்.

“மொதல்ல இந்தப் பக்கம் வந்து சீமெண்ணய ஊத்துடா.”

திண்ணையின் இடதுபக்க ஓரம் மண்ணெண்ணெய் டின்னை நிறுத்தியிருந்தார். ஏனைய பொருட்களோடு மண்ணெண்ணெயும் சேர்த்து ஒரேஆள் தரமுடியாது. மண்ணெண்ணெய் வீச்சம் ஒட்டிக்கொள்ளும். அதனால் பலசரக்குப் பொருள்கள் கொடுத்து

முடித்தபிறகுதான் கீழிறங்கிவந்து மண்ணெண்ணெயைத் தொடுவார். அளந்து ஊத்திவிட்டு பழைய பேப்பர் கிழித்து கைகளைத் துடைத்துவிட்டு, மோந்து பார்ப்பார். வாசனை போகவில்லை என்றால் வெள்ளைப்பூண்டில் சிறு பல்லெடுத்து நசுக்கி பரபரவெனத் தேய்த்துவிட்டு கல்லாவில் உட்காருவார். அதுவரை மண்ணெண்ணெய் வாங்க வந்தவர்கள் காத்து நிற்கவேண்டும் அல்லது செந்தில் போல ஆட்கள் கிடைத்தால் பயன்படுத்திக் கொள்வார்.

பெரும்பாலும் நூறுமில்லிதான் அதிகம். சிலபேருக்குத்தான் நூற்றம்பது, எரநூறு ஊத்தவேண்டி வந்தது. அரைலிட்டர், ஒரு லிட்டர் வரும்போது பாலண்ணன் இறங்கி வந்துவிடுவார். செவ்வக வடிவ டின்னில் இருக்கும் மண்ணெண்ணெயை நீளமான கைப்பிடி கொண்ட உழக்கில் மொண்டு புனல்வைத்து சிந்தாமல் ஊற்றவேண்டும். செந்தில் இதிலெல்லாம் கில்லாடி. உழக்கினை புனலுக்குள் சாய்க்கும்போது அவனது தலையும் அதே திசையில் சாயும் கூடுதலாக நாக்கையும் வெளியில் நீட்டிக் கொள்வான். அவனது அந்த ஈடுபாடு பாலண்ணனுக்கு ரொம்பவும் பிடிக்கும். அதனை ரசிக்கவும் செய்வார். "தலசாய்க்கிறது சரிடா, நாக்கு எதுக்குடா வெளீல வருது ?" சொல்லிவிட்டுச் சிரிப்பார். "பெரிய வேலக்காரனா வருவடா."

மண்ணெண்ணெய் வேலை முடிந்ததும் உப்புச்சாக்கில் ஏறி உட்கார்ந்தான். செந்திலுக்கு இந்த ஆசனம்தான் பிடிக்கும். பாலண்ணனைவிட உயரமான ஆசனம். சுவரில் தொங்கும் அய்ட்டங்கள் பூராவும் செந்திலின் கட்டுப்பாட்டில்தான் இருக்கும்.

"அச்சுமுறுக்கு ஒண்ணு எட்ரா!"

"பிரைஸ் அட்டைல ஒரு நம்பரப் பிச்சுக்குடு."

"செந்திலு, தம்பிக்கு ஒரு பலுவன். நல்லதா எடுத்துக் குடுப்பா" கடைக்காரரது ஏவல் தவிர நேரடியாகவே செந்திலிடம் ஏவாரம் வரும்.

“ஊதிக் குடுக்கவாக்கா?” பலூனை எடுத்து ஊதி நூல் அல்லது சணலெடுத்து இறுகக்கட்டிக் கொடுத்தான். சிலர் பட்டம்போல உயர்த்திப் பிடித்துக்கொள்ள சணல் நீளமாகக் கேட்டார்கள்.

“ணே, தேங்காச்சில்லு சின்னதா இருக்கு எங்கம்மா வையுதுண்ணே” ஒரு சிறுமி ஒரு தேங்காய்ச்சில்லினை ஏந்திக்கொண்டு வந்தது. உப்புச்சாகின் மீது கம்பீரமாய் உட்கார்ந்திருக்கும் செந்திலைப் பார்த்து கண்கள் விரித்து வியந்தது. “செந்திலூ!”

“ரெண்டுகாசுக்கு இதுக்கு மேலயா தருவாங்க. பெர்ஸ்சா வேணும்னா ஒங்கம்மாவ மூணுகாசுக்கு வாங்கச்சொல்லு” முனகிக்கொண்டே விரல் நீளத்துக்கு சில்லெடுத்துக் கொடுத்தார்.

“இந்தப் பிள்ள கடிச்சிருக்கும்ணே” கொஞ்சம்கூட ஈவு இரக்கமில்லாமல் அந்தப் பிள்ளை மேல் குற்றம் சாட்டினான்.

“அய்யய்யோ, சத்தியமா, எம்படிப்புத்தான நா கடிக்கவே இல்ல செந்திலு” கொசுறு தேங்காச்சில்லை வாங்க கைநீட்டிய அந்தப் பிள்ளை அவசர அவசரமாக சத்தியம் செய்தது. இரவு லைட் போட்டதும் மண்ணெண்ணெய் வியாபாரம் மிகுதியாய் வந்தது. சிறுபிள்ளைகளது மிட்டாய் ஏவாரம் குறைந்தபடியால் மண்ணெண்ணெய் டின்னருகில் நின்றுகொண்டான் செந்தில். மண்ணெண்ணெய் வாசம் புருபுருவென மூக்கினைத் துளைத்தது. கைகளில் பரவிய ஈரத்தின் நமைச்சலும் புறங்கையின் தோலை விர்ரென இழுத்துப் பிடித்தது. அடிக்கடி கைகளைத் தேய்த்து நமைச்சலைப் போக்கிக் கொண்டான்.

அப்போது ஒரு அரிசி ஏவாரி வந்து நின்றார். அவரைப் பார்த்ததும், செந்திலைக் கடைக்குள் ஏறச்சொன்னார்.

“கைல சீமெண்ணெயா இருக்குண்ணே.”

“வா வா...”

அடுக் கிவைத்திருந்த கடைப்பலகைகளைப் பிடித்துத் தொத்தி

திண்ணையில் ஏறி கடைக்குள் கால்வைத்தான். மிதிக்கிற இடமெல்லாம் மரப்பெட்டிகள்தான். தரைமுழுக்க சாதிக்காய்ப் பலகையில் பெட்டிகள் செய்து மூடிபோட்டு வைத்திருந்தார்.

“உள்ள போடா, கடேசில சாக்கு இருக்கா? அரிசிச் சாக்கு பெருஸ்சா இருக்கா. அத எடுத்துவா.” சாக்கிலேயே கைகளைத் துடைத்துக் கொண்டான். பக்கத்தில் பிய்ந்து கிடந்த கருப்பட்டிக் கொட்டானில் ஒரு துண்டு கருப்பட்டி எடுத்து நறுமுறுவென மென்று கருப்பட்டிச் சாறைத் தொண்டைக்குள் இறக்கிக் கொண்டான். சாக்கினை அரிசிக்காரர் எடுத்துப்போக கடைக்குள்ளிருந்தபடி ஏவாரம் பார்த்தான்.

அப்போதுதான் அவ்வா வந்தது. கடுகு உளுந்தம்பருப்பும், கடலை எண்ணெயும் வாங்கிப்போனது. செந்தில் கடைக்குள்ளிருப்பதைப் பார்த்துப் பெருமை கொண்டது. “நல்ல வேலதே. எதாச்சும் ஒரு சம்பளத்தப் போட்டுக்குடுத்து கடைலயே வச்சுக்க பாலு.”

“ம், ம்ஹூம். ஓம் பேரனுக்கு நாஞ் சம்பளந்தரணுமா ? வேல பழகுறதுக்கு நீதே எனக்கு சம்பளந்தரணுமாக்கும்” என்றவர், “அச்சுவெல்லக் கொட்டான எடுத்து பக்கத்துல வைடா செந்திலு” என உத்தரவு போட்டார்.

“சரி, வ்வோ அம்மா சாப்பிடக் கூப்புட்டா, சாப்புட்டு வந்து ஏவாரத்தப் பாரு.” செந்திலுக்கு அழைப்பு விட்டுப் போனது. பாலண்ணனும் கீழிறங்கிச் சாப்பிட்டு வரச்சொன்னார். கீழே இறங்கியவன் உப்புச்சாக்கில் உட்கார்ந்து கொண்டான். “பசிக்கலண்ணே” என்றான்.

“மொளகு சீரகம் வெள்ளப்பூடு அஞ்சுகாசுக்குத் தாங்க” இடுப்பில் தம்பியை இடுக்கியபடி வந்த ஒரு பெண்பிள்ளை காசை நீட்டியது.

“ஏன், பட்ட, சோம்பு வேண்டாமா. அதயுஞ்சேத்துக் கேக்க வேண்டிதான! சீரகம் கிலோ நாலுரூவா, மொளகு எட்டு ரூவா. ஒங்களுக்கு அஞ்சு காசுக்கு அரசெலவுச் சாமான் பூரா வேணுமாக்கும்” புலம்பியபடி மடித்துக் கொடுத்தார்.

வாங்கிக்கொண்ட அந்தப் பிள்ளை ஓசி வெல்லம் கேட்டது. ஒரு அச்சுவெல்லத்தை எடுத்து ஒடித்துக் கொடுத்தார். அதனை இடுப்பில் இருந்த பிள்ளைக்குக் கொடுத்துவிட்டு இன்னங்கொஞ்சம் என கைநீட்டியது. “போறியா என்னா?” விரட்டினார். ஆனால் அந்தப்பிள்ளை போகாமல் கை நீட்டியபடியே நின்றது. கொஞ்சம் பொரிகடலையை அள்ளிக் கையில் போட்டார்.

“பால்ணே தேன்முட்டாய் ரெண்டு குடுங்க” மகனைக் கையில் பிடித்தவாறு வந்த மீசைக்காரர், ஒரு ரூபாயை நீட்டினார்.

“காசுக்காரென்ன பகுமானத்தக் காட்றியாக்கும்? ரெண்டுகாசுக்கு ஒத்தரூவாயக் குடுத்தா கோயில் உண்டியல ஒடச்சுட்டுத்தே வரணும்” என ரூவாயை வாங்க மறுத்தார்.

தேன் முட்டாய் எனும் வார்த்தையினைக் கேட்டதும் செந்தில் திருதிருவென முழித்தான். உட்கார முடியவில்லை.

“சரி, ரெண்டு யானை சீரட்டும் ஒரு வத்திப்பொட்டியுங்குடு. எங்குட்டோ ஒனக்கு எங்காசப் புடுங்கணும்.”

“தேன் முட்டாய் இல்ல. கம்மரு கட்டு வாங்கிக்குடு.” சிகரட்டும் வத்திப்பெட்டியும் தந்தவர், செந்திலிடம், “கம்மர்கட்டு ரெண்டு எடுத்துக்குடுடா” என்றார்.

“ஏன் தேன் முட்டாய்தே நல்லா விக்கிம்ல. வாங்கலியா?”

“இன்னிக்கி வாங்கிட்டு வந்தேம்ப்பா, வாரவழில கீழ விழுந்துருச்சா, இல்ல கடக்காரெம் போடாம விட்டானான்னு தெரியல. மாயமா இருக்கு” என்றதும் கம்மர்கட்டு மிட்டாய் எடுத்துத் தந்தவுடன் மளீரென உப்புச்சாக்கில் இருந்து குதித்து வீட்டுக்கு வந்தான்.

அவ்வாவின் ரூமுக்குள் நுழைந்து பரண் மீதேறினான்.

முட்டாய் பாக்கட்டைக் காணோம். இருட்டில் கண் பழகக் காத்திருந்தான். கைகளால் துழாவ, மிட்டாய்கள் சிதறிக்கிடந்தன.

ஒவ்வொன்றாய் எடுத்தான். தூசி ஒட்டியும் எலிகடித்தும் கைக்குச் சிக்கின. பரணின் உள்புறமாய் மிட்டாய் பாக்கட் கிழிபட்டுக் கிடந்தது.

“எலிச் சனியெங்க இழுத்துப் போய் கடிச்சிருக்கு” என்ற அவ்வா கடிபட்ட மிட்டாய்களை ‘எலி கடிச்சா வெசம்’ என இரக்கமில்லாமல் கீழே எறிந்தது.

12

"சித்தப்பா..."

சின்னச்சின்ன தெருக்களைக் கடந்து பிரதான சாலையில் இறங்கியதும் பாண்டியின் சைக்கிள் வேகமெடுத்துப் பறக்க ஆரம்பித்தது.

பொதுவாக, பாண்டி சைக்கிள் ஓட்டும்பொழுது சீட்டில் உட்கார்ந்து ஓட்டமாட்டான். கால் எட்டாதது ஒருபுறம். அதெல்லாம் வயசான கிழடுகள் ஸ்டைல் என்பான். வக்கணையா சீட் மேல உக்காந்துகிட்டு, நொய்யி நொய்யின்னு பெடல அழுத்தி போபோன்னு சைக்கிளுக்கு உத்தரவு போட்டுகிட்டெல்லா இருக்கமுடியாது. பெடல மிதிச்சு ஏறியாச்சுன்னா பிரிவீல் கதறணும், சக்கரம் கெஞ்சணும். இல்லியா ஒழுக்கமா நடையக் கட்டூறணும்.

இதுவே பாண்டியனின் சைக்கிள் ஓட்டும் தத்துவம். இதுபோல ஓவ்வொரு வேலைக்கும் தனித்தனி தத்துவங்கள் வைத்திருக்கிறான்...இதெல்லாம் எப்பிடிடா? யார் சொல்லித் தந்தது. கேள்விக்கு அவனிடத்தில் பதில் இருக்காது. அப்படிப்பட்ட நேரத்தில் பெரியமனுசனாகி விடுவான்.

"அதெல்லா... தன்னபபோல வரும்" ஸ்டைல் மன்னன் ரஜினியாய் விறைப்பாக நின்றுகொண்டு, கோழி றெக்கைகளை

விரிப்பதைப்போல இரண்டு கைகளையும் விரித்து அடிவயிற்றிலிருந்து எக்கிக்கொண்டு சொல்வான்.

சிமெண்ட் சாலையின் சின்னசின்னப் பள்ளங்களில் குதித்துக்குதித்துச் சென்றது சைக்கிள். பாண்டி இருக்கையில் உட்காராததால் சைக்கிளின் அதிர்வினையையோ, ஆட்டத்தையோ அவனால் சரியாக உணர முடியவில்லை. அவன் நினைப்பு முழுக்க, சகுந்தலாவை சீக்கிரமாய் கான்வென்ட் பள்ளியில் இறக்கிவிட்டு, அதே வேகத்தில் தனது வீட்டிற்குப்போய் தன்னுடைய சின்னத் தம்பியையும் இன்னிக்காவது பள்ளிக்கூடத்தில் விட்டுவரவேணும். சைக்கிளில் உட்கார வைத்தால் ரொம்பவே சந்தோசப்படுவான். அதும் பள்ளிக்கூடத்துக்கு சைக்கிளில் போனால் அவனுக்கு மிட்டாய் சாப்பிட்ட மாதிரி. 'சைக்கிள்ல வந்தன் சைக்கிள்ல வந்தன்' எனப் பள்ளிக்கூடம் பூராவும் சொல்லிக் கொண்டிருப்பான்.

அந்த நினைப்பில்தான் கைலாசம் அண்ணன் சொன்னதுமே, ரொம்பவும் ஸ்பீடாய் புறப்பட்டு வந்தான். வீட்டில் மதினி எப்பவும் போல நேரமாக்கிவிட்டது. அதனை ஈடுகட்டும் விதத்தில் சைக்கிளை மிதிக்க வேண்டிவந்தது.

இதையெல்லாம் அறியாமல்தான், சைக்கிளின் கேரியரில் உட்கார்ந்திருந்த சகுந்தலா அலறியது.

"சித்தப்பா..."

மதனி, பிள்ளைகளுக்குக் கற்றுக்கொடுத்த நல்ல பழக்கங்களில் இது ஒன்று. 'யாரையும் பேர் சொல்லிக் கூப்புடக்குடாது. அண்ணெ, அக்கா, மதனி, சித்தப்பா, பெரிப்பா... மொற சொல்லிப் பழகணும்' அந்த வகையில் பாண்டி, சகுந்தலாவுக்கு ஏதோ ஒருவகையில் சித்தப்பாவாகிப் போனான்.

தனது குரல் பாண்டிக்குக் கேட்கவில்லை எனத் தெரிந்ததும் சகுந்தலாவிற்கு அழுகை வரத் துவங்கியது. சைக்கிளில் சரியாக உட்கார முடியவில்லை. சைக்கிள் ரெம்பவே ஆடிக் குதிக்கிறது. வளைந்து வளைந்து ரோட்டில் கவிழ்ந்து விடுவதுபோல

ஓடுகிறது மாட்டுவண்டிகளும் கார்களும் பக்கத்தில் வந்து உரசிக்கொண்டு போகின்றன. ரோட்டில் ஒவ்வொரு பள்ளம் வருகிறபோதும் கேரியரிலிருந்து சகுந்தலா மேலே தூக்கி வீசப்படுகிறாள். சைக்கிளின் சீட்டை இறுக்கமாகப் பிடித்துக் கொண்டாலும் பயமாகவே இருக்கிறது. அப்படி பிடித்துப் பிடித்துக் கையெல்லாம் எரிகிறது. கேரியரில் குதித்துக் குதித்து குண்டியும் இடுப்பும் புண்ணாகிறது.

“சித்தப்பா, நாஞ் சொல்றது ஒனக்குக் காது கேக்கலியா?”

சீட்டில் உட்காராமல் கம்பியில் கால்போட்டு மிதித்துக் கொண்டிருந்தவனின் இடுப்பில் கிள்ளியது சகுந்தலா. சுருக்கென வலிக்கவில்லை என்றாலும் எதோ சொல்லுகிறது என விளங்கிக்கொண்டான். ஒண்ணுக்கு கிண்ணுக்கு வருதோ?

“ந்தா... ஓர் நிம்சம் ! இன்னம் கொஞ்ச தூரந்தே!” அப்போதும் சீட்டில் அமராமலேதான் சைக்கிளை ஓட்டிக்கொண்டிருந்தான்.

“பயம்மா இருக்கு. பைய ஓட்டு சித்தப்பா.”

“பைய ஓட்டவா?” இதுவரை யாருமே போட்டாத உத்தரவு. ஒரு குட்டிப்பிள்ளை சொல்லுக்கு பணியுமா சக்கரத்தின் வேகம்! குறைந்தபாடில்லை. பிரிவீலின் அனத்தலும் மறையவில்லை.

“ரெம்ப ஆடுது. சட்டச் சேப்லருந்த சிலேட் குச்சியெல்லாம் கீழ விழுந்திரிச்சி.” சொல்லும்போதே குரல் நடுங்கியது. உதடுகள் தொளதொளத்து ஆடின.

“நேரமாச்சில்ல, பெல் அடிச்சுடுவாங்கல்ல?” பாண்டி விக்கிரமாதித்தனாய்ச் சற்றும் மனம் தளராதிருந்தான்.

“பொறு நா, அப்பாகிட்டச் சொல்லித்தாரே!” சகுந்தலாவின் அந்த அஸ்திரம் சட்டென பலித்தது. அதுவரை சீட்டில் உட்காராதவன் அப்பாவைப் பிரயோகித்ததும் சீட்டில் உட்கார்ந்து ஓட்டலானான். அவனது இடுப்பைப் பிடித்துக்கொள்ள சகுந்தலாவின் பயம் நீங்கியது. பள்ளிக்கூடத்துக் கட்டிடம்

வந்தது. முதல் வாசல் மருத்துவமனை. இரண்டாவது வாசலே பள்ளிக்கூடத்துக்கானது.

வாசலில் சைக்கிளை நிறுத்தி சகுந்தலாவை இறக்கிவிட்டான். "டாட்டா" கையசைத்து விடைகொடுத்தான்.

"சிலேட்டுக்குச்சி பூராம் கீழ விழுந்திருச்சி சித்தப்பா." சகுந்தலா டாட்டா சொல்லாமல் பாண்டியிடம் புகார் சொன்னது.

"பைக்குள்ள வேற இல்லியா" பாண்டியின் சட்டையில் அரைக் காசுகூட இல்லை.

உதட்டைப் பிதுக்கியது.

"வாங்கித்திங்க காஸ் இருக்கில்ல?"

கையிலிருந்த இருபத்தைந்து பைசா நாணயத்தைக் காண்பித்தது.

"கால்ரூவா வச்சிருக்கீல்ல, அதுல ஒருகுச்சி வாங்கிக்க" தீர்வு சொன்னான்

"ம்? வாங்கித் தின்ன வேணும்ல."

பச்சைப்பாவாடையும் வெள்ளைச்சட்டையும் அணிந்த பிள்ளைகள் இவர்கள் இருவரையும் பார்த்தபடியே பள்ளிக்குள் சென்றுகொண்டிருந்தனர். பாண்டியைப்போல பலபேர், சைக்கிளிலும் ஒருசிலர் மோட்டார் வண்டியிலும் பிள்ளைகளை இறக்கிவிட்டுக் கொண்டிருந்தனர். சில பிள்ளைகள் பள்ளியின் காம்பவுண்டுக்கு வெளியிலிருந்த சாலைப் புளியமரத்தடிக் கடைகளில் தின்பண்டங்களை வாங்கிக் கொண்டும், சிலேட்டுக் குச்சி, பென்சில் முதலியவற்றை வாங்கி பையில் போட்டபடியும் இவர்களைக் கடந்து போய்க்கொண்டிருந்தனர்.

சாலையில் பாரமேற்றிய வண்டிகளும், காரும், லாரியுமாக வாகனப் போக்குவரத்தும் அதிகரித்து இருந்தது.

சகுந்தலா எதோ அடம்பிடிக்க வழிதேடுகிறது எனத் தோன்றியது. பாண்டியனால் இதனைச் சமாளிக்க முடியாது. இதற்காகத்தான்

இந்தப் பிள்ளையைக் கூப்பிட்டு வரணுமென்றாலே உடம்பெல்லாம் நடுங்கும். தனது தம்பியெல்லாம் அப்படியில்லை. சொன்னதைக் கேட்டுக்கொள்வான். கேட்காவிட்டால் ஒரு அமட்டுப் போட்டால் அடங்கிவிடுவான். இந்தப் பிள்ளை தன்னை அமட்டுகிறது. திடீரென ஒரு யோசனை தோன்றியது. அதுக்கும் கூட எதாச்சும் பதில் யோசனை சொல்லும். கைலாசம் அண்ணனைப்போல.

“பாப்பா, கால் ரூவாய வாங்கித்தின்னுக்க. குச்சிவேணும்னா, ஒங்க வகுப்புல ஒம் பிரண்டுகிட்ட கொஞ்சூண்டு ஓசி வாங்கிக்க. நாளைக்கி அப்பா கிட்டக்க காசுவாங்கி பெரிய்ய்ய குச்சியா வாங்கிக்கலாம் சரியா?”

ஒரு நொடிதான் யோசனை. “செரி, டாட்டா” எனக் கையசைத்து விட்டு பள்ளிக்கூடத்து வாசலை நோக்கி நகர்ந்தது.

‘அப்பா’ பாண்டிக்கு ரொம்ப நிம்மதி. சைக்கிளின் ஸ்டாண்ட் நீக்கித் திருப்பினான். ஒரே மிதியில் வீட்டுக்குப் போய் வந்திடணும். ஒம்பது மணிக்குள் ஓர்க்சாப் போயாக வேண்டும். பெடலில் கால்வைத்தான்.

“சித்தப்பா...”

பள்ளிக்கூடத்து வாசலில் நின்றபடியே சகுந்தலா பாண்டியை அழைத்தது.

பெடலிலிருந்து காலை எடுக்காமல், “என்னா பாப்பா” எனக் கேட்டான். எரிச்சல் மிகுந்து வந்தது. பசியும் கூடி இருந்தது.

“இங்க வாம்மே!” தலையைக் கவிழ்த்து விரலைச் சொடுக்கிக் கூப்பிட்டது.

சைக்கிளை நிறுத்தி, கிளிப் போட்டுவிட்டு சகுந்தலாவிடம் வந்தான்.

“ஓர் ரூவா குடு.”

“ஒரு ரூவாயா?”

“இன்னிக்கிக் கேள்வித்தாளுக்கு டீச்சர், காஸ் வாங்கிட்டு வரச் சொன்னாங்க” நீட்டிய கை மடங்கவில்லை.

“எங்கிட்ட இல்லியே” சட்டைப் பையை உருவிக் காண்பித்தான்.

“ம்கூம். இன்னிக்கித்தே கடெசி நாளு. நேத்தே சொல்லிவிட்டாங்க.”

“வீட்ல சொல்லீருக்க வேண்டிதான...”

“சொன்னே...”

“அப்பறம் யே, வாங்கல?”

“அம்மாதே, தரலேல்ல.”

“சரி, நீ உள்ள போ, நாம் போய் அம்மாகிட்ட காசு வாங்கியாரேன்.”

“அய்யோ! காசு இல்லாட்டி, வோப்புக்குள்ள டீச்சர் விடமாட்டாங்க.”

பள்ளிக்கூடத்தில் மணியடித்தார்கள். முதல் மணி பிரார்த்தனை நேரம். ரொம்பநேரம் ‘டைய்ன் டைய்ன்’ என ஒலித்தது. மணி அடிக்க அடிக்க சகுந்தலா பதறியது.

“சீக்கிரமாக் குடு, பெல் அடிச்சிட்டாக. பிரேயருக்குப் போகணும்” அவசரப்படுத்தியது.

மணிச்சத்தம் கேட்டதும் வெளியில் நின்றிருந்த பிள்ளைகள் திபுதிபுவென ஓடிவந்தார்கள். வாட்ச்மேனும் வாசலில் நின்று இன்னும் வேகப்படுத்தினார். “வேகமா வேகமா வாங்க வாங்க” வருகிற பிள்ளைகளைப் பூராவும் உள்ளே செலுத்தினார்.

“எங்கிட்ட நெசமாவே காசில்ல பிள்ள” பரிதாபமாகச் சொன்னான்.

“டீச்சர் அடிப்பாங்க” கண்ணைக் கசக்க ஆரம்பித்தது சகுந்தலா.

“நீ உள்ள போயி நில்லு. இப்பிடியே, ஓர்க்சாப்பு போயி, ஒரு நிமிசத்துல அப்பாகிட்ட காசு வாங்கிக்கிட்டு வந்திர்ரேன்.” நகரப் பார்த்தான்.

“ம்கூம். டீச்சர் அடிப்பாங்க” சொன்னதையே திரும்பத் திரும்பச் சொல்லிக் கொண்டிருந்தது .

இவர்களைப் பார்த்த வாட்ச்மேன், “உள்ள வாம்மா, பிரேயர் ஆரம்பிக்கப் போறாங்க.” எனக் கையைப் பிடித்தார். அவரது கையை விலக்கிவிட்டு வாசலிலிருந்து கீழிறங்கி பாண்டியிடம் வந்தது.

பாண்டி பதறினான். “உள்ள போ பாப்பா. கேட் அடச்சிடுவாங்க பிரேயர் முடியங்குள்ள நாங் காசு வாங்கிட்டு வாரேன்.” பாண்டி வாசலுக்கு இழுக்க, சகுந்தலா திருகித் திருகி வாசலிலிருந்து விலகிவர, இருவருக்குமான போராட்டத்தைக் கண்ட வாட்ச்மேன். சில நிமிட காத்திருப்பின் பின்வாசல் கதவைச் சாத்தினார்.

உள்ளே பிரார்த்தனை துவங்கிய சத்தம் இருவருக்கும் கேட்டது.

அதன்பிறகு வந்த பிள்ளைகள், அடைத்த கதவினை ஒட்டி வரிசையாய் நிற்க ஆரம்பித்தனர். பதட்டமில்லாது நிதானமாய் வந்து நின்றவர்களும், அரக்கப்பரக்க மூச்சுவிட முடியாமல் தவியாய்த் தவித்தபடி வரிசையில் நின்ற பிள்ளைகளும், பாதுகாப்புக்கு தம் பெற்றோரோடு வந்த பிள்ளைகளுமாய் ஒரு பெரிய கூட்டம் சேரத் துவங்கியது.

சகுந்தலா, புளியமரத்துக் கடைக்கருகில் சைக்கிளோடு நின்ற பாண்டியை உரசிக்கொண்டு நின்று தேம்பிக்கொண்டிருந்தது. பவுடர் பூசிய கன்னங்களில் கண்ணீர் வடிந்து கோடிட்டிருந்தது.

தோளில் புத்தகப்பையும் கையில் சோற்று வாளியுமாய் சத்தமில்லாமல் அழுதுகொண்டிருந்த சகுந்தலாவை என்ன செய்வதெனத் தெரியவில்லை பாண்டிக்கு, பிரேயர் முடிந்ததும் சத்தம் போட்டு அழும்போலிருக்கிறது. என்ன சமாதானம்

சொல்லி வகுப்புக்கு அனுப்புவது!

நேரம் ஓடிக்கொண்டிருக்கிறது. வீட்டுக்குப் போய் பல்தேய்த்துக் குளித்து துணி மாற்றலாமென நினைத்திருந்தான். அது முடியாது போலிருக்கிறது. ஓர்க்சாப்புக்கு கண்ணண்ணன் வந்திருப்பார். எப்பவும் காலையில் மெசின்களைத் துடைத்து கடையைப் பெருக்கிச் சுத்தம் செய்து முடிக்கும்போது கண்ணண்ணன் வந்து நிற்பார். ஓரொரு சமயம் சீக்கிரம் வந்து அவரும் மெசினைத் துடைப்பார். அதன் பிறகுதான் கைலாசம் அண்ணன் வந்து சேருவார். இந்த வழமை மாறி கைலாசம் அண்ணன் முன்னதாக வந்தாலே பிரச்சனைதான்.

சாலையில் கண்களை ஓட்டினான். யாராவது தெரிஞ்ச நபர்கள் அல்லது ஓர்க்சாப் புள்ளிகள் வந்தால்கூட நல்லதுதான். அதிலும் கண்ணண்ணன் கண்ணில்பட்டால் விசேசம். ஆனால் நூத்துக்கணக்கான சைக்கிள்களும், பாரவண்டிகளும், மோட்டார் பைக்கும், சாரிசாரியாய் நடக்கும் பாதசாரிகளுக்கும் மத்தியில் தெரிந்த ஒருவரைக் கண்டு நிறுத்துவது லேசுப்பட்ட காரியமல்ல.

இன்னமும் பிரேயர் முடியவில்லை. தாமதமாக வந்து நிற்கும் பிள்ளைகளின் எண்ணிக்கை கூடிக்கொண்டே இருந்தது. அதற்குத் தக்கபடி புளியமரத்துக் கடையில் வியாபாரம் அதிகரித்தது யேவாரம் பார்த்துக்கொண்டிருந்த கடைக்காரப் பெண்ணும் அவரது தாய் போலிருந்த ஒரு கிழவியும் ரெம்பவும் சுறுசுறுப்பாய் எடுக்கவும் கொடுக்கவுமாய் இருந்தனர். அதிலும் கிழவி சும்மா நிற்கிற பிள்ளைகளையும் “முட்டாய் வேணுமா, தட்டு முட்டாய் சுடச்சுட இருக்கு பாப்பா. தட்டு முட்டாய்” என வாய் ஓயாமல் கேட்டுக்கொண்டே இருந்தார். சகுந்தலாவும் அக்கிழவியின் அழைப்பில் ஒருசில நிமிடம் தன் தேம்பலை நிறுத்திவிட்டு பித்தளைத் தட்டில் ஊற்றப்பட்டிருந்த மிட்டாய்க் குழம்பைப் பார்த்து வைத்தது. “வேணுமா பாப்பா. இனிப்பா இருக்கும்” கிழவியின் அழைப்பை மறுதலித்துத் தலையை ஆட்டியது.

பிரேயர் முடிந்துவிட்டது. சத்தம் கேட்டு வெளியில் நின்ற பிள்ளைகள் ஒன்று திரண்டனர். ஓட்டப் பந்தயத்திற்குத் தயாராவதுபோல் கதவு திறக்கக் காத்திருந்தனர். தோளில் சரிந்த பைகளை மேலே ஏற்றிக்கொள்வதும் சோற்று வாளியினை இறுக்கிப் பிடித்தும் நேராக நின்றனர்.

தடதடவெனச் சத்தத்துடன் வாசல் கதவு திறக்கப்பட்டது.

திறந்த கதவுக்குப் பின்னால் வாட்ச்மேனுக்குப் பதில், வெள்ளைப் புடவையில் தூக்கிப் போட்ட கொண்டையும், கண்களில் பட்டையான ஃப்ரேம் போட்ட கண்ணாடியும் அணிந்த டீச்சரம்மா நின்றிருந்தார்.

உள்ளே நுழையக் காத்திருந்த பிள்ளைகள் அப்படியே பின்வாங்கின. வெளியில் வந்த டீச்சரின் கையில் நீளமான பிரம்பு விறைப்பாய் நீட்டிக்கொண்டிருந்தது.

பிள்ளைகள் கலைந்து கலைந்து வரிசை போட்டனர். சகுந்தலா, தேம்பலை நிறுத்தி அவசர அவசரமாய் கண்களைத் துடைத்துக் கொண்டது. ஆனாலும் வரிசையில் பிள்ளைகளோடு வந்து நிற்கவில்லை.

டீச்சரம்மாவைப் பார்த்ததும் பாண்டிக்கு உதறல் எடுத்தது. 'கையில எத்தாம் பெரிய குச்சி' அவனுக்கு சகுந்தலாவைப் பார்க்கப் பார்க்க கோபம் வந்தது. பேசாமல் சைக்கிளில் நின்றமானைக்கே இறக்கிவிட்டுப் போயிருக்க வேண்டும். ரொம்பவும் அக்கறைப்பட்டு வந்தது தப்பு.

கையிலிருந்த பிரம்பினை வளைத்து வளைத்து நிமிர்த்திய டீச்சர் அமைதியாய் முன்னால் நின்றிருந்த பிள்ளைகளைப் பார்த்துப் புருவத்தை உயர்த்தி வினவினார்.

"எல்லாருக்கும் வீட்ல நிரம்ப வேலையோ?"

"நீ என்னாடா! நேத்தே முடிய வெட்டச் சொன்னேன்ல. கரடியா வந்து நிக்கிற?"

“ஊய், வீட்ல பவுடர் தீந்து போச்சா? இப்பிடி எண்ணெ வடிஞ்ச மூஞ்சியா வந்து நிக்கிறவ.”

“ஏன் லேட்டு? நெதமும் ஒராள் வந்து நிண்டு சொல்லணுமா?”

யாவரும் தலையினைத் தொங்கவிட்டு அமைதி காத்தனர். வாயில் அரைத்துக்கொண்டிருந்த தின்பண்டங்களைக்கூட பாதி அரவையில் அப்படியே விழுங்கினர். விழுங்க முடியாத பொருளின் அரவையை நிறுத்தினர்.

“யாரும் வாயத் தெறந்து பதில் சொல்லீராதீக. கள்ளக்கொறப் பயலாட்டம் முழிக்கிற முழியப்பாரு. கைய நீட்ரா.”

முதலில் நின்றவன் வலதுகையை நீட்டினான். ‘சட்சட்’ பிரம்பு வளைந்து அடி கொடுத்தது. வலித்த கையை உதறிக்கொண்டும் கண்களில் துளிர்த்த கண்ணீரை இடது கையால் துடைத்துக் கொண்டும் பள்ளிக்குள் நுழைந்தான். அடுத்து வந்த பிள்ளை டீச்சர் கேட்காமலேயே கையை முழுசாய் நீட்டாமல் பாதி நீட்டியது.

“அம்புட்டுப் பயமிருக்கில்ல. காலாகாலத்தில பிரேயருக்கு வரலாம்ல” நீட்டிய கையை விட்டுவிட்டு தொடையில் விளாசியது பிரம்பு. எதிர்பாராத அந்த அடியில் திடுக்கிட்ட அப்பிள்ளை “அய்யோம்மா” என அலறி சுள்ளென வலித்த தொடையை தேய்த்தபடி நொண்டி நொண்டிப் போனது.

உள்ளங்கை, புறங்கை, தொடை, கெண்டங்கால் என மாறிமாறி அடிவாங்கியபடி தொளுக் தொளுக் பையைச் சுமந்தபடி பள்ளிக்குள் நுழைந்தன. பெற்றோரோடு வந்த பிள்ளைகளின் பெற்றோருக்கு அறிவுரை சொல்லி பிள்ளைகள் வெறும் அதட்டலோடு உள்ளே அனுப்பப்பட்டனர்.

எல்லோரும் போய்விட்ட பிறகும் சகுந்தலா நகரவில்லை. புளியமரத்தடியில் நின்றபடி பாண்டியின் டவுசரைப் பிடித்தபடி இருந்தது.

டீச்சரம்மாவின் பார்வை சகுந்தலாவுக்கு வந்தது. "நீ என்னாடீ? கடையில ஏவாரம் பாக்கறியா?"

இல்லையெனத் தலையசைத்த போதும் பாண்டியை விட்டு நகரவில்லை.

"ஒன்னயத் தனியா வெத்தல பாக்குவச்சு அழைக்கணுமா வாடி..." பிரம்பு அங்கிருந்தே நீண்டது.

"கேள்வித்தாளுக்குக் காஸ்..." காத்துப்போன பலூனாய் வார்த்தை வந்தது சகுந்தலாவுக்கு. அதற்குள் ஒருபிள்ளை அவசரமாகக் குறுக்கே வந்து அடிவாங்கி உள்ளே போனது.

சகுந்தலாவின் வார்த்தைகள் டீச்சருக்கு சரியாகக் கேட்கவில்லை. வாசலிலிருந்து நகர்ந்து அருகில் வந்தார். "சொல்லு, என்னா கேள்வித்தாளு?"

"காசு."

"என்னாடி சொல்ற? சாப்ட்டியா?"

ஆமெனத் தலையாட்டிய சகுந்தலா, "காசு இல்ல" என்றது.

டீச்சருக்கு அப்போதும் விளங்கவில்லை. தாமதமாய் வந்து நிற்கும் பிள்ளைகளை அதட்டி எச்சரித்துவிட்டு அவரும் முதல் பீரியடுக்கு பாடம் நடத்தப் போகவேண்டும். "காசுக்கு நிக்கிறியா?" அப்போதும் சகுந்தலாவின் பிரச்சனையை விளங்கிக்கொள்ள முடியவில்லை. சுளீரென அவருக்குக் கோபம் வந்தது. நீட்டிய பிரம்பினால் சகுந்தலாவின் தொடையில் ஒரு போடு போட்டார்.

"வாயில என்னா கொழக்கட்டையா வச்சிருக்க?"

சகுந்தலாவுக்கு விழுந்த அடியில் பாண்டிக்கும் வார்த்தைகள் சிக்கிக்கொண்டது.

"கொஸ்ட்டீன் பேப்பரு காசுக்காக நிக்கிறாக டீச்சர்." மிட்டாய்க்கடை பெண் பேசினார்.

“ஹோ, அப்பா கொண்டு வாராரா?” என்ற டீச்சர், “இதாரு, அண்ணனா?” எனக் கேட்டார்.

“சித்தப்பா.”

“சித்தப்பாவா!” பாண்டியை ஏற இறங்க பார்த்த டீச்சர், “வேகமா உள்ளவா, அட்டன்டன்ஸ் முடிஞ்சிறப் போவுது” சொல்லிவிட்டு பள்ளிக்குள் நுழைந்தார்.

ரெண்டாவது மணி அடித்தபிறகுதான் வாசல்கதவு அடைக்கப்படும்.

“ஏம் பாப்பா, டீச்சரம்மா கூப்புடுறப்பவே உள்ள போய்ருக்கலாம்ல” கிழவியும் சொன்னது. பாண்டியோடு சகுந்தலாவும் கிழவியைத் திரும்பிப் பார்த்தது.

“சொன்னா, கேக்க மாட்டேங்கிது” பாண்டி பரிதாபமாய் விழித்தான்.

“கேள்வித்தாளுக்கு இன்னிக்கிக் கடசி நாளு.”

“என்னா கடசீ நாளு, இன்னிக்கோட ஒலகமே அழிஞ்சிடப் போவுதா? மறந்திட்டேன் டீச்சர், நாளப்பின்ன கொண்டுக்கு வாரேன்னு சொல்ல வேண்டியதான, கழுத்துல கத்தியவா வச்சிடப் போறாங்க” ரெம்பவும் பாந்தமாச் சொன்னது கிழவியின் மகள்.

யார் பேச்சுக்கும் அசரவில்லை சகுந்தலா, “போனா, அடிச்சு வீட்டுக்கு அனுப்பிச்சு விட்ருவாங்க.”

“வீட்டுக்கு அனுப்பிச்சா வந்துரு. சைக்கிள்ல போய் வாங்கிட்டு வந்திருவம்.” எப்படியாச்சும் அந்தப் பிள்ளையை உள்ளுக்குள் தள்ளிவிடவேணும் பாண்டிக்கு.

சகுந்தலாவின் தயக்கத்தையும் பயத்தையும் கண்ட கிழவியின் மகள், “சின்னப்புள்ள, பயக்குது, யேம்ப்பா, நீ உள்ள போய் டீச்சர் கிட்டக்க சொல்லி விட்டுட்டு வா” என்றார்.

அவ்வளவுதான் உடம்பில் குறுக்கும் நெடுக்குமாக ஓடிக்கொண்டிருக்கும் நரம்புகளத்தனையும் புடைத்து எழுந்த மாதரி நெற்றியில் சூடுகண்டது பாண்டிக்கு. இதுபோலதான், தம்பியை விட்டுவரப் போன சமயம். தம்பியோடு சேர்த்துத் தன்னையும் அடுத்த பீரியட் வரைக்கும் வகுப்புக்கு வெளியிலேயே நிற்கவைத்து விட்டார்கள்.

யோசித்துக் கொண்டிருக்கும்போதே, ரெண்டாம் மணி அடிக்க, வாட்ச்மேன் கதவைச் சாத்தினார்.

“இவெ ஒரு அவக்காச்சி எடுத்த பய” என, கிழவி வாட்ச்மேனைத் திட்டியது. “என்னமோ இவக ஆத்தா, இவன இந்தப் பள்ளிக்கூடத்துக்குனே பெத்துப் போட்ட மாதிரிதே சிவுக்குச் சிவுக்குன்னு கதவக் கதவப் பூட்டிக்குவான்.”

“யே, போப்பா! டக்குனு போய்க் கதவத் தட்டு, தொறந்துடுவான். டீச்சர்ட்ட சொல்லி விட்டுட்டு வா. கூப்புட்டுப் போ பாப்பா” கிழவியின் மகள் இருவரையும் உசுப்பிவிட்டது.

“ண்ணேய்... பாண்டி ணே!”

வாயெல்லாம் பல்லாய் வந்து நின்றான் செந்தில்.

துணைக்கு ஆள் சேர்ந்து விட்டதில் நிம்மதி.

“கதவப் பூட்டீட்டாகளா? தட்டட்டுமா” எனக் கேட்டான். விட்டால் கதவின் மேலேறிக் குதித்துத் திறந்தும் விடுவான் போலிருந்தது.

“காசு வச்சிருக்கியா?” கொஞ்சமும் யோசிக்காமல் கேட்டான் பாண்டி.

செந்திலுமே யோசிக்கவில்லை. ட்ரவுசர் பையிலிருந்த கால்ரூவாயை எடுத்து நீட்டினான். “போதுமாண்ணே?”

இவர்களைக் கவனித்துக்கொண்டிருந்த கிழவியின் மகள், பாண்டியைத் திட்டினார், “சின்னப்பய ஏவாரம்ன்றது சரியாப்

போச்சுல்ல. போடா, உள்ள போய் டீச்சர்ட்ட சொல்லி, விட்டுவா! ஒன்னிய ஒன்னும் தூக்கி முழுங்கீற மாட்டாங்க." அதே நேரம் சகுந்தலாவின் பக்கம் திரும்பி, "வீட்ல ங்நோத்தா ங்நொய்யாவெல்லா இல்லியாடி? புள்ளயக்காட்டியும் அவகளுக்கு முக்கியமான சோலி வந்திருச்சாக்கும்? கூட்டிட்டுப் போடா." குப்புறத் தள்ளிவிடாத குறையாய் பேசினார்.

நீச்சுத் தெரியாமல் தண்ணீரில் குதிப்பவனைப்போல தவித்த பாண்டி, சைக்கிள் சாவியை செந்திலிடம் கொடுத்து கைலாசத்திடம் சேர்ப்பிக்கச் சொன்னான். உள்ளே போனால் எந்நேரம் வெளியில் விடுவார்களோ, கைலாசம் அண்ணன் இதெல்லாம் தெரியாமல் கண்ணை மூடிக்கொண்டு 'பள்ளியொடத்துல பிள்ளய விட்டுட்டு வர இம்பிட்டு நேரமா' எனத் திட்டுவார். சைக்கிள் போனதென்றால் ஒரு சாட்சி அமையும்.

சகுந்தலாவோடு பள்ளிக்கூடத்துக்குள் பாண்டி நுழைந்தபிறகு செந்தில் சைக்கிளை எடுத்தான். சாவி போட்டுத் திறந்து ஸ்டாண்டின் தாள் நீக்கியதும் அவன் உயரத்திற்குச் சமமாயிருந்த சைக்கிள் சமநிலை குலைந்து அவன்மேல் சாய்ந்தது.

13

மகாராசன் தனது டிவிஎஸ் சாம்ப்பில் வந்து இறங்கினார். வண்டியின் ஓட்டத்தை நிறுத்திய பின்னும் பிரிவீல் சத்தம் 'கொர்ர்ர்' என ஒலித்து அடங்கியது. அதன் கழுத்தில் ஒரு பூட்டுப் போட்டு சாவியை இடுப்பில் சொருகிக்கொண்டார். வேட்டியை நுனிவிரலில் தூக்கிக்கொண்டு பட்டறையின் படியேறி வந்தார். கண்கள் போர்டை பார்க்கத் தவறவில்லை.

பட்டறை மெசினில் பூச்சிமருந்தடிக்கும் ஆஸ்பி ஸ்பிரேயரின் பிஸ்டனுக்கு பேரல் சிலீவ் கடைந்து கொண்டிருந்தார் கைலாசம். கைத்துணையாய் கண்ணன் நிற்க, பாண்டி மேசை மேலிருந்த வைஸில் எதையோ பிடித்து அரத்தால் ராவிக்கொண்டிருந்தான்.

காலை டீ நேரம் முடிந்திருந்தது. ரெஸ்டாரண்டில் ஒரு பார்சல் வாங்கி மூவரும் சாப்பிட்டு முடித்திருந்தனர். ஸ்ரீராம் திரையரங்கில் ஏதோவொரு சண்டைப் படம் ஓடிக் கொண்டிருந்தது. அடியும் அலறலும் ரசிகர்களின் கைதட்டலும் சீழ்க்கையொலியும் பொதுச்சுவரைத் தாண்டி பட்டறைக்குக் கேட்டது.

பிரதான சாலையை அடுத்த குறுக்குச்சந்தில் இந்த வீதி அமைந்திருப்பதால், போக்குவரத்து நெரிசல் ஏற்படுகிற போதெல்லாம் இது மாற்றுப் பாதையாய் மாறிப்போகிறது.

அதனால் சைக்கிள்கள், தள்ளுவண்டிகள், ஒற்றை மாட்டுவண்டிகள் இருசக்கர வாகனங்கள் மற்றும், பாதசாரிகளின் வரத்து அவ்வப்போது புதுவெள்ளமாய்த் ததும்பித் ததும்பி வருவதும் போவதுமாய் இருக்கும்.

மகாராசன் படியேறியதுமே கைலாசம், “வாங்ணே” என வரவேற்றார். கண்ணன் மெல்லிசாய் புன்னகைத்தான். பாண்டி, பதட்டமும், முதலாளிக்கான பயமுமாய் செய்கிற வேலையை இன்னமும் அழுத்தமாய்ப் பிடித்து ராவினான். மகாராசன் பட்டறைக்குள் வந்தாலே இயல்பாய் எல்லோருக்கும் ஒரு உதறல் எழும்.

மகாராசன் அனுபவத்தில் மோட்டார் மெக்கானிக் ஆனவர். ஊருக்குள் எந்த மோட்டாராவது ஓடவில்லை என்றால் சம்சாரிகள் ‘மகாராசுக்குத் தாக்கல் சொல்லியாச்சா’ என்றே கேட்பார்கள். ஆயிரம்பேர் மெக்கானிக்குகள் இருந்தாலும் மகாராசனுக்குச் சொல்லிவிட்டால் அதனைப்போய் பார்ப்பதோடு மட்டுமல்லாது எத்தனை ஆழமான கிணறு என்றாலும் நிமிசத்தில் இறங்கி மேலேதூக்கி வந்துவிடுவார். சின்ன வேலையானால் அந்த இடத்திலேயே முடித்து ஓட்டிவிடுவார். பெரிய வேலையானால் வண்டிகட்டி ஓர்க்சாப்புக்குக் கொண்டுவந்து போட்டு சரிபார்த்துக் கொடுத்து விடுவார். எந்த வேலையையும் காக்கவைப்பதோ காசை எதிர்பார்த்து வேலையினைத் தாமதப்படுத்துவதோ செய்யமாட்டார். காசு இல்லாத சம்சாரிகளுக்குச் செலவழித்துக் காட்டிவிட்டு வட்டிபோட்டு வாங்கிக்கொள்வார். வெள்ளாமையைக் காயவிடமாட்டார். சில நிலங்களுக்குப் பயிர்செய்யவும், கிணறு தோண்டவும் கூட கடன்தருவார். அதிலிருந்து மீண்டவர் உண்டு என்பதுபோல் நிலங்களை இழந்தவர்களும் உண்டு. அந்தவகையில்தான் இந்த ஓர்க்சாப்பும் அவர் கைக்கு வந்தது. கைலாசத்தின் மாமனாரும் மேலும் இரண்டு பேர்களும் சேர்ந்து ஆரம்பித்த ஓர்க்சாப், பங்குதாரர்களுக்குள் பிரச்சனை வந்தபோது, வாடிக்கையாளராய் வந்த மகாராசனிடம் பிரச்சனையைக் கொண்டுபோக, சிங்கமாய் அமர்ந்து பேசி

மாடுகளைப் பிரித்து ஒருவருசத்தில் பட்டறைக்கு தனித்த முதலாளி ஆகிப்போனார் மகாராசன்.

படியேறி வந்ததும் வேஷ்டியை மடித்துக் கட்டிக்கொண்டார். பட்டறை மெசினருகே வந்து நின்றார். ஒழுகறை வார்ப்பை கரகரவெனச் செதுக்கித் தள்ளிக் கொண்டிருந்தது கட்டிங் பிட். “சிலீவா கடையிற கைலாசம்?”

மகாராசனது கேள்விக்குப் பதில் சொல்ல விழைகிற சமயம், கைலாசம் மெசினின் கைப்பிடிக்குச் சற்று அழுத்தம் கொடுத்துவிட, பிட் அழுத்தியதில் வார்ப்புக்கட்டி ‘திடும்திடும்’ எனத் திணறி, லேத்தின் சுழல்வேகத்தில் தடையேற்பட்டு, மெசினின் மொத்த பாகமும் ஒரு வினாடி அதிர்ந்தது.

“பாத்துப் பாத்து, பிட்டு தெரிச்சிடப்போவுது” மகாராசன் எச்சரித்தபடி சற்றுப் பின்வாங்க, கைலாசம், கைப்பிடியை சற்றுத் தளர்த்தி, ஆட்டோகியரில் இணைத்து முடுக்கிவிட்டார், “இனி, அதுபாட்டுக்குக் கடையும் மத்த வேலைகள பாக்கலாம்” என்றார்.

“ஒக்கார்ங்ணே” என்ற கைலாசம், “கீழ, நீஸ்பேப்பர விரிச்சுவிடு கண்ணா” என்றபடி வாசலுக்குப் போய் மூக்கு சீந்தி வந்தார்.

சிதறிய துகள்கள் செய்தித்தாள்களில் சேகரமாகின. இவற்றை எடுத்துவைத்துத் தனியாக உருக்கிக்கொள்ளலாம். அல்லது சுடுகாட்டு வார்ப்புக் கடையிலிருந்து பாய்வந்து விலைக்கு எடுத்துப் போவார்.

டேபிளை ஒட்டிக்கிடந்த ஸ்டூலில் உட்கார்ந்த மகாராசன், “என்னத்தடா விழுந்து விழுந்து ராவுர” பாண்டியிடம் கேட்டார்.

“ஸ்பானர் பட்டைண்ணே...”

வைசிலிருந்து பிரித்தெடுத்துக் காண்பித்தான். ஒரு கம்பியின் தலை அறுங்கோணமாய் உருமாறி இருந்தது.

அதனை வாங்கி திருப்பித் திருப்பிப் பார்த்தவர், “இதுக்கு

இம்பிட்டுச் செரமப்படாட்டி, சாணையில பிடிச்சுர வேண்டிதான” என்றார்.

“அது ஒழுங்கு வராதுணே” என்ற கைலாசம், மகாராசனது கையிலிருந்த கம்பியை வாங்கி ஸ்பானர் பிடித்துப் பார்த்தார். இரண்டு பக்கம் பிடித்தது. மூன்றாம் பக்கம் வேலையிருந்தது. “சரி, தூக்கு எடுத்துட்டுப் போய் காப்பி வாங்கிவா” என பாண்டியை அனுப்பினார்.

“நா இப்பத்தே காப்பி சாப்பிட்டேன்.”

“நாங்களும் இப்பத்தேஞ் சாப்ட்டம். எதோ ஓனரு வந்தத சாக்குவச்சு இன்னொரு காப்பி சாப்டலாம்னுதே” சகஜமாய்ப் பேசுவது போலப் பேசினார் கைலாசம்.

சட்டையை மாட்டிக்கொண்டு பாண்டி கிளம்ப, வைஸ் பிடித்து மீதமிருந்த பட்டையை ராவ, தானே அரம் பிடித்தார் கைலாசம். அதேநேரம் மெசினில் ஆட்டோ கியர் தனது வேலையை ஒரு சுற்று முடித்திருந்தது. இனி மையப்பகுதியில் துளைபோட்டு குழாயாய் குடையவேண்டும்.

“கண்ணா, சென்டர் தம்மர செட் பண்ணு” சொல்லிவிட்டு மெசினை நிறுத்தி தலைப்பகுதியில் சாவி போட்டு வார்ப்பின் பிடிமானத்தை மேலும் இறுக்கினார். சென்டர் தம்மரின் போது கொஞ்சம் லூசாக இருந்தாலும் பொருள் கீழே நழுவிவிழும். மைய அழுத்தம் வலுக்கொடுக்கும்.

கண்ணன் பெரிய தமர் பிட்டை எடுத்துவந்து சாக்கெட் கோர்க்காமல் சென்டர் கட்டையில் சத்தென சொருகி பொருத்தினான். நன்றாக இறுகிக்கொண்டது. சென்டர் கட்டையை லூஸ்செய்து லேத்தின் தலையை நோக்கி நகர்த்தி போதுமான இடைவெளியில் நிறுத்தி டைட் வைத்தான். அவனது வேலையினை நோட்டம் விட்ட மகாராசன். “பழகிட்டானா” எனக் கேட்டார்.

கண்ணன் வெட்கத்துடன் தலைகுனிய, “பழகுறாப்ல” என

கைலாசம் சொல்லிக் கொண்டிருக்கையில் பாண்டி காப்பியோடு வந்தான். மெசினை ஓட்டிவிட்டு, சென்டர் கட்டையில் கோர்த்திருந்த தமர் பிட்டை வார்ப்பில் குறிப்பிட்ட புள்ளியில் மோதவிட கொஞ்சம் திணறினான் கண்ணன். புள்ளி தமருக்கு சிக்காமல் விலகிவிலகிப் போனது. அதனைக் கண்ட பாண்டி, காப்பித் தூக்கினை மேசைமேல் வைத்துவிட்டு, கண்ணனுக்கு உதவ வந்தான்.

"இர்ணே, இர்ணே..." பாண்டியனின் சத்தத்தில் கண்ணன் பதட்டமானான்.

சிலீவின் மேல்பகுதியை ஸ்கேலில் அளவு சரிபார்த்துக் கொண்டிருந்த கைலாசம், "லேய்! என்னா சவுண்டு? கௌாச கழுவி காப்பிய ஊத்துடா வெண்ண" என அதட்டினார்.

"இல்லண்ணே, தமருக்கு சாக்கெட் போடாம இறுக்கிட்டாரு. சென்ரு மாறி வருது."

"அவ்வோளதான, போ" என்ற கைலாசம், "கூசாத கண்ணா, டப்புன்னு முட்டு. புள்ளி தானாவந்து ஒக்காந்துருவா." சொன்னது போலவே பஞ்ச் செய்த புள்ளி தமரின் முனையில் வந்து இணைந்தது. அழுத்தம் கொடுத்ததும், சொதசொதவென தேங்காய்த் துருவலாய் வார்ப்பினைத் துருவி, துளையிட்டுச் சென்றது தமர். வெளியேறிய பிசிறுகள் கண்ணன் விரித்த செய்தித்தாளில் சேகரமாயின.

"காப்பியக் குடி" எனக் கண்ணனை அனுப்பிய கைலாசம் அடுத்தடுத்த வேலையினைக் கவனிக்கலானார். "கணக்கு நோட்ட எடு" எனக் கேட்ட மகாராசனுக்கு பீரோவிலிருந்து, பில் புத்தகமும் கணக்கு நோட்டையும் எடுத்துத் தந்தான்.

வருசநாட்டு பில்லில் குற்றம் கண்டார். "நூறுரூவா கொறச்சு வாங்கீருக்கீக."

"ரொம்ப மல்லுக் கட்றாகணே."

“ஆதாயம் வேணுங்கறவெ மல்லுக்கட்டத்தே செய்வான். மசிஞ்சிடுறதா. அழுதான்னா காசு வேணாம்னு தூக்கி விட்ருவீக போல.”

பாண்டி, குடித்த தம்ளர்களை எடுக்க வந்தான். அடுத்தொரு பில்லைக்கண்டு ஆகாசத்துக்குக் குதித்தார். “என்னோட வேலைய விட்டுட்டு இங்கனயே வந்து ஒக்காந்துக்கணும் போலருக்கு. இல்லாட்டி எங்காசு பூராம் போய்ரும் போல. கைலாசத்த நம்பினேன். இப்பிடியிருக்கீகளே.”

“இல்லணே! ஒன்னுரெண்டு பொருள வாங்கிப் போடச் சொல்றாங்க. பில்லுல அதயுஞ் சேக்குறப்ப பெருசாத் தெரியுதா. கொறகொறன்னு கால்ல விழுறாங்கெ.”

“வெளில வாங்குன பொருள எதுக்கு நம்ம பில்லுல சேக்குறீக. அப்பிடியில்லாட்டி அவங்களையே வாங்கியாரச் சொல்லீரணும். பாத்து நடந்துக்கங்க. ஒங்க சோதி ஓர்க்சாப்ல அஞ்சுகாசு கொறைக்கச் சொல்லுங்க பாப்பம்.”

“ண்ணே ஒங்க உருப்புடி ரெடியாயிருச்சுண்ணே.” பேச்சின் திசை மாற்றுவதற்காகச் சொன்னான் பாண்டி. கைலாசம் அண்ணனைப் பார்க்கப் பாவமாய் இருந்தது.

“இருக்கட்டும். பார்ட்டி வந்ததும் தூக்கிவிடுங்க. எம் பார்ட்டினாலும் சரி. அஞ்சிரூவா கொறச்சி வாங்கக் குடாது. அப்பறம் அதே வழக்கம் ஆயிடும்” என்றவர், “சைக்கிள எங்கடா?” எனக் கேட்டார்.

எதிர்பாராத அக்கேள்வியில் தடுமாறிய பாண்டி, வெளியில் நின்ற சைக்கிளைக் காண்பித்தான். “ந்தா நிக்கிதுண்ணே.”

அதைப் பார்க்காத மகாராசன், “நேத்து, சைக்கிள யார்ட்ட குடுத்துவிட்ட?” என்றார்.

ஞாபகம் வரவில்லை பாண்டிக்கு. “யார்ட்ட?”

“ந்திம்பிட்டுப் பய, கெண்டடங்கால் ஓசரம்கூட இல்ல. அவெ

ஓட்டிக்கிருந்தானே? ஆரு அது ஒந்தம்பியா?”

செந்திலைச் சொல்கிறார் எனப் புரிந்துபோனது. பள்ளிக்கூடத்தில் பிள்ளையை விடப்போன சமயம் நடந்ததைச் சொல்கிறார்.

“செந்தில்ணே!”

”என்னா செந்தில் கவுண்டமணின்னு. சைக்கிள்ல கா வாசி ஒயரங்கூட இல்ல! அவன்கிட்ட எதுக்குத் தார? என் கண்முன்னாடியே எத்தனதரம் அதக் கீழ விட்டான் தெரியுமா. உனக்கு ஓட்ட சைக்கிள் குடுத்தா, வாடகைக்கு விடறியா?” ஆவேசம் குறையாமல் முழங்கினார் மகாராசன்.

“இல்லண்ணே, நேத்து, பள்ளிக்கூடத்துல...” என நடந்த சம்பவத்தை ஒப்பிக்க வந்தவனை வழிமறித்த கைலாசம் அவனைப் பேசவிடாமல் வாயில் ஒரு சாத்து சாத்தினார். “ணே” என அதிர்ந்தவனின் கையைப் பிடித்து முறுக்கி முதுகில் குத்தினார். சத்தம் வரக் குத்தினார்.

“யேண்டா, களவாணி ராஸ்கோல். ஏண்டா என்ட்ட சொல்லல. பொழுதீன்னிக்கும் சைக்கிள ரிப்பேர் பாக்கறது யாரு. ம்? கண்ட பயகளுக்கு ஓட்டவா சைக்கிள் தாராக! இன்னிமே ஒனக்கு சைக்கிள் கிடையாது. நடந்தே போய் நடந்தே வா. நாய்க்கு அப்பத்தே புத்திவரும்” திட்டிக்கொண்டே மேலும் கண்மண் தெரியாமல் அடியும் உதையும் கொடுத்தார். கண்ணன் அரண்டுபோனான்.

சில அடிகளுக்குப் பின், “விட்டுத்தொலைங்க” என்றார் மகாராசன். வாழைமட்டையாய்த் துவண்டுபோய் சுவரில் சாய்ந்தபடி தேம்பினான் பாண்டி. கண்களில் நீர் அருவியாய் வழிந்துகொண்டிருந்தது.

14

“ஏய்ய்ய் க்” ஆங்காரமாய் கத்திக்கொண்டே செந்தில் தனது பம்பரக்கட்டையின் ஆணியை நுனிநாக்கில் எச்சில் தொட்டு வீசினான். அது வட்டத்திற்குள் சிறைபட்டுக் கிடக்கும் ஐந்தாறு பம்பரங்களை அடித்துப் புரட்டி வட்டத்தினை விட்டு வெளியில் வந்து ஆலவட்டம் போட்டுச் சுழன்றது.

சோக்காளிகள் ’ஹோ’ வென சப்தமெழுப்பி கோரசாகக் கைதட்டினர். முகத்தில் கர்வம் பொங்க சாட்டையினைத் தளரவிட்டுச் சுழன்ற பம்பரத்தை அலேக் பண்ணி, வங்கீஸ் எடுத்து தன் ஆட்டம் முடித்தான். வட்டத்தினைவிட்டு வெளியில் வந்த தத்தமது பம்பரங்களை எடுத்த சோக்காளிகள் வேகவேகமாய் சாட்டையை அணிவித்து அவர்களும் வங்கீஸ் எடுக்க முயன்றனர்.

சாட்டையை ரெட்டையாய்ப் போட்டு பொம்பளை ஆட்டம் ஆடி முதல் வங்கீஸ் எடுத்தவன் பிரபாகரன். முழுக்கச் சுற்றாமல் பாதிச்சுற்றிலேயே ஆடவிட்டு “செக்கண்டு” என கையுயர்த்திக் கூச்சலிட்டான் அன்சார். தாமஸும் பக்கிரியும் வேகவேகமாய் சாட்டை அணிவித்ததில் பம்பரத்தில் இறுகப் பிடிக்காமல் நழுவிநழுவி கழன்றது சாட்டை. பம்பரத்தை மண்ணில் போட்டுப் புரட்டி சுற்றுவதற்குள் தாமஸ், பம்பரத்தைக் காற்றில் சுழலவிட்டு உள்ளங்கையில் வங்கீஸ் எடுத்தான்.

“இதெல்லா ஆட்டைக்கி சேக்கமுடியாது. தரையில ஆடவிட்டு வங்கீஸ் எடுக்கச் சொல்லு” வட்டத்துக்குள் சிக்கிக்கிடந்த புவனும், கமலக்கண்ணனும் அலறினர். இந்த இடைப்பட்ட நேரத்தில் பக்கிரி “வங்கீஸேய்” எனக் கூச்சலிட்டபடி தன் கணக்கு முடித்தான். செந்தில் தலையிட்டு தாமசை இன்னொருதரம் வங்கீஸ் எடுக்கச் சொன்னான். தாமஸ் ஏசு அவர்களை கவனித்துக் கொண்டிருப்பதாக பொருமிக்கொண்டே அவசர அவசரமாய் வங்கீஸ் எடுக்க முயன்றபோது கால் சறுக்கியதில் நூலிழையில் தவறி வலதுகை மாற்றி இடதுகையில் பிடித்தான்.

சபை ஒத்துக்கொள்ளவில்லை.

“அவன கோட்டுக்குள்ள (வட்டம்) பம்பரத்த வச்சு படச் சொல்லு.”

“வங்கீஸ் ரெண்டு கைலயும் பிடிக்கலாம்ல.”

“யே, தட்டிப் போச்சு. கை மாத்தியெல்லாம் பிடிக்க முடியாது.”

“அன்னிக்கி நீ பிடிச்சே...”

என்னைக்கி எனத் தெரியவில்லை. ஆனாலும் ஒத்துக்கொள்ள முடியாது. “அதெல்லா யார்ட்ட வேணாலும் கேட்டுக்க. சேக்க முடியாது. கோட்டுக்குள்ள வையி” கமலக்கண்ணனும், புவனும் ஒரே காலாய் நின்றனர்.

இறைச்சிக் கடை முடித்து ஆட்டுத்தோலை சைக்கிளில் கட்டிக்கொண்டு, ஹேண்ட்பாரில் தொங்க விடப்பட்ட இரும்பு வாளிக்குள் ஆடு அறுக்கும் கத்தி சாமான்களை ஈ மொய்க்க உருட்டிச் சென்றவர்கள், பத்மநாபன் நினைவு துவக்கப்பள்ளியில் மிட்டாய் விற்க தலைச்சுமையோடு நடந்துகொண்டிருந்த ராசம்மாள் கிழவி, தோட்டக்காட்டு வேலைகளுக்கு சென்று மதிய விடுப்புக்காகத் திரும்பிக்கொண்டிருந்த கலப்பை மாடுகள் என கொண்டிச்சாவடி வீதியின் அன்றாட இயக்கத்தில், மண்டபத்துப் பக்கமாய் கோடுகிழித்து ஆடிக்கொண்டிருந்த இவர்கள், ஆளுக்காள் குதித்துக்கொண்டிருந்தனர். செந்தில்

சத்தம் கொடுத்துப் பார்த்தான். யாரும் கேட்கும் நிலையில் இல்லை அணியைவிட்டு சற்று விலகி நின்று பம்பரத்தை எடுத்துச் சுற்றிப் பார்த்தான். பொம்பளை கட்டை உருட்டினான். காற்றில் வீசி வங்கீஸ் எடுத்தான். குத்துக்கட்டை போட்டுத் தரையைக் கீறினான். நொட்டாங்கையில் சாட்டை சுற்றி பம்பரத்தை இழுத்தான். அத்தனைக்கும் அவனது சொல்கேட்டு பம்பரம் ஆடியது.

“யே ஒளுவாடிகளா! என்னாத்தடா கச்சு கச்சுன்னு சத்தம் போட்டு எழவு கூட்டிக்கிருக்கீக?” நாயக்கமார் கல்யாண மண்டபத்தின் திண்ணையில் மேல்சட்டையில்லாமல் படுத்து உருண்டுகொண்டிருந்த இரண்டு பெருசுகள் உறக்கம் பறிபோன கவலையில் கத்தினார்கள்.

“ஓங்களுக்கெல்லா இப்பதே பொழுது விடியுதாடா ? போங்கடா வீட்டுப் பக்கம் போயி கஞ்சி தண்ணியக் குடுச்சிட்டு வந்து வெளையாடுங்க. மொரட்டு வெயிலு மூஞ்சியப் பேத்துட்டுக் கெடக்கு. ஓங்களுக்கு மட்டும் நெலாக் காயுதாக்கும்.”

அவர்களுக்குக் கெட்ட நேரம்போல மேற்கிலிருந்து விவசாயப் பொருட்களை ஏற்றியபடி சிவப்புநிற ட்ராக்டர் ஒன்று கரகரவெனும் சப்தத்தோடு வந்தது. வட்டத்துள் கிடந்த தங்களது பம்பரங்களை அவசர அவசரமாய் எடுத்துக் கொண்டார்கள். ட்ராக்டர் சக்கரம் ஏறினால் பம்பரங்கள் சக்கை சக்கையாகிவிடும்.

செந்திலுக்கு ஒண்ணுக்கு முட்டியது. மண்டபத்துத் திண்ணையையொட்டி ஓடிய சாக்கடையில் நின்றமானைக்கி அடித்தான். சத்தம் போட்ட தாத்தா ”எம்பிட்டு கிசும்புடா, ம்? ரெண்டு பெரிய மனுசெங்கெ படுத்திருக்காங்களேன்ன மருவாதை வேணாமாடா! நிண்டமானக்கி அப்டியே மூஞ்சில அடிச்சு விடவேண்டிதான!” குற்றாலத்துண்டை கையில் பிடித்து காற்று போதாமல் விசிறிக்கொண்டு கடுப்பாகப் பேசினார். செந்தில் எந்தச் சலனமுமில்லாமல் தன் காரியம் முடித்து திண்ணைமேல் வைத்திருந்த பம்பரத்தையும் சாட்டையையும் சாவகாசமாக எடுத்துக்கொண்டான்.

“தாத்தா. ஆடுபுலி ஆடலாமா?” திண்ணையில் பச்சிலையால் கிழித்திருந்த ஆடுபுலி தாயக்கட்டத்தினைப் பார்த்துக் கேட்டான் செந்தில். முறைத்துப் பார்த்த பெருசு, “பொடனில போட்டேன்னா... ஆளு எம்பிட்டு, ஆருக்கு ஆரு உத்தி. பயமில்லாம வெளாடக் கூப்பிடுறவெ?”

“செந்திண்ணே, செதுக்குமுத்து வெள்ளாடலாமா?” தாமஸ் வந்து செந்திலை இழுத்தான். டவுசர் சேப்பிலிருந்த புளியமுத்தினை (புளிய விதை) அள்ளிக் காண்பித்தான்.

ட்ராக்டர் வந்துபோனதில் பம்பர விளையாட்டு குலைந்தது. ஆளுக்கொரு யோசனையில் நின்றனர். “என்ட்ட தீப்பெட்டி படம் இருக்கு. ஒத்தையா ரெட்டையா போடலாமா?” கமலக்கண்ணன் கலர்கலராய் கைநிறைய அள்ளிக்காட்டினான். வழவழப்பாய் மின்னிய படங்கள் அனைவரையும் ஈர்த்தன.

“எங்கிட்டயும் இருக்கே” பக்கிரி, தன்னுடைய நீளமான டவுசருக்குள் கைவிட்டு எடுத்துக் காண்பித்தான். முனைகள் மடங்கியும், சில கசங்கியும் இருந்தன.

“பழய படமெல்லா சேக்க முடியாது. என்னா செந்திண்ணே?” கமலக்கண்ணன் செந்திலின் நாடி தொட்டுக் கேட்டான்.

“கிழிஞ்சிருக்கான்னு பாருப்பூ. நல்லாத்தான இருக்கு” கசங்கலையும் முனைகளின் மடிப்புகளையும் விரல்களால் நீவி நெளுவெடுத்தான் பக்கிரி.

“நான்லா, வாங்கமாட்டேன்ப்பா. எனெக்கெல்லாம் புதுப்படம்னாத்தே ஆட்டைக்கி வரணும்.” ரொம்பவும் கிராக்கி செய்தான் கமலக்கண்ணன்.

“புளிய முத்துக்குக் கொஞ்சம் படம் தரியா?” தாமஸ், கமலக்கண்ணனது முகத்துக்கு நேராய் புளியமுத்தை அள்ளி நீட்டினான்.

“இசுக்கு! அட்ஜேய், இது நா எங்க வாங்னேந் தெரியிமா? வரத நாக்யர் கடைல வாங்குனே. இது பூராம் கால்ரூவா தெரிமா”

கையை மட்டுமல்லாது கண்களையும் விரித்துப் பேசினான் கமலக்கண்ணன்.

"சரி பத்துக் காசுக்குப் படம் குடுடா. வெளாடலாம்" செந்தில் காசை நீட்டினான்.

"வெலைக்கா!" என்றவன், "வேற படந் தரட்டா..." டவுசர் சேப்பில் கைவிட்டு நூல் சுற்றிக் கட்டிய இரண்டு கட்டுகளை எடுத்தான்.

"எம்புட்டுப் படம்டா?" ஆவலாய் அத்தனை பேரும் ஒன்றுகூடி வியந்தனர்.

"எம்ப்புட்டுக் காசுடா?"

"இது பூராம் வெளாட்ல நா ஜெயிச்சது டூ..."

ஆளுக்குக் கொஞ்சம் படம் வாங்கிக் கொண்டு விளையாடுவதற்காக மண்டபத்தின் மேல் ஏறி உட்கார்ந்தனர். "அடாதுடியா சத்தம் போடாம அமதியா வெளாடணும்டா" திண்ணையில் உட்கார்ந்திருந்த பெருசு, புத்தி சொல்லிவிட்டு கஞ்சி குடிக்க வீட்டுக்குக் கிளம்பினார்.

முதலில் கமலக்கண்ணன் கொஞ்சூண்டு படத்தை எடுத்து, பின்னால் திரும்பி கைகளுக்குள் மறைத்து கண்ணுக்கடியில் வைத்து எண்ணி, சபையில் வைத்தான். "ஒத்தையா ரெட்டையா?"

நீட்டி நிமிர்வதற்குள், "ஒத்த" என்றான் பக்கிரி.

சுளீரென கோபித்தான் கமலக்கண்ணன். "யே வெங்கணத்தி, நீ ஆட்டைக்கி இருக்கியாடா" பக்கிரி கம்மென அமைதி காத்தான். "படத்தக் காட்றா வெண்ண" அவனது சத்தத்தில் அனைவரும் அரண்டு போயினர்.

செந்தில். "ரெட்ட" என்றான். தாமசும் அதையே சொன்னான். கையிலிருந்த படத்தை எண்ணிக் காண்பித்தான். ஒன்பது படம் இருந்தது.

“அய்யோ அய்யோ” என பக்கிரி நெஞ்சில் அடித்துக் கொண்டான்.

செந்திலும், தாமசும் ஆளுக்கு ஒன்பது படங்களை எண்ணிக்கொடுத்தனர். ஜெயித்ததைத் தனியே வைத்துக் கொண்டான். “நா வச்சிருக்கண்டா” என அதனைப் பொறுப்பாக வாங்கி அடுக்கினான் பக்கிரி. அடுத்தடுத்த ஆட்டைகளில் ஜெயித்த கமலக்கண்ணன் தொடர்ந்து நாலைந்து முறை தோற்றான். பக்கிரியிடமிருந்து படத்தை வாங்கி, தனது தொடைக்கடியில் போட்டுக் கொண்டு ஆடினான்.

ஆட்டம் உச்சத்தில் இருந்தபொழுது, மாரிமுத்துவும், சோலைமலையும் மூச்சிரைக்க ஓடிவந்தனர்.

“மந்தக்கெணத்துல ஒன்னோட நாய்க்குட்டி செத்துக்கெடக்குடி” தாமசின் சட்டையை உலுக்கிச் சொன்னார்கள்.

“நெசமாவா?” தாமசின் வீட்டுக்குப் பின் சந்தில் ஒரு நாய் குட்டிகளை ஈன்றிருந்தது. அதிலிருந்து ஒரு குட்டியைத் தெரியாமல் எடுத்து வந்திருந்தான். அழகான நாய் புசுபுசுவென பூப்பந்து போலிருந்தது. வீட்டில் கட்டிப்போட்டு அதற்கு பாலெல்லாம் வாங்கி நக்கவிட்டிருந்தான். சோறு தின்னமாட்டெனென்றது. வளரவேணுமென அம்மா சொன்னது. அப்பா வந்து சத்தம் போட்டார். பொட்டை நாயை வளர்க்கக் கூடாதென்றார். அப்பாவுக்குத் தெரியாமல் ஒளித்து வைத்தான். இரண்டு நாளைக்கு முன்பு அது காணாமல் போயிற்று.

“எம் படிப்புத்தான ரெண்டுவேரும் பாத்தம்” இருவருமே சத்தியம் செய்தனர்.

பக்கிரி உடனே துள்ளி எழுந்தான். “வாங்கடா பாப்பம்”

தாமஸும் எழ, ஆட்டை கலைந்தது. செந்திலுக்கு சோம்பலாக இருந்தது. கைகளை முறுக்கி கொட்டாவி விட்டான். மந்தைக்கிணறுக்கு இவனை யாரும் கூப்பிடவில்லை. மண்டபத்தின் திண்ணையிலிருந்தபடி ‘ஜம்ப்’ செய்து நடந்தான்.

15

ஓர்க்சாப்பிலிருந்து கிளம்பிவந்த பாண்டி, ரோட்டுக்கு வந்தவன், அப்படியே மேற்குப் பக்கம் திரும்பி ஆத்துப் பாலம்வரை நடந்தான். பாலத்தைத் தாண்டாமல் பாலத்தினடியில் நின்று ஒண்ணுக்கடித்தான். அப்படியே பாலத்தின் பிரும்மாண்டமான தூணில் சாய்ந்துகொண்டான். பாலத்தின் மேல் ஓடும் வாகனங்களின் அதிர்வுகள், தூண் வழியே இறங்கி பாண்டியின் உடம்பிலும் பதிவாகியது. பாலத்திற்குக் கீழே கொட்டக்குடி ஆறு ஓடிக்கொண்டிருந்தது. ஆறுமுழுக்க கரும்பாறைகள் ஒட்டகத்தின் முதுகாய் ஆங்காங்கே எழும்பி நின்றிருந்தன. மணல்பாடு குறைச்சலாய்த் தெரிந்தது. ஆற்றின் நடுவே தீவாய்க் கிடந்த ஒரு அகலமான பாறைத்திட்டில் இரண்டு பெண்கள் நெஞ்சுவரை முண்டுகட்டிய பாவாடையுடன் துணி துவைத்துக் கொண்டிருந்தனர். ஏனைய பாறைகளின் முதுகில் ஏறி நின்ற சிறுவர்கள், கண்ணிமைக்கும் பொழுதில் டைவ் அடித்துக் குதித்து நீருக்குள் காணாமல் போயினர். இருகரையும் தொட்டு நீர் பண்ணலாய் ஓடிக்கொண்டிருந்தது. அக்கரையில் ஜவகர் நகரிலிருந்த சுண்ணாம்புக் காளவாசலிலிருந்து கிளம்பிய புகை, வானில் ஏறியபடியிருந்தது.

பாண்டி நின்றிருந்த இடத்தில் ஆறு நல்ல ஆழம் இருந்தது. கரைமுழுவதும் குப்பைகள் கொட்டிக்கிடந்தது. அதற்கும்மேல்

கன்னங்கரேலென நரகல் குவியலும், மூத்திரவடுக்களும் மட்டுமல்லாமல், காப்பிக்கடைகளின் எச்சிலைகளும், விறகுக்கரித் துண்டுகளுமாய் ஈரம் படிந்து, மிதிக்குமிடமெல்லாம் பொருபொருவென தரை மிதிக்கவே கால்கூசியது. அதைவிட நாற்றம் மூக்கைப் பிடுங்கித் தின்றது. பன்றிகளும் நாய்களும் வாலைச் சுழற்றிக்கொண்டு மெப்பனையாய்த் திரிந்தன.

ஒரு செவலை நாய் அருகிலிருந்த இடுகாட்டிலிருந்து எலும்பொன்றை வாயில் கவ்விக் கொண்டு தடுப்புச் சுவரைத் தாண்டி வந்து நின்றது. அந்நாயைத் துரத்தியபடி மேலும் இரண்டு நாய்கள் தாவிக்குதித்து வந்தன. எலும்பைக் கொண்டு வந்த நாய், கரைமேல் எலும்பை வைத்துவிட்டு ஆசுவாசம் கொள்வதுபோல் வாயை அகலித்து கொட்டாவி விட்டது. நாக்கினைச் சுழற்றி, மேலுதட்டை நக்கிவிட்டு, கொண்டுவந்த எலும்பை முகர்ந்து பார்த்தது. துரத்திவந்த நாய்கள், மெதுவாக நடந்து வந்தன. அவற்றின் வரவினை அவதானித்த இந்த நாய், நாக்கைத் தொங்கவிட்டபடி உடலை முன்னும் பின்னுமாய் ஆட்டி, இரண்டு மூன்றுமுறை வாந்தியெடுப்பதுபோல் இரைத்தது. பிறகு ஒரு காலைத் தூக்கி கொண்டுவந்த எலும்பில் ஒண்ணுக்கடித்துவிட்டு, சடாரென கரைச்சரிவில் இறங்கி செடிகளுக்குள் மறைந்தது. துரத்திவந்த இரண்டும் ஒன்றுபோல வந்து எலும்பை முகர்ந்து பார்த்தன. ஒரு நாய் வந்தவழியே திரும்பி நடக்க, மற்றொன்று எலும்பைக் கொண்டுவந்த நாயைப் போலவே அதில் தானும் ஒண்ணுக்கடித்துவிட்டு கரைச்சரிவில் இறங்கி ஓடி[illegible]து.

எலும்பு, வெள்ளை நிறத்தில் கிட்டி விளையாடும் கைக்கம்புபோல தடிமனாய் இருந்தது. சுடுகாட்டிலிருந்து எடுத்து வந்திருக்கிறது போலும். யாருடைய கையோ காலோ. நினைக்கையிலேயே பாண்டிக்கு உடம்பு சில்லிட்டது.

துணுக்குற்ற உள்ளத்துடன் பட்டறைக்குப் போக மனசில்லாமல் கரையை ஒட்டிய வண்டித்தடத்தில் நடந்தான்.

ஓர்க்சாப்பிற்குப் பின்புறம்தான் ஆறு ஓடிக்கொண்டிருக்கிறது.

மெல்ல நடந்து நாலைந்து குறுக்கு நெடுக்குச் சந்துகள் கடந்தால் ஆறுதான்.

போடிமெட்டு மலையிலிருந்து உருவாகிவரும் கொட்டக்குடி ஆறு, போடி, கோடாங்கிபட்டி, பூதிப்புரம் வழியாக சுழித்து வந்து, தேனியின் பிரதான சாலையினை ஊடறுத்து பட்டறையின் பின்வழியாக சர்வண்டில் இறங்கி, அரண்மனைப் புதூர் வந்து குன்னூரில் கடமலையிலிருந்து வரும் மீருசமுத்திரம் ஆற்றோடும், சுருளியிலிருந்து கம்பம். பாளையம் வழியாக பாய்ந்துவரும் முல்லைப் பெரியாற்றோடும் சங்கமித்து வைகை அணையை அடைகிறது.

கரையொட்டிய பகுதியில் சில குடியிருப்புகள் அமைந்திருந்தன. ஆத்துப்பட்டி என்பார்கள். அது தேனிவட்டாரத்தில் பிராத்தல் தொழிலுக்குப் பிரசித்தி பெற்ற இடம். பாண்டி ஓர்க்சாப்பில் இரவில் உறங்கிக்கொண்டிருக்கும் வேளையில், திடுபுடுவென ஆட்கள் ஓடுகிற சத்தமும், விரட்டிப் பிடிக்கிற போது, கதறலும் அழுகையுமான சத்தமெல்லாம் அடிக்கடி கேட்கும். போலீஸ் ரெய்டு நடக்கிற நாட்களில் பிகில் ஓசையும் கேட்கும். வெளியில் படுத்துக் கிடந்தால் எழுந்து உள்ளேபோய் ஓர்க்சாப் கதவை இறுகப் பூட்டிக் கொள்வான்.

இந்தப் பாதையில் பிட்டர் ராசேந்திரன் அண்ணனோடு ஒருநாள் சைக்கிளில் வந்த ஞாபகம். வளைந்து நெளிந்து போகும் பாதையில் நாணல் புதர்கள் தாண்டி, வயல்களுக்கு ஊடாக ஆற்றிலிருந்து பிரியும் சிறிய வாய்க்கால் பள்ளத்தில் அருவிபோல் வந்து விழும் அதனை சர்வண்டு என்பார்கள். அதில் இறங்கி குளிக்க, குற்றால அருவி சுகம் கிட்டும் தண்ணீர் ஐஸ் கட்டியாய் சில்லிட்டு விழும். பக்கத்திலேயே சடையாள் அய்யனார் கோயில். வீச்சரிவாளோடும், பிதுங்கிய கண்களோடும் குதிரையில் நின்றிருப்பார். அடிக்கடி கறிச்சோறு பந்தி நடக்கும்.

16

நல்ல வெயில் கொளுத்தும் மதியப் பொழுதாயிருந்தது. கன்னமெல்லாம் இன்னமும் எரிந்தது. விர்ரென இழுத்துப் பிடித்ததுபோல ஒரு வலி. கைலாசம் அண்ணனின் கை ரெம்பவே சொரசொரப்பாய் இருக்கும். அடித்தால் ரம்பம் இழுத்த மாதிரிதான். முதுகிலும் சொல்லமுடியாத வலி. அம்மா சொல்வதுபோல மூச்சுப்பிடிப்பு மாதிரி குனியவோ நிமிரவோ இயலாத ஒருநிலை. தன்னையறியாமல் அவனது கண்களிலிருந்து கண்ணீர் மளமளவென வழிந்தது. சட்டை நுனியினை இழுத்துத் துடைத்துக் கொண்டான்.

அம்பிட்டு அடி அடிச்சுப்பிட்டு மகாராசண்ணன் கிளம்பவும், ஏதுமே நடக்காததுபோல, “போய் சாப்பிட்டு சோறு வாங்கிட்டுவா” என பத்திவிட்டார் கைலாசம். அதுவரையிலும் மூலையிலேயே ஒடுங்கிக் கிடந்தவன் ஆமையைப் போல மெல்ல தலைநீட்டினான். யாரையும் ஏறிட்டுப் பார்க்கவில்லை. உட்கார்ந்தவாக்கில் பட்டறையை விட்டுக் கீழிறங்கினான். சைக்கிள் பக்கம்கூட வரவில்லை.

“போனே வந்தேன்னு வரணும்.” கைலாசத்தின் சத்தத்தைக் கேட்டபடியே வீதியில் இறங்கி நடக்கலானான். பிரதான சாலையில் கால்வைத்ததும்தான் வீட்டுக்குப் போகவேண்டாம் என முடிவெடுத்தான்.

குப்பைமேடுகளைக் கடந்ததும் சின்னச் சின்னதாய் வீடுகள் கரையெங்கும் நிறையவே முளைத்திருந்தன. மண்சுவர் எழுப்பி கிடுகு , தகரம், சாக்குப்படுதா என விதம் விதமான மேற்கூரைகளுடன் வீடுகள் தனித்தனியே இருந்தன. வீடுகளுக்குப் பின்புறம் தென்னை அல்லது இலவமரங்கள் கரையெங்கும் பசேலெனக் கொழித்து நின்றன. அவற்றைத் தொட்டும் விலகியும் ஆறு ஓடிக்கொண்டிருந்தது. ஏதோ ஓர் இடைவெளியில் ஆற்றுநீர் கொப்பளித்து இந்தப் பக்கம் வாய்க்காலாய் வந்துகொண்டிருந்தது. வாய்க்காலின் கரையோரமாய் நாணல்கள் ஆளுயரத்திற்கு வளர்ந்து புதராய் மண்டிக் கிடந்தன.

ஒவ்வொரு வீட்டின் வாசலிலும் பெண்களின் இருப்பு தெரிந்தது. சீவி சிங்காரித்தபடி, கூந்தலை முன்புறம் போட்டுக்கொண்டு பின்னலிட்டபடியும், கால்களை அகலித்து வாசலில் உட்கார்ந்தபடியுமாய் வீதியைப் பார்த்தபடி உலவினர். இந்த நேரத்தில் பாண்டியின் வருகை அவர்களுக்கு உறுத்தலாய் இருந்தது. ‘ரெண்டுங்கெட்டான் வயசுப் பையன். ஒருவேளை போலீஸ் ஆள்காட்டியோ? முதலிரண்டு வீடுகளில் யாரும் முயலவில்லை. அடுத்தடுத்த வீடுகளில் இருந்த பெண்கள் இவனைக் கண்டு ஊஊஊ என ஊளையிட்டனர்.

பாண்டிக்குத் தனக்குத்தான் அந்த வரவேற்பு என அறிய முடியவில்லை.

“ஊய்” நேருக்கு நேரே குரல் கொடுத்தாள் ஒருத்தி.

“விட்றி, சின்னப்புள்ள” இன்னொருத்தி அனுதாபப்பட்டவளாய்ப் பேசினாள்.

“ம். சின்னப்புள்ளைக்கு ஆத்துப்பாலத்துல என்னா சோலி?” எதையோ கிசுகிசுத்துச் சிரித்தாள்.

“ஒருவேள, அவக அப்பனத் தேடிக்கீடி வாரானோ?”

“இல்லடி தனக்கேத்த சோடி அமையுமான்னு பாக்கறாண்டி” என்றவள், “ஊய் மாப்ள, பொண்ணு இருக்கு வாரியா?”

கைதட்டிக் கூப்பிட, பாண்டி பயந்து போனான்.

ஏற்கனவே பிட்டர் ராசேந்திரன், பாலு போன்றவர்கள் இந்தப் பக்கம் வந்து போனது சம்பந்தமாய் கதைகதையாய்ச் சொல்லியிருக்கிறார்கள். தனியாக இந்த வீதியில் ஒரு ஆம்பிளை நடக்க முடியாதாம். கும்பல்கூடி வேட்டியைப் பிடித்து இழுத்துக்கொண்டு வீட்டுக்குப்போய் கதவடைத்துக் கொள்வார்களாம். எத்தனை பணமிருந்தாலும் பறித்துக்கொண்டு அம்மணமாகத்தான் அனுப்புவார்களாம்.

மனம் பதைபதைக்க காலை எட்டிப்போட்டு நடந்தான். இந்தப் பக்கம் வந்திருக்கக்கூடாதோ? பாண்டியின் அந்த வேக நடை அப்பெண்களை மேலும் அவனை சீண்டிப்பார்க்க வழியமைத்தது.

“பிடிடி மாப்ளய...” என்றும், “யேய் பெரியாளு நில்லு மச்சான்” எனவும் கூவிச் சிரித்தனர்.

ஓட்டமும் நடையுமாய் வீடுகளைக் கடந்தான். தெருப்பாதை ஒற்றையடிப் பாதையாய் சுருங்கிப் போனது. பாதையெங்கும் நாணல்செடிகள் வாய்க்காலின் கரையில் கொத்துக் கொத்தாய் வளர்ந்து நின்றிருந்தன. வாய்க்காலை அடுத்து வயல்காடுகளில் நெற்பயிர் பச்சை விரிப்பானாய் படர்ந்து கிடந்தது.

நாணல் கொத்துகளின் உச்சியில் முடிச்சிட்டு, கீழ்ப்பகுதியை அகலித்து தரையில் சாக்குவிரித்து அதுவொரு குடியிருப்பு போல் அமைத்திருந்தனர். உள்ளே தாராளமாய் கால்நீட்டிப் படுக்க முடியுமாவெனத் தெரியவில்லை. நாணல் ஓங்கி வளர்ந்த இடமெல்லாம் குடிசைகள் நின்றன. ஒன்றிரண்டு குடில்களில் ஆணும்பெண்ணும் கலந்து கிடப்பது கண்டு துணுக்குற்று மனப் பதட்டத்துடன் வேகவேகமாய் நடந்தான். அளவாய் நீரோடிய வாய்க்காலில் அரைகுறை ஆடையுடன் இரண்டு பெண்கள் நீருக்குள் உட்கார்ந்து குளித்துக்கொண்டிருந்தனர். பாண்டியைக் கண்டதும் நீரினுள் கவிழ்ந்து படுத்து, தலையை மட்டும் உயர்த்திக்கொண்டனர். ஆனாலும் உடம்பின் சிலபாகங்களில்

துணி விலகியிருக்கக் கண்டான். பாண்டியின் இதயத்துடிப்பில் புல்தரை அதிர்ந்தது.

கரைச்சரிவின் இறங்குபாதையில் வெயில் தெரிந்தது. வாய்க்கால் சரிந்து, ஆள்மட்ட பள்ளத்தில் அருவிபோல நீர் கொட்டுமிடமே சர்வண்ட். சரிவில் இறங்க கால்கூசிய சமயம் கண்கள் நீருக்குள் அமிழ்ந்து கிடந்த உடல்களை ஏறிட்டன. பாண்டியின் பார்வையினைச் சந்தித்த பெண்ணொருத்தி தனது இரு கைகளையும் உயர்த்தி அவனை அழைத்தாள்.

அவ்வளவுதான், எப்படி இறங்கினான் எனத் தெரியவில்லை. குத்துச்செடிகள் தாங்கிக் கொள்ள காயப்படாமல் சர்வண்ட் அணைக்கு வந்து நின்றான். இறங்கி நீர் விழும் இடத்திற்கு வந்தான். ஒன்றிரண்டு துவைகற்கள் கிடந்தன. தண்ணீர் மேலிருந்து சொர்ரென ஆலவிழுதாய் இறங்கிக் கொண்டிருந்தது. இவனுக்கு ஏனோ உச்சந்தலை முதல் பாதம்வரை அனலாய் கொதித்தது. அடிவயிறு கனத்தது. ஒண்ணுக்கிருக்க வேணும்போல இருந்தது. ஏதோ உந்துதலில் டவுசரை முழுசாய்க் கழற்றி தோளில் போட்டு அம்மணமாய் நின்று ஒண்ணுக்கடித்தான். அது மேலிருந்து விழுகிற நீரைப் பிளந்தது.

17

தலையில் தண்ணீர் விழவிழ சுகமாயிருந்தது பாண்டிக்கு. கண்களை மூடி சுகத்தை உள்வாங்கி அனுபவித்தான். உச்சந்தலையில் தபதபவென அடித்து விழுந்த அணைத் தண்ணீர், மயிர்க்கற்றைகளை அலசி, உடம்பெல்லாம் உருவிவிட்டது. அடர்த்தியாய் ஐஸ் தண்ணிபோலவே கனமாகவே விழுந்தது. தண்ணீர் விழவிழ உடம்பிலிருந்து ஆவி பிரிவதுபோல் இறுக்கம் தளர்ந்து குளிர்ச்சி பரவியது. உள்ளிருந்து கிளம்புகின்ற உஷ்ணம், உடம்பில் அழுக்கு தேய்க்கின்றபோது உள்ளங்கையினைச் சுட்டு வெளியேறுவதாய் உணர்ந்தான்.

சம்பந்தமில்லாமல் சுருளியருவி ஞாபகத்தில் வந்தது. திரவியம்பிள்ளை தாத்தாவின் கரும காரியத்துக்காக வேன் பிடித்துப் போயிருந்தார்கள். நிமிர்ந்து பார்க்கவியலாத உயரத்தில் மரங்கள். கண்ணெட்டும் மட்டும் மரம்,மரம்,மரம், செடிகொடி வகைகள், மலை, பாறை, எல்லாவிடமும் நீரொழுக்குதான். இறக்கிவிடப்பட்ட இடத்திலிருந்து நடந்து பாலத்தைக் கடந்ததும் அட்டைப்பூச்சிபோல உடம்பெங்கும் குளுமையின் திவலைகள் ஏறிக்கொண்டன. கைவீசி நடக்கமுடியவில்லை. அப்படி ஒரு குளிர் அருவியினை நெருங்க நெருங்க உடல் நடுக்கம் கண்டது. ஆனாலும் கூட்டம் தள்ளிச் சாய்கிறது. அருவியில் தனியாய் சுதந்திரமாய் நின்று கைகளை விரித்துக் குளிக்க

இயலாது. அந்தச் சுதந்திரம் சர்வண்டில் பாண்டிக்கு இப்போது வாய்த்திருந்தது. இத்தனை சுதந்திரமாய் ஒற்றை ஆளாய் ஏகாந்தத்தின் மொத்தக் குத்தகைதாரனாய் நின்றிருந்தான். உச்சிவெயிலோ, உள்ளக் கொதிப்போ, உடல்தவிப்போ ஏதுமற்று புத்துணர்ச்சி உருவாகியிருந்தது.

ரெம்பநேரம் குளித்தமாதிரி தெரிய, நீரொழுக்கலை விட்டு வெளியில் வந்தான். உலகம் பளிச்செென புத்தம் புதுசாய்த் தெரிந்தது. கண்களின் வெளிச்சமும் அதிகமானதுபோல பிரகாசம் ஒளிர்ந்தது. வெயிலில் கண்கள் கூசின. வயல்களில் தென்றல் தழுவிய நெற்கதிர்களின் அலைவில் கிட்டிய வெளிச்சம் கண்களுக்கு போதையூட்டியது. கரையோரத்துத் தென்னைமரங்களின் உயரமும் அதன் சாய்வுகோணமும் விழப்போகிறேன் பார் என்பதுபோல பயங்காட்டியது. இருபுறமும் நிறைய மரங்கள். வேம்பு, அரசு, இலுமிச்சைகூட இருந்தது. ஒரு துவைகல்லில் துண்டு சோப்பு கிடந்தது. எடுத்து உடம்பு தேய்த்துக் குளிக்கலாமென ஓர் எண்ணம் பிறந்தது. அதை நோக்கி நடந்தான்.

மேலிருந்து இறங்குபாதையில் யாரோ இரண்டுபேர் குதித்து இறங்கி வந்தனர். பாண்டிக்கு சட்டென கூச்சம் பிறந்தது. கால்களை ஒடுக்கி, கைகளால் அம்மணத்தை மறைத்தான். மேலே பார்த்த பெண்களைப்போல தண்ணீருக்குள் குப்புறப்படுத்துக் கொண்டான். நீருக்கடியில் முளைத்திருந்த செடிகள் அடிவயிற்றைத் தடவி புருபுருத்தன.

இருவரில் ஒராளுக்குத் தலையை வழித்தெரிந்ததுபோல அத்தனை வழுக்கை. இன்னொருத்தர் தோளில் வெள்ளைத்துண்டு போட்டிருந்தார். சந்தைக்கு வந்த வியாபாரிகள் போலிருக்கிறது. இருவரும் நேரே குளிப்பிடத்திற்கு வந்தனர்.

வெள்ளைத் துண்டுக்காரர் எதையோ நினைத்து நினைத்துச் சிரித்தவாறிருந்தார். அந்த ஆளில்லா வெளியில் அவரது சிரிப்பு பெருத்த சத்தமாய் எதிரொலித்தது.

“போதும்டா அய்யா, ரெம்பச் சிரிக்காத வாய் கோணிக்கிறப் போவ்து.” வழுக்கைத் தலையர் உம்மென்ற முகத்துடன் நீருக்குள் இறங்கினார்.

விலாப்புறத்தில் கைகளிரண்டையும் அண்டக்கொடுத்து சிரிப்பினை அடக்க முயன்றார். வெள்ளைத்துண்டு. “முடிலடா சாமி...” என்றவர், “பாவம் ஏமாத்திட்டாம்? நா ஆரம்பிக்கவே இல்ல நீ முடிச்சுட்டு வந்திட்டியே.”

“நானா முடிச்சேன்? கையப்பிடிச்சு குலுக்குனாப்ல குலுக்கிட்டா...” ரெம்பவும் வருத்தத்துடன் நீருக்குள் கால்வைத்தார் வழுக்கையார்.

பாண்டி இன்னமும் எழ வாய்ப்பில்லாமல் நீருக்குள்ளேயே குப்புற கிடந்தான்.

”செவப்புத் தோலத் தேடுனா, அப்பிடித்தே.”

“க்காள்ளி இருக்கட்டும். அவள ஒரு நாளைக்காச்சும் கிழிக்காம!” வெட்கமும் வெஞ்சினமுமாய் வழுக்கை வேட்டியை அவிழ்த்து கரையில் வீச, வெள்ளைத் துண்டுக்காரர் கோவணத்துடன் நீரை காலால் அலசியபடி இறங்கியபோது பாண்டியை கண்டுகொண்டார்.

“இங்க வார்ரா... சர்வண்டு ஆத்துக்குள்ள அயிரக் குஞ்சு” என பாண்டியைப் பரிகாசம் செய்தார். குப்புற கிடந்த பாண்டி எழுந்து உட்கார்ந்தான்.

“குளிச்சிட்டியா தம்பி?”

‘ஆம்’ என்பதுபோல தலையை ஆட்டினான் பாண்டி. “குளிக்கணும்னா குளிடா” வழுக்கையர் பாண்டியை வலிய அழைத்தார். சின்ன நடுக்கத்தினூடே “போதும்ணே” என எழுந்து கைகளால் மறைத்தபடி கரைப்பக்கம் ஓடி டவுசரை மாட்டினான்..

வந்தவழியே போக மனசில்லை.

“உய்ய் வாண்டு, இந்தப் பக்கம் எறங்கிப் போ, சடையாள் கோயில்ல சிறப்புத் தாராக. கறிக்கஞ்சி” வழுக்கைத் தலைக்காரர் பாண்டிக்கு வழிசொன்னார்.

வெள்ளி தவறாமல் சடையாள் முனீஸ்வரர்க்கு, யாராவது சிறப்பு வழிபாடு செய்து, வருகிறவர்களுக்கு ஆடுவெட்டி சாப்பாடு போடுவார்கள். முக்கியமாக தேனிபஜாரில் இருக்கும் கடைக்காரர்கள் யாராவது ஒராள் வழிபாடு நடத்துவார். பஜார்காரவகளுக்கு பெத்தாட்சி வினாயகர் கோயிலும், சடையாள் கோயிலும் செல்லப் பிள்ளைபோல.

சொன்னதுபோல கோயிலில் பூஜைக்கான மணியடிக்கும் சத்தம் உரத்துக் கேட்டது.

பாண்டி சட்டையை உதறி உடம்பைத் துடைத்துவிட்டு பழையபடி உடுத்துக்கொண்டான். நீர் நடக்கும் பாதையிலேயே பாண்டி கால்பதித்து நடந்தான். பத்து நிமிச நடையில் கோயிலின் பின்புற வாசல் தெரிந்தது. கீழ்ப்படியில் சாப்பாட்டுக் குண்டான் ஒன்றை ஆற்றுநீரில் கழுவிக்கொண்டிருந்தான் செந்தில்.

பாண்டியைக் கண்டதும் தாமரைப்பூவாய் முகம் மலர்ந்தான்.

“ண்ணேய்... பாண்டி ண்ணேய்” செந்திலின் கண்கள் கோலிக்குண்டுபோல பிரகாசித்தன. “சாப்ட வாரயா?”

18

திட்டமிட்டபடி புதன்கிழமை காலைச் சாப்பாடு முடித்தபிறகு துணிப்பையில் அழுக்குத் துணிகளைத் திணித்துக்கொண்டு நண்பர்கள் நால்வரும் மேற்கே கிளம்பலானார்கள். கண்ணன் தலைதுவட்ட துண்டுமட்டும் எடுத்துக் கொண்டான். கமிசன் கடையில் வேலை செய்யும் செல்வமும் டெய்லர் ஆனந்தனும் மஞ்சள் பைகளில் அழுக்குத் துணிகளை எடுத்துக்கொண்டு வந்தனர்.

“வீட்ல போர்வ சமுக்காளத்த எடுத்து வச்சாங்கெ. நல்லவேள தப்பிச்சே இல்லாட்டி எவெ இம்பிட்டுத்தூரம் நனச்சு செமக்கணுமே” பலசரக்குக் கடையில் வேலைபார்க்கும் வீரபத்திரன் ஈஸ்வரியின் தம்பி சாகசத்தைக் கடந்தவனாகப் பேசினான்.

“என்னடா மாப்ள பையி இம்பிட்டுச் சின்னதா இருக்கு? நொக்கா ஜட்டியும் உள்பாடியும் மட்டும் எடுத்து வாரியாக்கும்” என கிண்டலை ஆரம்பித்து வைத்தான் செல்வம்.

வீரப்பய்யனார் மலைக்குப்போய் குளித்து வரவேண்டும் என்பதை பல வாரங்கள் பேசி, இன்று காலையில் சின்னக்குளத்துக்கு காலைக்கடன் கழிக்கச் செல்லும்போதுதான் இறுதிப்பட்டது. ஒவ்வொரு புதன்கிழமையும் போகவேண்டும் என முதல்நாள் முடிவெடுத்திருப்பார்கள். காலையில் வீட்டில் ஏதாவது

வேலை வந்துவிடும். அல்லது முதலாளியிடமிருந்து 'வந்ததும் போ' என அழைப்பு வந்துவிடும். அதுவுமில்லாவிட்டால் கண்ணுமுழிச்சு எந்திரிக்கும்போதே வீட்டில் தலையில் நல்லெண்ணெயைக் கொட்டி ஊறவிட்டிருப்பார்கள். முதல்நாள் ரெண்டாவது ஆட்டம் சினிமா பார்த்த களைப்பில் எழுந்தரிக்க தாமதமாகிவிடும். புதன்கிழமை லீவுநாள்தான தூங்கட்டும் என்கிற அக்கறைக்கு மேலே எழுப்பிவிட்டால் ஊர்க்காலி மாடாட்டம் செட்டு சேர்ந்து ஊர்மேயக் கிளம்பிவிடுவான் என்கிற பயமும் காரணமாயிருந்தது.

இன்றைக்குமே அத்தனைபேர் வீட்டிலும் எதிர்ப்பு இருக்கத்தான் செய்தது. "விடிஞ்சும் விடியாம எங்க கழுத மேய்க்கக் கெளம்பீட்ட" என்ற முணுமுணுப்பையும் தாண்டித்தான் இந்தப் பயணம்.

ஆனந்தன் முதலில் செல்வத்தைக் கூப்பிட, செல்வம் வீரபத்திரனுக்குத் தகவல் சொல்லி வீரபத்திரன் வழியாய் கண்ணனை இழுத்துக்கொண்டு வந்தனர்.

"யார்ட்ட தப்பிச்சாலும் ஒங்க கெழவிகிட்ட தப்ப முடியாதுடா" என்பான் ஆனந்தன்.

"அதுக்குத்தான வீரபத்ரன அனுப்பிச்சு வச்சது. அவெ வீட்டுப்பழக்கம் அக்காவத்தேடி வருவான் அத்தையத் தேடி வருவான். அவெ என்னிக்கிக் கெழவிகிட்ட மாட்டப் போறானோ?"

"அதுக்குத்தே நொழையும்போதே அப்பாயின்னு ஐசு வச்சுப் பேசுவேன். "கண்ணன் கண்ணில் பட்டபிறகுதான், சங்கேத வார்த்தை சொல்லி கண்சிமிட்டிவிட்டு வந்துவிடுவான்.

சின்னக்குளத்தைக் கடந்து கலிங்கு மடையில் ஏறும்பொழுது தார்ச் சாலை வழியாகப் போவதற்குப் பதில் தோட்டத்து வரப்புகளில் நடந்துபோகலாம் என யோசனை வந்தது.

"மலமேல ஏறுவதுன்னு முடிவாயிருச்சு. அத கீழ இருந்தே துவக்குவம்."

“பாம்பு பல்லி இருக்கப்போவுது ஒழுக்கமா பாதவழி போகலாம்” செல்வம் பயமுறுத்தினான். யாரும் அதனை சட்டை செய்யவில்லை. வழிக்கடையில் சாப்பாட்டுப் பொட்டலம் வாங்கிக்கொண்டு இடுக்குக் களத்திலிருந்து வரப்பு பிடித்து நடக்கலாயினர். வரப்பில் நடப்பது எளிதானதாக இல்லை. கவனத்தோடும் பொறுப்பாகவும் நடக்க வேண்டியிருந்தது. ஒருபாத்திக்கு அடுத்த பாத்தி திசைமாறி இருந்தது. வரப்பின் அகலம் சில தோட்டங்களில் சிறியதாக இருந்தது.

பருத்தி, வெங்காயம், காளிப்ளவர், தக்காளி, வெண்டை, சணம்பு என விதவிதமான பயிர்த்தோட்டங்களைக் கடந்து மாந்தோப்புகளுக்குள் நுழைந்து மலையடிவாரம் வந்தனர். நிறைய கிளைப்பாதைகள் மலையேறிப் போயின. எத்தனைதரம் வந்தாலும் பாதைகளை ஞாபகத்தில் கொள்ளமுடிவதில்லை.

“நாம வந்திருக்கறது குளிக்க. அதுக்குத் தோதா ஆத்துப்பக்கமா நடக்குறதுதான் நல்லது. இஷ்டத்துக்கு ஏறுனம்னா எதாச்சும் பொதர்க்குள்ள கொண்டுக்குப் போய்விட்ரும். புலி, சிறுத்த கிட்டக்க சிக்கிச் சீரழிய வேண்டிதே” வீரபத்திரன் பயமுறுத்தினான்.

“ஏறும்போதே புலி சிங்கம்னு பயங்காட்டாத. இந்த மொட்ட மலைல காண்டாமிருகம் டைனசர் இருக்காதா?” ஆனந்தன். கிண்டலடித்தான். ஏறும்போதே முழுசும் ஏறமுடியாது தண்ணிச்சோங்கு உள்ள இடமாகப் பார்த்து நின்று கொள்ளவேண்டியது எனப் பேசியிருந்தனர்.

“இது மொட்ட மலையாக்கும். மேல போயிருக்கீங்களா? ஆரஞ்சுத் தோட்டம், வாழத்தோப்பு, காப்பி, எலுமிச்சன்னு எத்தன வெளச்சல் இருக்கு தெரியுமா?”

சொல்லிக்கொண்டே அய்யனார் கோயிலுக்குப் பின்புறமாய் ஓடிவரும் வாய்க்காலைப் பிடித்து மேலேறினார்கள். நேரம் காலை ஒன்பது மணியை நெருங்கியிருக்கும். வெயில் நாலாபுறமும் வியாபிக்கத் தொடங்கியிருந்தது. டூரிங் தியேட்டரில் ஒளிரும்

கார்பன் ஒளியைப்போல மலைமீது படர்ந்து கொண்டிருந்தது வெயில். சூடு இன்னும் உறைக்கவில்லை. மலையில் இருந்து ஆறு இறங்கிவரும் பாதையில் நால்வரும் ஏறிக்கொண்டிருந்தனர். பகல் பன்னிரண்டு மணிவரை எவ்வளவு முடியுமோ அத்தனை உயரம் ஏறுவது. ஒருமணிநேரக் குளியல். நாலு அஞ்சு மணிக்குள் வீடடைவது. இதுதான் திட்டம். ஆனால் பதினொரு மணிக்குமேல் ஏற முடியவில்லை. நாக்குத் தள்ளிப்போனது. காணை வந்த மாடு இளைப்பது போல ஆளுக்காள் மூச்சுவாங்க இளைத்தார்கள்.

இளவட்டக்கல் போன்ற சின்னஞ்சிறு பாறைகளூடே நீர் ஓடிவந்து கொண்டிருந்தது. அவற்றுள் கால்பதித்தும் தாண்டியும், சில இடங்களில் ஊர்ந்தும், தண்ணீரில் இறங்கி நடந்தும் மரக்கொப்புகளைப் பிடித்துத் தொங்கியும் ஏறினர். நீர்வரும் பாதை தவிர இருபுறமும் அடர்காடு. யானைக்கூட்டமாய் குவிந்திருந்த மரங்கள். பறவைகளின் பலவிதமான பேச்சொலிகள்-கீச்சொலிகள், சிறகடிப்புகள் என விதவிதமாய்க் கேட்டன. எந்த உயிரினமும் குறிப்பாய் கண்களில் படவில்லை.

“எதத் தொட்டாலும் பாம்பாவே தெரியுது மாப்ள” ஆனந்தன் அப்பாவியாய்ச் சொன்னான். அவன் பிடிக்குச் சிக்குகிற மரக்கொப்புகள் சுருண்டும், நீண்டும், வழவழப்பாகவும் இருந்தன.

“இங்கிட்டு அவ்வளவா பாம்புக இருக்காது. சின்னச் சின்ன சார, கட்டுவிரியன், பச்சப்பாம்புக திரியும். பெருசாப் பிடிக்கணும்னா கரைவழி ஏறிப்போனா பெரியபெரிய மலப்பாம்புகளப் பாக்கலாம். பிடிக்கலாம்” எனச் செல்வம் பயமுறுத்தினான்.

இருபுறமும் அரண் போலிருந்த பாறைகளை ஒட்டி ஏறும்போது கீழேகிடக்கும் குண்டுக் கற்களில் கவனமாகக் கால்பதித்து ஏறவேண்டியிருந்தது. அப்போது பாறையைத் தொட்ட கைகளும் படர்ந்த கன்னமும் பாறைகளில் உறைந்திருந்த குளிர்ச்சியை வாங்கின. கன்னத்தை பாறையிலேயே அழுத்தி இருக்கவேண்டும் போல எண்ணம் நீடித்தது. கன்னத்தைப் பாறையில் உருட்டினான். வீரபத்திரன் அதனால் மற்றவர்களைவிட

பின்தங்கினான்.

“கண்ணா, என்னா ஓம் மாப்ள பம்முறான். ராத்ரி எது பாக்காததப் பாத்துட்டானா? பாறமேல சரிஞ்சு உம்மாக் குடுக்கறாம் பாரு” ஆனந்தன். சத்தமாய்ச் சொல்ல வீரபத்திரனுக்கு வெட்கம் வந்தது. “பாற நல்லா ஜிலுஜிலுன்னு இருக்கு பாருமே” என்றான்.

“அதுசரித்தே. அதுக்காகக் கன்னத்த வச்சு தேச்சுக்கிருக்க. அதுபோல பொந்து பொடவு இருக்கும். அதுல என்னத்தியாச்சும் நொழச்சிறாத. நட்டுவக்காலி இருந்தா பிடுங்கிக்கிடும்.”

“யே, சின்னப் பய கிட்ட என்னத்தப் பேசறதுன்னு வெவஸ்த வேணாமா?” கண்ணனுக்கு வீரபத்திரனைக் கேலிசெய்வது பொறுக்கவில்லை. அது ஏனென விளங்கவில்லை. ஈஸ்வரியின் தம்பி என்பதாலா? அல்லது உண்மையிலேயே சின்னப் பையன் என்பதாலா!

“அப்டியா? ஏம் மாப்ள, வீரபுத்திரா... நீ சின்னப்பயலாம்ல அப்ப இன்னஞ் சடங்காகலியா?” செல்வம் ஹோவெனச் சிரித்தான்.

செல்வத்தோடு வெளியில் கிளம்பினால் இப்படித்தான். அவனது நடவடிக்கைகள் காமரூப வடிவங்களை உட்கொண்டதாகத்தான் இருக்கும். அதும் இதுபோல ஆள் நடமாட்டமில்லாத இடத்தில் அத்தனை கொச்சையாய்ப் பேசுவான். அதற்காகவே இப்படியான இடங்களை ப்ளான் பண்ணுகிறானோ என நினைக்கத் தோன்றும். இதில் இன்னும் விஷேசம் மலைமேல் ஏறியதும் வேட்டியை அவிழ்த்து கழுத்தில் மப்ளராகப் போட்டுக்கொள்வதும், டவுசரைக் கழற்றி வெய்யில் மறைப்புப் போல தலையில் கொங்காணியாக்கிக் கொள்வான்.

“மலமேல ஏறும்போது மலவாசிகளா மாறிக்கணும். கழட்டுங்க கழட்டுங்க” என மற்றவர்களையும் முழு நிர்வாணியாக்க முயல்வான். கண்ணனுக்கு அந்த பயம்தான் இப்போது வந்துவிட்டது. வீரபத்திரனை அம்மணமாக்கி அசிங்கப்படுத்தி

விடுவானோ என நினைத்தான்.

“நீங்க சடங்காயிட்டீங்களா?” யாரும் எதிர்பார்க்காத வகையில் செல்வத்தைப் பார்த்து வீரபத்திரன் கேட்டான்.

ஒருகணம் அதிர்ந்தாலும் செல்வம் ஹோஹோவென ஆர்ப்பரித்துச் சிரிக்கலானான். மலையே எதிரொலிப்பது போல சத்தம் கூடுதலாய் இருந்தது.

“சூப்பரு, சூப்பரு. இப்படிக் கேட்டாத்தே ஆம்பள” என்றபடி தனது கால்சட்டையை அவிழ்த்தான். “பாரு மாப்ளே மாமா மகிமைய பக்கத்துல வந்து பாரு.”

வீரபத்திரன் அதிர்ந்து போனவனாய், “அய்யய்யோ” என விக்கித்து மலைமீது ஏறி ஓடலானான்.

செல்வத்துக்கு இது வாய்ப்பாக அமைந்து விட்டது. “ஓன் டவுசர அவுக்காம விடமாட்டேண்டீ” என்றபடி வீரபத்திரனைத் துரத்தினான். இதில் திடீரென ஆனந்தனுக்கு என்ன தோன்றியதோ “யே ழூவ்” என்றபடி செல்வத்தை நோக்கிப் பாய்ந்தான்.

ஒரு நீர்த்தேக்கத்தருகே செல்வம் மூச்சுவாங்கி நின்றான். பாய்ந்துவந்த ஆனந்தன். பெட்டைக் கோழியை அணையும் சேவலைப்போல பின்புறம் அவனது கழுத்தைக் கட்டி, இடுப்பில் சவாரி செய்தான். அந்நிலையில் இருவரும் தண்ணீருக்குள் கட்டிப் புரண்டனர். ஸ்படிகமாக இருந்த தண்ணீர் கலங்கி தூய்மை கெட்டது. அரைமணி நேர அமளிக்குப்பின் அனைவரும் துணிகளைத் துவைத்துப்போட்டுக் குளித்து முடித்தனர்

மலையைவிட்டு இறங்கும்போது அனைவருக்கும் போதை வடிந்திருந்தது. ஆனாலும் ஒரு கிறக்கம் விடாதிருந்தது.

“போதப் புல்லு அறுக்க வரும் பொம்பளைகளும் மலையேறும் போது இதுமாதிரிதே மேல மொழுக்கட்டையா நிப்பாளுக” என செல்வம் சொன்னான்.

“போதப் புல்லு அறுக்கறவகளா இருக்காது. அறுத்து எடுத்துப்போடும் அரிப்பு. வெறகு ஒடிச்சு வாரவுகன்னு சொல்லு” ஆனந்தன் திருத்தினான்.

“சின்ன வயசுல கண்டது. ஏழு எட்டு வயசு இருக்கும்.”

“சிறு பயங்கறதுனால வேல மும்முரத்தில ஒன்னியக் கண்டுக்காம இருந்திருப்பாங்க. இப்பத்தே ஒன்னியக் கண்டாலே வண்ணாங்கழுதகூட வாலமடிச்சு வச்சுகிட்டு ஓடுதே” ஆனந்தனின் அமரிக்கையான பதிலில் வெருண்ட செல்வம் காலைத்தூக்கி உதைத்தான்.

“பாத்தியா பாத்தியா கழுத மாதரியே காலத் தூக்கறாம் பாரு” இடைவெளி இல்லாமல் கிண்டலடிக்க, சோர்ந்துபோனவனாய் பேச்சை திசைமாற்றினான் செல்வம்.

“ஏன் கண்ணா, ஒங்க டர்னரு புதுசா, எதோ ஒரு மாட்ட மேச்சுக்கிட்டு இருக்காராம்ல” செல்வம்தான் சொன்னான்.

“சேச்சே பாவம்டா அந்தாளு. சும்மாவே மகராசண்ணண்ட்ட கிழி வாங்கிக்கிட்டிருக்காரு. நீ எதுனாச்சும் கௌப்பி விடாத.”

“டே, ஓர்க்சாப்புக்கே வருதாமே. அவகண்ணே பிட்டராம்ல. நல்லா ஃபிட் பண்ணி விடுறாம் போலருக்கு” நாக்கைச் சுழட்டி ஆனந்தன்மேல் சாய்ந்துகொண்டு சொன்னான்.

“வசந்தாக்காவா? என்று கேட்ட கண்ணனுக்கு வசந்தாக்காவின் பேச்சும் தளுக்கும் சந்தேகமாகத்தான் தெரிந்தது. “எதுனாச்சும் பேசி குடும்பத்துல கொழப்பத்த கொண்டு வந்துராதடா.”

“ஆள் நல்ல நாட்டுக்கட்டையாம்ல.”

“வேற நல்ல பேச்சாப் பேசுங்கடா சாமிகளா. இதுக்குத்தே உங்களோடயே வாரதில்ல” நல்லபிள்ளையாய் வீரபத்திரனை அண்டி அவனது தோள்மீது கைபோட்ட கண்ணன் ஏதோ ஒரு வேகத்தில் அவனை இறுக்கிக் கட்டிக்கொண்டான்.

19

கைலாசத்தின் வீட்டிற்கு வந்திருந்தாள் வசந்தா. இப்பவெல்லாம் அடிக்கொருதரம் அல்லிநகரத்துக்கு வந்துபோகிறாள். செண்பகத்துக்கு ஒத்தாசைக்கு வரத் துவங்கிய கால்கள், சமீபகாலமாய் தனக்காகவும் தன்னுடைய மனநிம்மதிக்காகவும் வந்து போகும்படி ஆகிப்போனது. எத்தனை நேரம்தான் வீட்டுக்குள் ஒத்தையாகவே இருப்பது பள்ளிக்கூடம் போன பிள்ளை வீட்டுக்கு வந்தபிறகுதான் பேச்சுத்துணைக்கே ஆள் அமைகிறது. இப்படி வாழ்ந்து பழக்கப்பட்டவள் இல்லை வசந்தா. தாய்வீட்டில் எப்போதும் லொடலொடவெனப் பேசிக்கொண்டேதான் திரிவாள். அக்கா தங்கச்சி இருவரென்றாலும் அண்ணன் பாலுவும் பேச்சில் சளைத்தவனில்லை. அதென்னா பொழப்பு அந்தமான் ஜெயில்ல இருந்த மாதரி ஆளுக்கொருபக்கம் அடஞ்சு கெடக்குற பொழப்பு! அப்படிப் பேசிக்கொண்டிருந்தவளைத்தான் வாய்திறக்காத ஜென்மத்திடம் பிடித்துக் கொடுத்துவிட்டனர். கலியாணத்தின்போதே அதிரப்பேசாத மாப்பிளை என்றுதான் சொன்னார்கள். ஆனால் இந்த அளவுக்குப் பேரமைதி காக்கும் ஆம்பளையை ஆயுசில் கண்டதில்லை. அதேபோல பேசினாலும் உசிரப் பிடுங்குற மாதரி கேக்கற வார்த்தைகளையும் வசந்தா கேட்டதில்லை.

அப்படியான நேரத்தில்தான் பாலு அண்ணன் வழியாக செண்பகத்தக்காவுக்காக அல்லிநகரம் வந்துபோக வாச்சது. உண்மையிலேயே அந்தப் பெருமாள்தான் பாலண்ணன் மூலியமா கண் தெறந்திருக்கார். செம்பகமக்கா மட்டுமா. அந்தக்கா வீட்டுக்காரரும் எத்தன பாந்தமா பேசிச் சிரிக்கறாக. அதவிட வீட்டச்சுத்தி இருக்க ஆளுக...! எல்லாம் சேர்ந்து வசந்தாவை நாலுநாளைக்கு ஒருதரம் அல்லிநகரத்து மண்ணை மிதிக்கச் செய்துவிடுகிறது.

அது நல்ல மதியநேரம். உச்சிப்பொழுது கடந்த, உறக்கத்திற்கான இறங்குபொழுது. புருசன்மார்களுக்கான போஜனம் விளம்பி விட்டு தன் சாப்பாடும் முடித்து பண்டபாத்திரங்கள் கழுவிக் கவுத்திப்போட்டு அடுத்த நாளுக்கான இட்லி தோசைக்கு அரிசி ஊறவைத்துவிட்டு கை துடைத்து வெளியில் வந்து பெண்கள் இளைப்பாறுகிற நேரம். பூமாலை வாடாத புதுமணப் பெண்களும், புள்ளத்தாச்சிகளும் கிறங்கி கண்ணசரும் வேளை. ஆனால் இந்தத் தெருவில் மட்டும் அலுப்பிலோ சலிப்பிலோ காலைக் கையை நீட்டி 'சித்த' விழுந்து எந்திரிக்க நெனச்சாலும் வாசலில் கைகொட்டிச் சிரித்துப்பேசுகிற மச்சு வீட்டுக்காரம்மாளின் வெங்கலக்குரல் வசியம் போட்டதுபோல வராதவர்களையும் இழுத்து வந்துவிடுகிறது. அதற்கு வாகாக ஆசாரி வீட்டு முன்னால் குடைபிடித்தாற் போல நிற்கும் பெரிய வேப்பமரமும் புங்கையும் பின்னிப் பிணைந்து ஊரிலிருக்கும் குளுமையைப் பூராவும் இங்கே இறக்கிவிட்டிருந்தன.

"கொஞ்சம் பொறுத்துத்தே பேசுனா என்னாவாம்? வீட்ல ஆரும் அலுத்து சலுத்து ஒறங்க வேண்டாமா! யய்யய்ய" தலைமுடியை அவிழ்த்து தட்டி கொண்டை போட்டவாறு தன் வீட்டிலிருந்து வந்தாள் செண்பகம். பகல் வெளிச்சம் கண்களைக் கூசச் செய்தது.

"ஆரு, செம்பகமாக்கும். பாவம், புதுக்கலியாணம் முடிச்சு ராவெல்லா பாடுபட்டு அலுத்துப் படுத்தவள எழுப்பிட்டம். தப்புதே ஆத்தா. மன்னுச்சுக்க" மச்சு வீட்டுக்காரம்மாளின்

ஏற்ற இறக்கமான பேச்சில் கும்பல் கெக்களித்துச் சிரித்தது.

“அய்யோ பெரீம்மா, மெல்லப் பேசுங்க” என்ற சுமதி அடக்கமாட்டாமல் எழுந்த சிரிப்பை அடக்கி, “நெசமாவே, அந்தண்ணே வீட்டுக்குள்ள படுத்திருக்காரு” என்றாள்.

செண்பகத்தின் முகமும் அங்கே அஷ்டகோணலாய் நெளிந்து அடங்கியது. “ஓனக்கெல்லா... அந்தமானைக்கி புத்தி பெரண்டுதேம் போச்சு. சீச்சீ என்னா பொம்பள.” சொல்லிக்கொண்டே தொட்டியில் தண்ணீர் மொண்டு முகம் கழுவிக்கொண்டாள்.

“நல்லா கழுவுடீ, எச்சிவாட மணத்துக் காட்டீரும்” மறுபடி சிரிப்பு.

வாயில் அடக்கிய நீரோடு மச்சு வீட்டுக்காரம்மாளை அடிக்க கையை ஓங்கிக்கொண்டு வந்த செண்பகம் அருகில் வந்ததும் சாக்கடையில் கொப்பளித்துத் துப்பிவிட்டு, “மப்பாக்கும். அப்பாத பிடிச்சு ஒரேதா என்னியவே பேசிட்ருக்க. வேற எந்த இளிச்சவாச்சியும் கெடைக்கலியாக்கும்?” முந்தானையை உதறி முகம் துடைத்துக் கொண்டாள்.

“பின்ன என்னாடீ எவ்ளோ நேரமா ஒக்காந்து பேசிட்டுருக்கம், என்னான்னு ஒருவாத்த கேக்க வந்தியா?”

“அதுக்காக, என்னிக்கிமில்லாம இன்னிக்கி வீட்டுக்கு சாப்புடவந்தாக ஒந்தம்பியாபுள்ள. சரின்னு சோத்தப்போட்டுட்டு சித்த கீழ சாஞ்சே. ந்தா அவுக தூங்கறாக. நமக்கு ஏது பகல் தூக்கம்!”

“அய்யோ, அப்ப நெசமாக்குமே அண்ணே வீட்லதே இருக்காரா!” திடீரென அந்தக் கும்பலில் வசந்தாவின் குரல் ஒலிக்கக் கேட்டாள் செண்பகம்.

அந்தச் சமயம் கர்ணகடூரமாய் காகாகாவெனக் கத்திக்கொண்டே முற்றத்தின் மூலையில் இரையொன்றை காலில் கவ்விக்கொண்டு

காகமொன்று வீட்டைச் சுற்றி வட்டமடித்து மேற்கூரையின் மூங்கில் கொப்பில் உட்கார்ந்துகொண்டு தலை சாய்த்தபடி பெண்கள் கூட்டத்தை நோட்டம் விட்டது. மேலே வானம் வெளிர்நிறம் பூசிய ஓவியமாய்த் திறந்து கிடந்தது.

“வசந்தாக்கா எப்ப வந்துச்சு?”" முகத்தைத் துடைத்து விட்டு நெற்றிப்பொட்டு அழியாமலிருக்கிறதா என ஆள்காட்டி விரலால் தொட்டுப் பார்த்துக் கொண்டாள். இரண்டு கைகளும் கலைந்த முடியைச் சீர்செய்த வண்ணம் தலையை அழுந்தத் தடவி ஹேர்ப்பின்னை அவிழ்த்து மறுபடி மாட்டி ‘முடியை டைட்’ செய்தாள்.

“அவதாண்டி ஒன்னிய உசுப்பிவிடச் சொன்னா. அவ செஞ்ச பாவத்துக்கு என்னியப் பிடிச்சு ஏசுறவ. எளச்சவெம் பொண்டாட்டி எல்லாருக்கும் வப்பாட்டின்ன கணக்கா ஆய்ப்போச்சு எம்பொழப்பு.” ஆட்டத்தைத் திருப்பி விட்டார் மச்சு வீட்டுக்காரம்மாள்.

“ஆத்தாடி. பொய்யி பொய்யி. க்கா, நா ஒங்கள எழுப்பச் சொல்லவே இல்ல. சீசுவான்னு ஒக்காந்துருக்கேன். என்னாக்கா” பக்கத்திலிருந்த பரிமளாவை சாட்சிக்கு கூப்பிட்டாள் வசந்தா.

“யே, பொம்மனம்பட்டியா . பொய்யெல்லாஞ் சொல்லக்குடாதுடீ. நீ இவளக் கேக்கல?” கிடுக்கிப்பிடி போட்டது போலக் கேட்டார்.

“கேட்டேன். எழுப்பவா சொன்னே...”

“அப்பறம் என்னாவாம். கேக்கறது வேற பாக்கறது வேறயா” மச்சு வீட்டுக்காரம்மாவின் முகத்தில் கேலியும் ஆளுமையும் கலந்துகட்டிப் பழகியது.

“இங்கபாரு இந்தக் கூத்த, செம்பத்தக்கா இத நம்பாதீங்க” வசந்தா அந்தக் கும்பலில் கரைந்து போனாள். ஆரம்பத்தில் கைலாசத்தின் வீட்டுக்கு வருவதற்கு இந்தக் கூட்டமே தடையாக இருந்தது. கைலாசத்தின் ஈடுபாடும் மகாமலைக் கோயில் விபூதியும் அதைச் சுலபமாக்கிவிட்டது. முதல்நாள் வந்தபோது

சந்தேகங்கள் கேள்வியாய் சரமாரியாய் வந்தன. அதுபோல வசந்தாவுக்கும் தனது வாழ்க்கைப் பிரச்சனையை அன்னியர் முன் அவிழ்க்கவும் மனசு ஓர்மைப்படவில்லை. பின்னாளில் செண்பகம் லேசாய்ச் சொல்லி இருப்பார் போலிருக்கிறது. அடுத்தடுத்த வருகைகளில் சந்தேகங்கள் அத்தனையும் அக்கறை சார்ந்த கேள்விகளாகி மாறிவிட்டன. இப்பொதெல்லாம் இங்கே நடக்கும் கச்சேரிக்காகவே வந்து போகலாம் என்பது போலாகிவிட்டது.

காம்பவுண்டிலிருக்கும் அத்தனை பெண்களும் கலந்து கொள்ளும் ஒரு சந்திப்பாகவே இந்த மதியக்கச்சேரி அமைகிறது. முடியாத கைவேலைகளை இங்கே எடுத்துவந்து அரட்டை அடித்துக்கொண்டே ஆளும்பேருமாய் முடித்து விடுவார்கள். சாயங்காலச் சாப்பாட்டுக்கு அரிசியில் கல்பொறுக்குவது, முருங்கைக் கீரையை உருவி எடுத்துக்கொண்டு போவது. தைமாசம் என்றால் தட்டிய புளியஞ் சவளத்தைக் கொண்டு வந்தால் கொட்டை நீக்கி எடுத்துப் போகலாம். பேன் பார்க்க, பிள்ளைகளுக்குப் புதுப்புது மாடலில் ஜடைபின்னி பள்ளிக்கூடத்து ஆண்டுவிழாக்களுக்கு அனுப்பி வைக்க என தெருவின் சகலகாரியமும் கூட்டாய் நடைபெறும். இந்த ஈடுபாடும் பேச்சும் வசந்தாவுக்குப் பிடித்திருந்தது. கால்பதிக்க ஏதுவாக கைலாசத்தின் தொடர்பும் பாலமாய் இருந்தது.

செண்பகத்துக்குமே வசந்தாவின் வரவு ஆரம்பத்தில் எந்தச் சந்தேகத்தையும் தருவிக்கவில்லை. அவளது பிரச்சனைகளை கேட்கும்போது பெண்பிறப்பில் வந்த பாவமாகத்தான் தெரிந்தாள். நடிகை ஸ்ரீவித்யாவைப்போல வாகான உடம்பு. நிறம்தான் கம்மி, ஆனாலும் முகப்பட்சியான பெண். சுருட்டை முடியும் பெரிய கண்களும் பழகும் பெண்களுக்கே அவள்மீது ஒரு வசீகரத்தைக் கொடுத்தது. அவளது புருசன் பஸ் கண்டக்டராம். ஊர் பொம்மையகவுண்டன்பட்டி. இங்கிருந்து ஒரு கிலோமீட்டர் தூரம் சந்துபொந்தில் போனால் பக்கம்தான். புருசன் ஒருமாதிரியான டைப்பாம். எப்பப் பாத்தாலும் சந்தேகித்துக்கொண்டே இருக்கிறானாம். குடும்பத்தை சரியாய்க்

கவனிப்பதில்லையாம். வீட்டுக்குக் குளிக்கவும் தூங்கவும் மட்டுமே வருவானாம். எப்போதாவது நினைத்தால் சம்பளப் பணம் தருவானாம். போட்டால் சாப்பிடுவது, தொடர்ந்தடியாய் பத்துநாளானாலும் வீட்டுக்கு வருவதில்லை என ஒட்டாத சம்சாரித்தனம் எனச் சொல்லி அழுவாள்.

விசயம் தெரிந்ததும் "அடப்பாவமே'' என மச்சு வீட்டுக்காரம்மாவே விருமுட்டி அடைந்து போனார். "ருசிகண்டு கஞ்சி குடிக்கிற பூனையாக்கும்?"

"சாப்பிடவே ஒக்கார்ரதில்லியே. ருசியெல்லா அப்பறம்தான" வசந்தாவும் மச்சு வீட்டுக்காரம்மாவுக்குச் சரியாகப் பேச்சுக் கொடுத்தாள்.

"ரெம்பக் கஷ்டந்தே."

வசந்தாவின் அண்ணன் பாலு வழியாகத்தான் அவளது ஒவ்வொரு பஞ்சாயத்தும் பெரும்பாலும் ஓர்க்சாபிலேதான் நடக்கும். பஞ்சாயத்தின் முடிவுகளைத் தெரிய வசந்தா கைலாசத்தின் வீட்டுக்கு வந்துவிடுவாள்.

ஆரம்பத்தில் இது விசயமாய் செண்பகம் கைலாசத்தைக் கண்டித்திருக்கிறாள். "வந்தவேலய மட்டும் (பாலு கொண்டுவரும் பட்டறை வேலை) பாத்துட்டுக் கெடக்க மாட்டம். இது தேவையா ஒங்களுக்கு. பொம்பளப்பிள்ள பிரச்சன பொல்லாப்புல கொண்டுபோய்விட்டா நம்மனால தாங்க முடியாது" பயந்தாள்.

"ஆமா, நாந்தே தீர்ப்புச் சொல்ற நாட்டாம. அவகண்ணே, நம்ம பட்டறைக்கு வாற நேரத்தில. என்னத்தியோ ஒப்பிக்கிறத கைமாத்திவிடுறேன் அவ்வளவுதேன்."

"தேவையா?" அழுத்திக் கேட்டாள் செண்பகம்.

"தேவதே" கைலாசமும் அதே அழுத்தத்துடன் பேசவேண்டி வந்தது. "பாலு கடைக்கு முக்கியமான கஸ்டமரு. நாம எதும்

காசுபணம் குடுக்கப்போறதில்ல. எதோ அனுமார் செஞ்ச வேலயச் செய்யப் போறோம். இதுனால ஒரு பொம்பளைக்கி நல்லது நடந்தா அது நம்ம புள்ளைங்களுக்கு நல்லதுதான புண்ணியந்தான. அன்னிக்கி மகாமலைக்கி இந்தப் பிள்ள வராட்டி இன்னம் நிய்யும் நானும் இம்சப்பட்டுக்கிருக்கணும். அன்னிக்கி நமக்கு ஒத்தாச பண்ணா. இன்னிக்கி நாம பண்றம்."

"எல்லாம் சரியா நடந்தா புண்ணியந்தா. சரியில்லாட்டி?""

"அதுக்கு நாம என்னா செய்ய முடியும்? விதின்னு போகவேண்டியதுதே."

"அதுக்குச் சொல்லல. ஒண்ணொண்ணுக்கும் எடம் பொருள்னு இருக்கில்ல. பொம்பளப்பிள்ள பஞ்சாயத்தெல்லாம் அவகவக வீட்ல நடக்கணும். ஓர்சாப்லயும் முச்சந்திலயுமா நடத்துவாக. பாவமில்லியா."

செண்பகத்தின் அறிவுரைப்படி அடுத்தடுத்த பஞ்சாயத்துகள் பொம்மையகவுண்டன்பட்டி வசந்தா வீட்டிலேயே பேசப்பட்டன. ஓர்க்சாப்பிலிருந்து தாமதமாக வந்த நாட்கள் பஞ்சாயத்தாகவே இருந்தது. வசந்தாவும் இதுபோன்ற மதியக் கச்சேரியில் தனது வீட்டுப் பஞ்சாயத்தை ஒப்பிப்பதற்காகவே வந்து போவதும் வழக்கமாயிற்று.

செண்பகத்தின் வீட்டுக்கதவு திறக்கும் சத்தம் கேட்டது.

யார் வீட்டிற்கும் இல்லாத பிரத்யேகமான ஒலி அது. செண்பகம் தூக்குப்போட்ட நாளில் இருந்து - சுமதியால் உதைபட்ட நாளிலிருந்து கதவின் சத்தமும் மாறிவிட்டது. கதவுக்கு உள்தாழ்ப்பாள் கிடையாது. கதவே லேசாக வளைந்து விடைத்துப்போய் நிற்கும். அதனால் அடைக்கும்போதும் திறக்கும்போதும் பலப்பிரயோகம் செய்தாக வேண்டும். மழை, குளிர்காலத்தில் மட்டும் கொஞ்சம் துவண்டு நல்ல பிள்ளையாய் அடைத்துக்கொள்ளும்.

அந்தச் சத்தம் வசந்தாவுக்கும் கேட்டுப் பழகியிருந்ததனால்

செண்பகத்தை அழைத்து, “அண்ணே எந்திரிச்சிட்டாரு போல” என்றாள்.

“வரட்டும்” என்றாள் செண்பகம்.

“ஒர்க்சாப் லீவா?”

“என்னமோ இன்னிக்கி சாப்பாடு குடுத்துவுட வேணாம்னுட்டாப்ல. வேலகில மத்துவமா இருக்கும்.”

“ஏன் பொண்டாட்டி கைல சாப்டணும்னு ஆச வந்துருக்கும்” நடுவீட்டு ராமுத்தாய் வெளியில் வரும் ஆம்பிளைக்குக் கேட்டுவிடக்கூடாது எனும் எச்சரிக்கையுடன் குசுகுசுவெனச் சொன்னாள். கூடியிருந்த பெண்கள் மத்தியில் கலகலப்பை அப்பேச்சு உருவாக்கியது.

“அதத்தான நா இம்பிட்டு நேரம் ஒப்பிச்சுக்கிருந்தே” மச்சு வீட்டுக்காரம்மாள் எல்லாப் புகழும் தனக்கே என வாரிக் கொண்டபோது, திறந்த கதவை விலக்கிக்கொண்டு கைலாசம் செருமியபடி வெளியில் வந்தார்.

“அண்ணே வந்திட்டாரு” வசந்தா தன்னை எங்காவது மறைத்துக்கொள்ள முயன்று இறுதியாக முகத்தைக் கவிழ்த்துக்கொண்டாள்.

“அண்ணெந்தான வாராக. என்னமோ சிங்கம் புலி வாரது கணக்கா பதறுறவ” என பரிகசித்த மச்சு வீட்டுக்காரம்மா தானும் தலைகவிழ்ந்தார். வெளியில் வந்த கைலாசம் முகம் அலம்ப பொதுக் குளிப்பறைக்குள் விருட்டென நுழைந்தார்.

வசந்தாவின் வெட்கம் அடுத்தடுத்த பெண்களையும் தொற்றிக்கொள்ள,

“தின்னு போட்ட சட்டி பொட்டியெல்லா ஊறிக் கெடக்கு... காயங்குள்ள கழுவிப்போடணும்.”

“துணிய அலசி, தண்ணி வடியட்டும்னு கொடில போட்டுட்டு வந்தேன். ஒதறிக் காயப்போடணும்.”

“பிள்ளிக பள்ளியொடத்துலருந்து வரங்குள்ள எதாச்சும் திங்க ரெடி பண்ணணும். வாரப்பவே ஆன்னு வரும்ங்க.”

“மாவு ஆட்டக் குடுக்கணும்! ரவைக்குச் சோறு கெடக்கு, ஊத்திக்க, தொட்டுக்க என்னத்தியாச்சும் செய்யணும்.”

ஆளுக்கொரு காரணங்களைச் சொல்லி காணாமல் போயினர். கடைசியாக மச்சு வீட்டுக்காரம்மா எழுந்தது. “நானும் வாரேன்”

“நீங்க எங்க கௌம்பீட்டீங்க. அவகளுக்குத்தே ஆளுக்கொரு வேலை இருக்குன்னாங்க. ஒக்காருங்க போவம்” செண்பகம் தடுத்துப் பேசினாள்.

“இருங்கக்கா, காப்பி குடிச்சிட்டுப் போலாம்” முகம் அலம்பி வெளியில் வந்த கைலாசமும் மச்சு வீட்டுக்காரம்மாளை வற்புறுத்தினார்.

“இல்ல தம்பி. வீட்டுக்குப்போனா சித்த விழுந்து எந்திரிக்கலாம். வரட்டா செம்பகம், ஏ பொம்மனம்பட்டியா வாரேன்” என்றபடி தனது கனத்த உடம்பு அசைய நடந்து சென்றார்.

கைலாசம் படுத்த படுக்கை விரிப்பனை எடுத்துவிட்டு வீட்டைப் பெருக்கலானாள் செண்பகம். வெயில் தாழ்ந்து இருந்தது. கூரையின் மேற்புறத்திற்கு மட்டும் மஞ்சள் கிரீடத்தை மாலைவெயில் சூட்டி இருந்தது. வானத்தில் ஒன்றிரண்டு மேகத் துணுக்குகள் வெளிறிய வெள்ளைத்தாளாய் வடிவம் பிசகித் திரிய நீலவானம் நிர்மலமாய் நீண்டுகிடந்தது.

“உள்ள வாம்மா” நின்றுகொண்டிருந்த வசந்தாவை அழைத்த கைலாசம், செண்பகம் கொடுத்த துண்டால் முகம் துடைத்துக் கொண்டார்.

“உள்ள வரவேண்டிதானக்கா” என்ற செண்பகத்தின் அழைப்பையும் ஏற்காதவளாய் வழக்கமாய் உட்காரும் ஆட்டுரலில் அமர்ந்துகொண்டாள். “இதும் வீடுதான” என்றைக்கு வந்தாலும் தனக்குரிய சிம்மாசனம்போல ஆட்டுரலிலேயே

அமர்ந்துகொண்டாள். அங்கிருந்தபடியேதான் தனது வீட்டுப் பிரச்சனைகளைக் கைலாசத்திடம் விளக்கிச் சொல்லுவாள். அதனாலே வசந்தாவின் பிரச்சனை அந்தக் காம்பவுண்டுக்கு அத்துப்படி. வசந்தா வந்துவிட்டால் ஐந்து வீட்டுக்காரர்களின் காதுகளுக்குத் தனிக்கூர்மை வந்துவிடும். கொஞ்சம் பிசிறு தட்டுவது தெரிந்தால் வெளியே ஏதோ வேலையாய் வருவதுபோல் வந்து நின்று கேட்டு வாங்கி காது நிரப்பிப் போவார்கள்.

கைலாசம் தலைசீவி, லேசாய் பவுடர் பூசி சட்டைமாட்டி ஓர்க்சாப் போகத் தயாரானார். செண்பகம் காப்பி தயாரிப்பில் இருந்தாள்.

“அப்பறம் வீட்டுக்காரர் வந்தாராக்கும்” கைலாசம் பேச்சைத் துவக்கினார்.

“ஒங்களுக்கு ஆர் சொன்னா? பாலண்ணே சொல்ச்சா” ஆச்சர்யமடைந்தவளாய்க் கேட்டாள்.

கைலாசம் மந்தகாசமான புன்னகையுடன், “எல்லாம் ஒரு கணக்குத்தே. நீ வீடுதேடி வாரன்னா கணக்கு அதான.”

குபீரெனச் சிரித்தவள், “அப்பிடியா கணக்கு. நாங்கூட பட்டுன்னு கேட்டதும் விருமுட்டி அடிச்சுப் போச்சு. அண்ணே எங்குட்டும் ஜோஸ்யம் படிக்கிறாராக்கும்னு நெனச்சேன்” என்றவள், “இதே கணக்க எப்பவும் போடாதீங்க. திடீர்னு ஒருநா சும்மாவாச்சும் வருவே. அன்னைக்கி ஒங்க கணக்கு செல்லாமப் போயிரும்” என்றபோது காப்பி வடிகட்ட துணியைத்தேடி வாசலுக்கு வந்தாள் செண்பகம். அவளைக் கண்டதும் மறுபடி விசயத்தைத் துவக்கிய வசந்தா அவளை சாட்சிக்கு அழைப்பதுபோல, “என்னாக்கா?” என்றாள்.

“என்னாது?” செண்பகத்துக்கு வசந்தாவின் கேள்வி விளங்கவில்லை.

“இல்ல, நா இங்க வந்தேன்னா எவ்வீட்டுக்கார்ரு வந்து

போய்ருக்கார்ருன்னு அர்த்தமாம். அதாவது பஞ்சாயத்துப் பேச மட்டுமே வாரனாம். அண்ணேஞ் சொல்றாக!"

வசந்தா சொன்னதை நின்று கேட்கும் நிலையில்லை செண்பகத்துக்கு. ஆலாங்கிலும் கதவுக்கு மேலேயும் வடிதுணியைக் காணோம். கசக்கிக் காயப்போட்ட ஞாபகம். வெளிக் கொடியில் துவைத்துப்போட்ட துணிகளோடு கலந்து கிடந்தது அது. வசந்தாவைத் தாண்டிச் சென்று ஓட்டமாய் ஓடிப்போய் எடுத்து வந்தாள்.

"என்னாது க்கா அது?" செண்பகத்தின் வேகத்தில் தன்பேச்சு மறந்துபோனாள் வசந்தா.

"காப்பி வடிகட்ட வடிதுணி அலசிக் காயப்போட்டேன். கைமறதியா தேடுறேன்" ஒரு கோர்வை இல்லாமல் பேசியபடி காப்பியை அடுப்பிலிருந்து கீழே இறக்கி வைத்தாள் செண்பகம்.

"இப்பத்தே காப்பிச் சல்லடை வந்துருச்சில்ல. ரெண்டு ரூவ்வாதான."

"அதெல்லா ஒண்ணுக்கு ரெண்டு வச்சிருக்கா பட்டிக்காடு. பழைய துணியத்தே தேடுவா" காப்பியை எதிர்பார்த்துக் கதவை அண்டியிருந்த ஸ்டூலில் உட்கார்ந்து காது குடைந்தபடி பதில் சொன்னார் கைலாசம்.

"சல்லடைல சரியா வடிகட்ட மாட்டேங்கிது. ரெண்டுதரம் மூணுதரம் வடிகட்டுனாலும் மண்டி நிக்கமாட்டேங்கிது. சொல்லிக்கொண்டே வாயகலப் பாத்திரத்தில் வடிதுணி விரித்து சுடுகாப்பியை ஆவிபறக்க ஊற்றி வடிகட்டினாள்.

"சரி, நீ சொல்லு. நேரமாகுது ஓர்க்சாப் போகணும். என்னா சொன்னாரு ஒவ்வீட்டுக்கார்ரு?"

"என்னத்தச் சொல்றாரு. எப்பயும் போலத்தான். வர, குளிக்க, திங்க, கட்லப் போட்டுப் படுக்க, டயத்துக்குக் கெளம்பி வண்டிக்குப் போக அனுசுக்கும் இதேன்."

கைலாசத்துக்குச் சிரிப்பு வந்தது. "நல்லதுதான. எந்தப் புடுங்கலுமில்லீல்ல. அதுசரியில்ல இது சரியில்லன்னு அடிக்கச் செய்ய இருந்தாத்தான் கஷ்டம். பொன்னுபோல வாராப்ல பொன்னுபோல போறாப்ல. இப்பிடியொரு புருசெ யாருக்கு அமையும்? என்னா செம்பகம்."

கைலாசத்தின் அந்த ஏகடியம் வசந்தாவுக்கும் சிரிப்பைத் தந்தது. "எலிக்கு வர்ணவலி பூனைக்கி கொண்டாட்டம்ன கணக்கில ஒங்களுக்கு சிரிப்பா இருக்கு. நல்ல பஞ்சாயத்து."

செண்பகம் பதிலுக்கு எதும் பேசவில்லை அடுத்தவீட்டுப் பிரச்சனையில் எதுனாச்சும் பேசி பிசகு வந்துவிட்டால் பொல்லாப்பு.

"பின்ன என்னா? எதுனாச்சும் அடிக்கிறாரு. திட்டுறாரு, வீட்டவிட்டுத் தொரத்துறாருன்னா பேச எடமிருக்கு. புள்ளப்பூச்சியாக் கெடக்க மனுசன என்னா செய்யச் சொல்ற?" காப்பியை ஊதிக் குடித்தார் கைலாசம்.

"பெரச்சனையே அதான ண்ணே.. நாலு அடிகூட, அடி மிதி. சந்தோசமா இருக்கும்ல. ஒருவார்த்த சந்தோசமா, கோவமா பேசாத ஒரு மனுசெ எப்பிடித்தான் கம்பெனில வேலபாத்து காலத்தக் கழிக்கறார்னு தெரிலியே. இங்கவந்தா எத்தன கலகலப்பா ஆளாளுக்குப் பேசிச் சிரிச்சு செஞ்சுட்டு இருக்கப்ப மனசெல்லா ரெம்பிப் போவுதில்ல. அதவிட்டு. இந்தக் காலத்தில இப்பிடியொரு ஆம்பள இருக்கக் காங்க முடியுமா?"

"நீதே எடுத்துச் சொல்லி பதம்மா புரிய வைக்கணும்."

"ஆமா, சின்னப்பப்பா உங்கு சொல்லி சோறு ஊட்ட, கருமம். எந் தலைல இப்பிடிவந்து அமைஞ்சிருக்கு" தலையில் அடித்துக் கொண்டாள்.

"வீட்டுக்கு வாரதில்லேன்னு சொன்ன. பேசி வரவச்சாச்சு. சோறூ திங்கல, காசு குடுக்கலன்னாலும் சொல்லலாம். பேசு,

சிரி, பழகுன்னு உத்தரவு போட முடியுமா?” என்ற கைலாசம், “சரி அப்பிடி வீட்டுக்கு வராம ஒம்புருசெ எங்கதேம் போறாரு?”

“ஆருக்குத் தெரியும்? நானும் வாக்கப்பட்டு வந்த நாளா இப்பிடித்தே. பத்து நாளைக்குக் கூட சேந்தடியா வரமாட்டாப்ல. திடீர்னு வந்து கெடப்பாப்ல. முந்தித்தே சரி. இப்ப பயவேற வளாந்திட்டான். அவனுக்குப் பதில் சொல்லமுடியாமத்தான் இங்க வாரென்.”

“சரி சரி. பாலு வரட்டும். ரெண்டுபேரும் ஐடியா பண்ணிக்கறோம். இப்பதைக்கி வீட்டுக்கு வாராப்லல்ல அதக் கெடுத்திற வேணாம். நா ஓர்க்சாப் கெளம்பறேன்” இன்னொருதரம் கண்ணாடியைப் பார்த்து முகம் திருத்திக்கொண்டு கிளம்பினார்.

“அப்ப நானும் கெளம்பட்டுமா?” வசந்தாவும் உரலைவிட்டு எழுந்தாள். அப்போது நாலாவது வீட்டிலிருந்து வந்த சுமதி, “ஏங்க்கா எதும் செய்வினை இருக்கான்னு பாத்தீங்களா” எனக் கேட்டாள்.

“இதுக்கெல்லாமா செய்வின செய்வாக?”

“என்னா இப்பிடிச் சொல்லீட்டீக. ஆத்தா அப்பெங்கிட்ட இருந்து பச்சப்பிள்ளைய பிரிக்கவே செய்யிறாக. புருசெம் பொண்டாட்டிகளச் செய்யமாட்டாகளா?”

“அப்பபடி யாரு இருக்கா?”

“எதாச்சும் ஒரு மகராசி ஒம் பொலப்புல கண்ணுப்பட்டவ செய்யலாம்ல.”

மௌனமாக இருந்தாள் வசந்தா.

“நோய்க்கும் பாக்கணும். பேய்க்கும் பாக்கணும்தானே.”

20

பல்லி கிச்கிச்கிச்கிச் என சத்தம் குடுத்தது. அது இரை தேடுகிறதா இணை தேடுகிறதா என விளங்கவில்லை பாண்டிக்கு. இதையெல்லாம் கைலாசம் அண்ணன்தான் விலாவாரியாய் விளக்குவார். சிம்னி விளக்கின் வெளிச்சத்தை அண்டி உட்கார்ந்திருந்த தம்பி, வெளிச்சத்தை முழுசும் விழுங்கியிருந்தான். அவனது பின்புறம் அத்தனை இருட்டாக இருந்தது. சம்மணமிட்டு அமர்ந்திருந்தவன், பாடப்புத்தகத்தைத் திறந்து வைத்து, விரல்களை விரித்து மடக்கி மடக்கிய விரல்களை ஒவ்வொன்றாய் விடுவித்தபடி மனப்பாடம் செய்துகொண்டிருந்தான். சமயத்தில் நெஞ்சில் குத்தியபடியும், தனக்குள் மொணமொணவென வார்த்தைகளைக் குதறியபடியும் மண்டையுள்ளும் நெஞ்சுக்குள்ளும் பாடத்தை இறக்கிக் கொண்டிருந்தான்.

பாண்டி சுவருக்குத் தன்னை அண்டக்குடுத்ததுபோல சுவரை ஒட்டிப்படுத்திருந்தான். உறங்கவில்லை. பொம்பளைப் பிள்ளைமட்டும் வீட்டுக்குள் இடஞ்சல் என தெருவிளக்கிற்கு ஓடிவிட்டது. அம்மா அதையே சொல்லிப் புலம்பிக்கொண்டிருந்தது. “பொட்டப்பிள்ளைய வெளில அனுப்பிச்சிட்டு ரெண்டு கடுவான்களும் வீட்டுக்குள்ள அடஞ்சு கெடக்கானுளே!” எல்லோருக்கும் கடேசித்தம்பி,

சிலேட்டில் எதையோ வரைந்துகொண்டிருந்தான். வெளியில் தங்கச்சியுடனும் ஒருபடை சிரிப்பும் விளையாட்டுமாய் பாடம் வாசித்துக்கொண்டிருந்தன. பாண்டி தலகாணியை அண்டக் கொடுத்து ஒருச்சாச்சவாக்கில் படுத்துக்கொண்டு அவர்களைக் கண்காணித்தபடி இருந்தான். தம்பி தங்கச்சிகளோடு இப்பிடி சேர்ந்து இருந்து எத்தன நாளாச்சு? பாண்டியும் பள்ளிக்கூடம் போய்க்கொண்டிருந்தால் இந்நேரம் எட்டாங்கிளாஸில் படித்துக் கொண்டிருப்பான்.

ஐந்து முடித்து ஆறாம் வகுப்புக்குப் போகும்போதே அய்ஸ்கூலின் பிரம்மாண்டமான இரும்புகேட்டைப் பார்த்து பயந்துபோனான். முதல்மணி அடிச்சதும் கேட் பூட்டிக்கும். அப்புறம் வீட்டுக்குப் போகும்போதுதான் திறக்கும். அடிக்கடி பரிட்சை வேறு நடத்துவார்கள். மாசாமாசம் ரேங்க் காட்டணுமாம். மார்க், கூடுதலாகவும் ரேங்க் குறச்சலாகவும் எடுக்க வேணுமாம். எவ்வளவுக்கு எவ்வளவு குறச்சலான எண்ணில் ரேங்க் எடுத்துக் காட்டுகின்றனவோ அந்தப் பிள்ளைகளே நல்லபிள்ளைகள்! புரியவில்லை.

மார்க்கே எடுக்க வேணாமென்றால் ரெம்ப நன்றாயிருக்கும்!

அஞ்சாப்பு வரைக்கும் சிலேட்டில்தான் பரீட்சை நடக்கும். சிலேட்டிலேயே மொக்கை மொக்கையாய் டீச்சர் மார்க்கினை எழுதிவிடுவார்கள். அதனை அழியாமல் பைக்குள் வைத்து வீட்டில் காண்பித்து சந்தோசம் கொண்டாடுவார்கள். கூடுதலான மார்க்குகள் வாங்கிய பிள்ளைகளை லீடராக்கி கையில் டீச்சரின் பிரம்பினைத் தந்து வகுப்பினைக் காபந்து செய்யச் சொல்வார்கள்.

அய்ஸ்கூலில் கோடுபோட்ட தாளில்தான் பரிட்சை எழுதவேண்டுமாம். கணக்குப் பரிட்சைக்குக் கோடுகளில்லாத தாள்.

பள்ளிக்கூடம் ஊருக்குக் கிழக்கே கரட்டை ஒட்டி இருந்தபடியால், அய்ஸ்கூலை எல்லோரும் கரட்டுப்

பள்ளிக்கூடம் என்றே அழைத்தார்கள். பள்ளிக்கூடத்து விளையாட்டு மைதானத்தை அடுத்து பூராமும் மானாவாரிப் புஞ்சைகள். ஆடிப்பட்டத்தில் உழவுபோட்டு விதைத்துவிட்டால் காணம், உளுந்து, தட்டைப்பயறு, கல்லுப்பயறு, பாசிப்பயறு, ஆளுயரத்திற்கு வளர்ந்து நிற்கும் துவரை மதியச்சாப்பாட்டுக்குப் போகும்வேளையில் புஞ்சைக்குள் நுழைந்தால் பச்சைப் பயறுகளைத் தின்று மாளாது. கடவாயெல்லாம் பால்வடியும். நாலுகாடு தாண்டினால் பெரிய ஆலமரத்தில் குடிகொண்டிருக்கும் வெங்கலா முனி ஆலமரத்தை அடுத்து ஓடையும், மேட்டில் மொட்டைப்பாறையும் இருக்கிறது. வெள்ளாமைக் காலத்தில் அந்தப் பாறையில் உட்கார்ந்தால் வெளிஉலகம் தெரியாது. வெளியாள்களுக்கு உள்ளிருப்பவரை அருகில் வந்து பார்த்தாலொழிய கண்டுகொள்ள முடியாது. காய் பழுத்த கொடிகளைப் பிடுங்கி மொட்டைப் பாறையில் வைத்து சூட்டாம்போட்டு கைபொசுக்க வாய்பொசுக்கத் தின்பார்கள். அந்த ருசிக்கு ஈடு இணை இதுவரை கண்டதில்லை. அப்படி ஒருநாளில் மொச்சைக்காய் குலை ஒன்றைப் பிடுங்கிவந்து ஒரே சுருட்டாய்ச் சுருட்டி தீமூட்டி எரித்துக்கொண்டிருக்கும் சமயம் எட்மாஸ்டர், பீட்டி வாத்தியாரை பின்னுக்கு உட்காரவைத்தபடி பைக்கில் வந்து பிடித்துவிட்டார்.

எட்மாஸ்டர் ஸ்கூலுக்குள் நுழைகிறபோதே கிரவுண்டை ஒரு சுற்று சுற்றிவிட்டுத்தான் ஆபீசுக்குள் நுழைவார். பீட்டி பீரியட் தவிர எந்த நேரத்திலும் கிரவுண்டில் யாரும் அனாவசியமாய் நிற்கக்கூடாது.

கரட்டில் பயத்தாங்கொடிகளை சூட்டாம் போட்டுக் கொண்டிருந்ததை யாரோ அவருக்குப் போட்டுக்கொடுத்திருக்க வேண்டும். வந்தவர், யாரையும் அடிக்கவில்லை. எல்லோரையும் முட்டிக்கால் போடச்சொன்னார். அந்தவாக்கிலேயே பள்ளிக்கூட கிரவுண்டுவரை நடந்து வரச்சொன்னார். கரட்டுக்காடு, கெட்டித்துப்போன சரளை பூமி, முழங்கால் தோல் உரிந்து முட்டி கிழிந்துபோனது. கிரவுண்டிலிருந்து எழுந்து வகுப்புக்கு நடக்க முடியவில்லை. மூணுநாள் வீட்டில்

எண்ணெய்ப் பத்து போட்டு வீங்கிக் கிடந்தான். அதன்பிறகு கரட்டுப்பக்கம் எட்டிப்பார்க்கவே இல்லை. பள்ளிக்கூடத்துக்கும் டாட்டா காட்டிவிட்டான்.

அதேபோலத்தான் இன்றைக்கு ஓர்க்சாப்புக்கு டாட்டா காட்டினான். இத்தனைநாள் வேலையில் கைலாசம் அண்ணன் எத்தனையோ முறை அசிங்க அசிங்கமாய்த் திட்டி இருக்கிறார். அடித்து இருக்கிறார். உதைத்து இருக்கிறார். டூல்ஸைக் கொண்டு எறிந்திருக்கிறார். ஆனால் இப்படி சினிமா படத்தில் வரும் வில்லனை அடிப்பதைப்போல துரத்தித் துரத்தி அடிக்கக் கண்டதில்லை. பயமாய்ப் போய்விட்டது.

“ஒனக்கென்னா வாய் இல்லியா, ஓனர்ட்ட சொல்லவேண்டிதான. இன்ன மாதிரி அவுரு புள்ளிய பள்ளியொடத்துல விடத்தேம் போனேன்னு ஒருவாத்த சொல்லி மேவிச்சிருக்கலாம்ல” மகன் அடிவாங்கி வந்ததில் அம்மாவுக்கும் மெத்தச் சங்கட்டமாகவே இருந்தது. பச்சப்பிள்ளைய வேலைக்கி அனுப்பிச்சது மட்டுமில்லாம, தேவையில்லாம அடிய வாங்கிவந்து படுத்துக் கெடக்கறதப் பாக்கணும்னு விதியா. காலக்கொடும!

பாண்டியால் அம்மாவுக்குப் பதில் சொல்லத் தெரியவில்லை. அடிக்கச் சொன்னதே ஓனர்தானே!

“மத்தியாணம் எங்கன சாப்புட்ட?”

சடையாளில் எனச் சொன்னால், அதற்கும் ஏதாவது வையும்.

“கடையில!”

அம்மாவுக்கு நம்பிக்கை இல்லை. இதுவரைக்கும் அவன் கடையில் சாப்பிட்டதாகக் கேட்டதில்லை. ஏதாச்சும் ஓர்க்சாப்பில் வேலை மும்முரமாக இருந்தால் அல்லது யாராவது பெரிய ஆட்கள் வேலையை மெச்சி பார்ட்டி கொடுத்து சாப்பிடச் சொன்னதாகச் சொல்லக் கேட்டிருக்கிறாள். சரி, எப்பிடியோ பசியாறி இருந்தாச் செரி.

வீட்டுக்கு வெளியில் தெருப்பிள்ளைகளின் விளையாட்டு ஆரவாரம் கூடுதலாய் எழும்பியது. பொறுக்க மாட்டாதவனாய் பாண்டி படுக்கையைவிட்டு எழுந்தான். 'படிக்கிற பிள்ளைங்கள வெனாவா படிக்கவுடாதுக போலவே' நாலு எட்டில் நிலைப்படியைத் தொட்டான்.

பிள்ளைகள் 'கல்லா, மண்ணா' விளையாடிக்கொண்டிருந்தனர். கையில் ஆளுக்கொரு குச்சி வைத்திருந்தனர். மகேஷ் மட்டும் நிராயுதபாணியாய் நின்றுகொண்டிருந்தான். அவனை மற்றவர்கள் 'படுத்தி'க்கொண்டிருந்தனர். "கல்லா, மண்ணா?" மகேஷிடம் கூட்டாளிகள் கேட்டனர்.

எல்லோரும் தந்தரையில்தான் நின்றுகொண்டிருந்தனர். கல்லுக்கு இடம் குறைவு. அதனால் எளிதாய் அடுத்தவனைச் சாய்ச்சுவிடலாம். கணக்குப் போட்ட மகேஷ், "கல்லு" எனக் கூவியபடி மண்ணில் நின்றுகொண்டிருப்பவர்களை நோக்கி தொடுவதற்காக ஓடிவந்தான். தொட்டால் போதும். அவன் 'பட்டான்' பட்டவன்தான் அடுத்து 'கல்லா மண்ணா' எனத் தேடி வரவேண்டும்.

மகேஷ் தங்களை எட்டுவதற்குள் பிள்ளைகள் சட்சட்டென தங்கள் இருப்பிடத்தை மாற்றிக்கொண்டனர். அம்மிக்கல், ஆட்டுரல், சிமெண்ட்தரை, வாசலில் பதித்திருக்கும் பட்டியக்கல், சிலபேர் மண்தரையில் பதிந்து கிடக்கும் சின்னஞ்சிறு கற்களில் தனது கையிலிருக்கும் குச்சியின் நுனிப்பகுதியைத் தொட்டு தம்மைப் பாதுகாத்துக் கொண்டனர். வீரையா, பாண்டியின் வீட்டுச்சுவரில் சாய்ந்து உள்ளங்கைகளைப் பதித்துக்கொண்டான். சுவர் கல்தானே.

மகேஷ் ஒத்துக்கொள்ளவில்லை. "வீரையாதான் படவேண்டும். அவனைத் தொட்டாச்சி" எனக் கூவினான்.

அந்தப் பஞ்சாயத்தைத் தீர்க்க அனைவரும் ஒன்றுகூடினர்.

"சொவரு மண்ணா, கல்லா?"

வீரையா கல்லுதான் என சாதித்தான். "சொவரு கரையுமாடா, மண்ணப்போல காத்துல பறக்குமாடா? எம்புட்டுக் கெட்டியா இருக்கு. போடோய். சொவரு கல்லுதே, நா பட மாட்டே."

"சொவத்துல ஒண்ணுக்கடிச்சா, பள்ளம் விழும்! கல்லுல விழுமா?"

"அப்ப, ஒண்ணுக்கடிச்சுப் பாக்கலாமா?"

பாண்டியின் தங்கச்சி வீட்டிற்கெதிரே இருந்த தெருவிளக்கினடியில் விரித்த புத்தகத்தைக் கையில் வைத்தபடி உட்கார்ந்திருந்தது.

"தண்ணிய வச்சி தேச்சிப் பாக்கலாமா?"

தண்ணிக்கு எங்கே போக? வீட்டு வாசல்களில் இருந்த சிமெண்ட் தொட்டியிலிருந்து ஒருத்தன் கையில் தண்ணீரை அள்ளிவந்தான். அதற்குள் இரண்டுபேர் எச்சிலைத் துப்பி விரலால் தேய்க்கத் துவங்கினர். வீரையா கைகளை இடுப்பில் ஊன்றிக்கொண்டு அவர்களை நோட்டம் விட்டான். மகேஷ் விரலுக்குப் பதிலாய் கீழேகிடந்த உடைந்த செங்கல் துண்டு ஒன்றை எடுத்துச் சுவரில் தேய்த்தான்.

"ஏ, மகேசு கள்ளாட்ட பண்றான். இது சேப்பில்ல" கைகளை மேலே உயர்த்தியபடி சாமிவந்தவன் போல திங்குதிங்குவெனக் குதித்தான்.

"எலேய்... வீரையா! அது மண்ணு மதுலு தாண்டா" படித்துக் கொண்டிருந்த பாண்டியின் தங்கச்சி இறுதித் தீர்ப்பு வழங்க இரண்டு தரப்பாரும் எகிறிக் குதிக்கலாயினர்.

"ஹோய் ஹோய் ஹோய்."

நிலைப்படியில் நின்றபடி விளையாட்டில் தன்னை மறந்திருந்த பாண்டி, வீண் ஆரவாரத்தில் கோபம் கொண்டவனாய் அவர்களை அதட்டி விரட்ட முடிவுசெய்து வாய்திறந்தபோது, அவனுக்கும் முந்தி ஒரு பெண்குரல் வெளியிலிருந்து ஒலித்தது.

“ஏய்ய் வீட்டு முன்னுக்க என்னாங்கடா கும்மர்ச்சம்? இதென்னா ஆளுக குடியிருக்க எடம்னு நெனச்சீகளா இல்ல மடம்னு நெனச்சீகளா? மந்தப்பக்கம் போய் வெளாடுங்க. போங்கடா!”

பரிச்சயப்பட்ட குரலாய் இருக்க, யாரென எட்டிப்பார்த்தான்.

செண்பகம் மதினி.

பேயைக்கண்டவன் போல அப்படியே பின்னுக்குத் திரும்பி வீட்டுக்குள் திடுமுடுவென ஓடிவந்து படுக்கையில் குப்புறப்படுத்துப் புதைந்துகொண்டான்.

அவனது வேகத்தைக் கண்டு, படித்துக்கொண்டிருந்த தம்பி, புத்தகத்திலிருந்து கண் விலக்கிப் பார்த்தான்.

அம்மா மதினியை வரவேற்றது. “வா, செம்பகா.”

“வீட்டு மின்னாடி இம்பிட்டு கும்மர்ச்சம் குந்தக்காடு நடக்குது. சத்தம் போட வேணாமா?”

“எத்தன நேரந்தே சத்தம் போடுறது. நெஞ்சு ஆவி விட்டுப் போகுது,” அம்மா அடுப்பைப் பார்த்துக்கொண்டே பேசியது.

“கொழுந்தனாரக் காணாம்!” மெல்ல வீட்டுக்குள் எட்டிப் பார்த்து அம்மாவிடம் பேச்சை வளர்த்தாள். பாண்டி குப்புற கவிழ்ந்து கிடப்பதைப் பார்த்தவாறு நிலைப்படியில் உட்கார்ந்தாள். “என்னா வண்டி, கொட சாஞ்சு கெடக்கு?” களுக்கெனச் சிரித்த செண்பகம் அம்மாவின் சேலைதொட்டு பாண்டியைப் பார்வையிடச் செய்தாள்.

“ஏண்டா கிறுக்கா, மதினி வந்திருக்குல்ல வான்னு கேள்றா” என பாண்டியை அழைத்த அம்மா, “ஏவ் வெளில ஒக்காந்திட்ட, உள்ள வந்து ஒக்காரு” என செண்பகத்தையும் அழைத்தது.

“இருக்கட்டுங்க்கா” என்ற செண்பகம், “இப்பதே சோறு வக்கிறீகளாக்கும்” பரிவாய் விசாரித்தாள்.

“ஆமா, இப்பதே வேல விட்டாக. நாம வந்துதான

ஒண்ணொண்ணையும் செய்ய வேண்டியிருக்கு.”

“பொம்பளப்பிள்ளைய வச்சுக்கிட்டு என்னாத்துக்கு கஷ்டப்படுற, ஒண்ணொண்ணா பழக்கிவிட வேண்டிதான” தெருவிளக்கில் உட்கார்ந்திருந்த ராணியைப் பார்த்தபடி செண்பகம் பேசினாள்.

“செய்றா, இருந்தாலும் சின்னக்கழுததான. ஓர் ரெண்டு வர்சம், ஆவணி பொறந்தா எட்டு முடியுது. அப்பறம் கைக்கு ஒத்தாசைக்கி வந்துடுவா.”

“நாளுங் கெழமையுந்தே காத்தா ஓடுதுல்ல... அடுத்து ஒனக்கு மருமகளும் வந்துருவா” சொல்லி முடித்ததும் அவளுக்காய் சிரிப்பு வந்தது.

“ஆமா, மருமக வந்து. மாடில தூக்கி வெக்கெப்போறா...” அம்மாவும் சிரித்தது.

வந்த விசயத்துக்கு வர வழிபார்த்த செண்பகம், “என்னவாம்? பாண்டி கோச்சுக்கு வந்துட்டாப்லயாம்ல!” ஒன்றுமறியாதவள் போல ஆரம்பித்தாள் செண்பகம்.

இத்தனை பேச்சுக்கும் பாண்டி அசங்கவே இல்லை. பிடுங்கிப் போட்ட குத்துக்கல்லாய் படுக்கையில் கிடந்தான்.

அம்மாவுக்கு செண்பகத்தின் வார்த்தை சீரில்லாமல் தெரிந்தது. நடக்கிற பாதையில நாலு முள்ளவெட்டிப் போடுறாளே! சிவுக்கென நெஞ்சக்குழியில் நெரி கட்டியது. பழியத்தூக்கி பச்சமண்ணுமேல சூதறியாப் பாலகன் மேல சாய்க்கிறாளே!

“ஏம்மா, என்னா பேச்சுப் பேசி வாரெ? இவெ எதுக்கு கோச்சுட்டு வாரான்! அந்தத் தம்பிதான் கண்ணுன்னு பாக்காம மண்ணுன்னு பாக்காம, மாட்ட அடிச்சாப்பல அடிஅடின்னு அடிச்சு பத்திவிட்டுருக்காப்ல. நீ என்னன்னா இவெ கோச்சுக்கு வந்தான்னு பழிய இந்தப்பக்கம் தட்டிவிடுற!” ஒப்பிக்கும் போதே அம்மாவுக்கு வேதாளம் தலைக்கு ஏறி நின்றது. பெத்த பிள்ளய எவனோ ஒருத்தன் அடிச்சுப் போட்டதுமில்லாம ஆழம்பாக்க

ஆளயும் அனுப்பிச்சு விட்ருக்கான் போல.

“அப்பிடி என்னாம்மா தப்பு செஞ்சிட்டான் எம்புள்ள? என்னத்தியும் களவாண்டானா? இல்ல, எதும் கடைக்கி வந்தவங்க கிட்ட அடாதுடியாப் பேசி ஏவாரத்தக் கெடுத்தானா? சொந்தக்காரவுகன்னு நம்பித்தான அனுப்பிவச்சேன். ஒரு எதம் பதமா நடந்துக்க வேணாமா?”

அம்மாவின் அந்த ஆவேசத்தை செண்பகம் அப்படியே தனதாக்கிக் கொண்டாள்.

“அடப் பாவமே! அப்பிடியா சேதி. இதுபத்தி அந்தமனுசெ என்ட்ட ஒத்தவார்த்த சொல்லலியே, ஏண்டா பாண்டி நிய்யாச்சும் சொல்லியிருக்கலாம்ல. என்னா வழக்கம் இது ? ஆயிரந்தே இருந்தாலும் கை நீட்றது தப்புதேன் க்கா. பெத்த பிள்ளையா இருந்தாலும் நாலுவார்த்த நறுக்குன்னு கேட்டு வேலயப் பார்ரா நாயின்னு சொல்லி வேலய வாங்க மாட்டாம... இது, இத நானே ஏத்துக்க மாட்டேன். அதென்னா கைநீட்ற வழக்கம்! நம்ம பிள்ளய அடிச்சா நாம சும்மாருப்பமா. சேச்ச, மனுசனுக்கு வயசாக வயசாக புத்தி பெரண்டுரும் போல?” என்றவள், சுருதி குறைத்துப் பேசினாள்.

“வேலைக்கிச் சேத்துவிட்டு இத்தன நாளாச்சு ஒருநா ஒரு பொழுதாச்சும் இம்பிட்டு வீம்பு பண்ணக் கண்டிருக்கியா? காலைல இருந்து எங்கிட்டோ அலஞ்சு திரிஞ்சிட்டு இப்பதே வந்திருக்கியான். கோவத்துல என்னத்தியாச்சும் பண்ணிக்கிட்டான்னு வையி. இவ்வளவு தூரம் வளத்து வாலிபம் பண்ண பயல திரும்பக் காணமுடியுமா” பேசும்போதே அம்மாவுக்கு நா தழுதழுத்தது.

“இருக்கட்டும் வச்சுக்கறேன். நா சொல்றேன்ல. இதெல்லா தப்புக்கா. கிருசகெட்ட மனுசனுக்கு ஏந்தே இப்பிடியெல்லா புத்தி மாறுதோ கொஞ்சநாளாவே ஆளே சரியில்லக்கா, கோவம்னு வந்தா இப்பிடித்தே காலம்பற. பாண்டியக் கேளுங்க. வீட்ல ஏங்கூட சண்ட, ஒரே கும்மர்ச்சம். மல்லுக்கட்டி

தெள்ளுத் தெரிச்சு அச வீடெல்லா வந்து என்னா என்னான்னு விசாரிக்கிற மாதரி ஆய்ப்போச்சு. என்னத்தச் சொல்ல? யாரோ சொன்ன மாதரி நாய்ப் புத்தி ஆரம்பமாயிருச்சு போல."

"கிருமமா பள்ளியொடம் போயி ரெண்டு எழுத்து படிக்கமாட்டாம. பென்சில் பிடிச்சுத் திரிய வேண்டிய கையில மாரியாத்தா கரித்துணியக் குடுத்து இப்பிடி கஷ்டப்பட வச்சிட்டாளேன்னு ரவ்வும் பகலும் பொலம்பிக்கிட்டிருக்கேன். இப்பிடி அடியும் வாங்கிவந்தா எப்பிடிம்மா? அப்பெ இல்லாத பிள்ளைன்னு ஒரு பாவம் பாக்கவாச்சும் வேணாமா! எங் காலந்தா இப்பிடி ஆகிப்போச்சு." ஒரே பாட்டாய்ப் படித்தது அம்மா.

"அதச் சொல்லாதக்கா. பிஏ படிச்சவெ பெஞ்சி தொடைக்கிறான், எம்மே படிச்சவெ காப்பி ஆத்துறான்னு கேட்டதில்லியா! படிச்சவெம் பூராம் கலெக்ட்ரு வேலையா பாக்கறான். பாண்டிக்கு இருக்க அறிவுக்கு கருத்தா தொழிலக் கத்துகிட்டான்னா கலெட்ருக்கு மேல வருவான்னு எவ் வீட்டுக்கார்ரு பெருமையாச் சொல்வாரு..." என்றவள் சிறிது இடைவெளி விட்டு, "பாண்டீ, இன்னிமே அண்ணே வையாம நாம் பாத்துக்கறேன். இந்தா ஓர்க்சாப் சாவிய நானே வாங்கிட்டு வந்துருக்கேன். எப்பயும்போல அங்கன போய்ப் படுத்துக்க" நீட்டினாள்

பாண்டி பொட்டிப் பாம்பாய் தன்னை இறுக்கிக்கொண்டான்.

படிக்கிற பிள்ளைகளுக்குப் படிப்பு ஓடவில்லை. ரெண்டுபக்கமும் மாறிமாறி வாய்பார்த்துக் கொண்டிருந்தார்கள்.

"லேய் .. பாண்டி, டோய். ஒன்னத்தாண்டா" எந்தச் சத்தத்திற்கும் பாண்டி அசையவில்லை.

அம்மா மதினியை அனுப்பி வைத்தது. "நீ போ செம்பா, நாம் பாத்துச் சொல்றேன்."

செண்பகம் வெளியேறியதும், சாப்பாட்டு வேலை நடந்தது.

சாப்பாடு முடிந்ததும் அம்மா தந்த சாவியைத் தூர எறிந்தான் பாண்டி. “இன்னிமே நான் அங்க போக மாட்டேன்.”

அம்மாவுக்கு பாண்டியின் கோபம் அச்சமூட்டியது. அவனது சம்பளத்தை நம்பித்தான் மாசச் சீட்டு ஓடுகிறது. ‘கவுத்தி விடுவானோ!’

21

சைக்கிளை எங்கே நிறுத்துவதெனப் பிடிபடவில்லை கண்ணனுக்கு. வீட்டுவாசல்வரை சீட்டைவிட்டு இறங்காமல் வந்தவன், வீட்டின் முன்னால் வந்து பிரேக் பிடித்து நிறுத்தினான் சைக்கிள், ராகவனது வீட்டுவாசலில் முட்டி நின்றது.

“ஏண்டா கிருத்திரியம் பிடிச்சுப் போச்சா? நம்மவீட்டு வண்டிய அசவீட்டு முன்னாடி நிறுத்துற. அவக ரெண்டு பேச்சுப் பேசவா?” தண்ணிப்பானையுடன் நின்ற அம்மா கண்ணனைக் கடிந்துகொண்டது.

“அவங்க சும்மா இருந்தாலும் நிய்யே காமிச்சுக் குடுத்துடுவ போல” ஸ்டைலாக சைக்கிளை வளைத்து வீட்டுக்கு எதிர்ப்புறமிருந்த விளக்குக் கம்பத்தருகே நிறுத்தினான். “சாயந்தர நேரம் நல்லதண்ணி வார நேரம் வேற! பொம்பளப்பிள்ளைகளுக்கு எடஞ்சலா இருக்கும்ல!” வாய்பேசினாலும் கண்ணனின் திடீர் வருகைக்கான காரணம் அம்மாவுக்கு ஒருகணம் பிடிபடவில்லை. அந்த சின்னப் பயல் பாண்டி நாலஞ்சு நாளாக வேலைக்கு வரவில்லையாம். அவனமாதரி ரூவா வாங்க, டிப்பன் வாங்க வந்துட்டானா?

தினமும் சாயங்கால நேரத்தில் நகராட்சியிலிருந்து முறைவைத்து தண்ணீர் திறந்து விடுவார்கள். ஒருமணி -

ஒண்ணரை மணிநேரம் நல்ல தண்ணீர் (முல்லையாற்று நீர்) வரும். வீட்டுக்குள் அடைபட்டுக் கிடக்கிற குமரிகள் பூராவும் பானை - குடத்தைத் தூக்கிக்கொண்டு மஞ்சள்பூசிய முகமும் பவுடர் வாசனையுமாய் தெருமுழுக்கத் திரிவார்கள். தெருக்குழாய்கள் இருக்கும்போதே புதிதாக வீடுகளுக்கு தனியான இணைப்புகள் கொடுக்கப்பட்டிருந்தன. இந்தத் தெருவில் கண்ணனின் வீடும் மாரிநாயக்கர் வீடும் கணபதி செட்டியார் வீடும் மட்டுமே நகராட்சித் தண்ணீருக்கான இணைப்பு வாங்கியிருந்தார்கள். மீதிப்பேர்கள் கீழே இறக்கத்தில் போட்டிருக்கும் தெருக்குழாய் மற்றும் கணக்காப்பிள்ளை சந்தில் இருக்கும் உப்புத்தண்ணிக் குழாயிலும் வரிசை போட்டுத்தான் வீட்டுக்குத் தண்ணீர் பிடிக்கவேண்டும். இது தவிர, கீழே பெருமாள் கோவிலைத்தாண்டி வயல்களுக்கு மத்தியில் நல்ல தண்ணிக் கிணறும் டேங்கும் இருக்கின்றன.

இந்த இரண்டு வழியிலும் தண்ணீர்பிடிக்க விருப்பமில்லாதவர்கள் குழாய்போட்ட வீடுகளில் ஒப்பந்தமாய் வீட்டுக்கு நாலஞ்சுபேர் மாதக்கட்டணம் கொடுத்துத் தண்ணீர் பிடித்துக் கொள்வார்கள்.

அந்தநேரம் தெருவில் பெண்பிள்ளைகளின் நடமாட்டம் கூடுதலாய் இருக்கும். மதியச்சாப்பாடு முடிந்ததும் சின்ன ஓய்வுக்குப்பின், அண்டா பானை குடங்களில் இருக்கும் பழைய தண்ணீரைத் தொட்டிக்கு மாற்றிவிட்டு சாம்பல், புளி போட்டுத் தேய்த்துக் கழுவி, நீர் வடிய அவற்றை குப்புறக் கவிழ்த்துவிட்டு, கைகால் சுத்தம் செய்து, தலைசீவி மையிட்டுக் கொண்டால் சிலுங் சிலுங் கென, கொலுசுச் சத்தமும், கிணுகிணுக்கும் வளையல் சத்தமுமாய்த் தெருவே ரம்மியமாய் கமகமக்கும்.

அந்த வாசத்தை நுகர்ந்து ரொம்பநாளாகிப் போனது. ஓர்க்சாப்பில் பாண்டி இருந்தாலாவது எதையாவது லொடலொடவெனப் பேசிக் கொண்டே பலவழிகளில் கவனத்தை இழுத்துச் செல்வான். வேலை இல்லாவிட்டாலும் ஏதாவது பழைய வேலை ஒன்றை எடுத்து நோண்டுவான். அப்பொருளைத் தானே கண்டுபிடித்ததுபோல வலிந்து பேசுவான். சுவாரஸ்யமாய் இருக்கும். கைலாசம் அண்ணனிடம் அடிவாங்கிய நாளில்

இருந்து ஓர்க்சாப்பிற்கு வரக் காணோம். அவனில்லாததால் ஓர்க்சாப்பே ஒழுங்கில்லாமல் நாறிக் கிடக்கிறது. என்னதான் கூட்டி சுத்தம் செய்தாலும் அந்த சின்னப் பையனின் துல்லியம் கிடைக்கவில்லை.

“வந்துருவாங் கண்ணா. வராட்டி அவனுக்கு வேற நாதி ஏது?” கைலாசம் நம்பிக்கையாகத்தான் பேசினார். அவருக்குத்தான் அவனில்லாதது பெரிய நஷ்டம். ஆனாலும் மெப்பனைக்கு அதை வெளிக்காட்டாமல் இன்னமும் பாண்டியை குறை சொல்லிப் பேசிக்கொண்டே இருக்கிறார். கைலாசம் அண்ணனோடு ஒன்றிப்பேச முடியாததால் பட்டறையில் இருக்கமுடியவில்லை. அதன் காரணமாகவே வீட்டு நினைப்பு வந்துவிடுகிறது.

அதுவும் சாயங்காலப் பொழுதுகளில் தனது வீட்டில் தண்ணீர் எடுக்கவரும் ஈரப்பொழுதுகள் கண்களில் நிழலாடத் தொடங்கும். கூடவே ஈஸ்வரியின் செம்பருத்திப்பூ முகமும், பால்வண்ணச் சிரிப்பும், குழாயில் நிரம்பிய தண்ணீர்க் குடத்தைத் தூக்கி அரைவட்டமாகச் சுற்றி தளுக்கென இடுப்பில் வைக்கும் நளினமும், குடத்து நீரை விரல் கொண்டு அள்ளி அண்ணாந்தபடி நாக்கில் விட்டுச் சுவைத்துப் பார்க்கும் அழகும் கண்ணனை ஓர்க்சாப்பில் உட்காரவிடாமல் பிராண்டியது.

கைலாசம் அண்ணனிடம் வந்து நெளிந்தவன், வகுறு வலிப்பதாகச் சொன்னான்.

“ஆத்துக்குப் போய்ட்டு வர்றியா?”

“இல்லண்ணே. அடிவகுத்துல பெசஞ்சு பெசஞ்சு வலிக்கிது” சொன்னதை மெய்ப்பிக்க கொஞ்சம் நடிக்க வேண்டி இருந்தது. நிற்க முடியாதவனாய்த் தவித்தான்.

“அல்லையிலயா, அடிவகுத்திலயா?”

எது தீவிரமான வலி? தெரியவில்லையே? “அடி வகுத்தலண்ணே”

“சூடா இருக்கும். சோடா எலுமிச்சம்பழம் சாப்பிட்டு வர்றியா.”

விட்டால் கைலாசம் அண்ணனே சோடா எலுமிச்சம்பழமோ, அல்லது ஆஸ்பத்திரிக்கோ தூக்கிப்போய் ஊசிபோட்டு ஓர்க்சாப்பிலேயே படுக்கப் போட்டு விடுவார்போலத் தெரிந்தது. நினைத்தபடி வீட்டுக்குப் போகமுடியாது என முடிவுசெய்தான் கண்ணன்.

தெய்வம் மாதரி வந்து சேர்ந்தார் பிட்டர் ராசேந்திரன். தலையின் முன்பக்க முடி கண்களை மறைக்க, அதை ஸ்டைலாக வலதுகையில் ஒதுக்கியபடி படியேறினார். "என்னா... இன்னம், பாண்டிப் பயலுக்குக் கோவம் தீரலியா?" உள்ளே வந்தார்.

"வரட்டும்" கைலாசம் ஒற்றை வார்த்தையில் பதில் சொன்னார்.

"சின்னப்பய இல்லாம, ஓர்க்சாப்பே கலையில்லாம இருக்கு. என்னா கண்ணா?"

கண்ணன் எதும் சொல்லாமல் லேசாக சிரிப்பதுபோல முறுவலித்தான்.

"என்னா நெளிஞ்சிக்கிட்டிருக்காப்ல?" ராசேந்திரனிடம் கண்ணன் நடிப்பு செல்லுபடியானது.

"வகுறு வலிக்கிதாம்" கல்லுப்போல அசைவில்லாமல் பதில் சொன்னார் கைலாசம்.

'வகுத்தவலியா? அது கெட்ட கழுதயாச்சே! சட்டுன்னு ஒரு சோடா எலுமிச்சம் பழத்த அடிச்சுப் போட்டு கம்முன்னு படுத்தடணும். ரெம்ப இருந்துச்சுன்னா படார்னு ஆசுப்பத்திரில காமிச்சு ஊசியப் போட்டுரு. இல்ல, நைட்டெல்லாம் பாடாப்படுத்திரும்.'

கைலாசத்திற்குத் தனது பிடிமானம் நழுவிப்போவது தெரியவந்தது. "ஏழு, ஏழரைக்கு ஓர்சாப்ப அடச்சிட்டுப் போகலாம்னு சொன்னே. திருமலாபுரத்தில இருந்து ராசு வரார். தூக்கிப்போட்டுக் கௌம்பலாம்" இழுத்தார்.

"அதுவரட்டும்ணே, நா இருக்கேன்ல. பாவம் மொகத்தப் பாருங்க. கொராவிப்போச்சு. அனுப்புச்சு விடுங்க. நாம பாத்துக்குவோம்."

"சரி, கெளம்பு. கண்ணா, பாண்டிப்பய இல்லாததால காலம்பற கொஞ்சம் வெள்ளென வந்து ஓர்சாப்பத் தெறந்து வச்சிரணும். என்னா? போய்ட்டுவா."

கண்ணன் உடைமாற்றி சைக்கிளை எடுத்து உருட்டியபோது சினிமா தியேட்டரின் சிப்பந்தி மாலைக் காட்சிக்கான வேலைக்காக வந்து கொண்டிருந்தான். இருவரும் பரஸ்பரம் புன்னகைத்துக் கொண்டனர்.

சைக்கிளை வீட்டின் மேற்குப்புறச் சந்திற்குள் சாக்கடையை ஒட்டினாற்போல நிறுத்தினான். அந்தச் சந்தின் கடேசி வீட்டிலிருந்துதான் தண்ணீர் பிடிக்க ஈஸ்வரி வருவாள்.

சைக்கிளைப் பூட்டி சாவியை எடுத்துக்கொண்டு வீட்டுக்குள் நுழைந்தான் கண்ணன். உள்புறத் திண்ணையில் அம்மாச்சி, தலைக்கு வேப்பெண்ணெய் தேய்த்துச் சீவி கொண்டைபோட்டு, நெற்றி நிறைய திருநீறு பூசி கண்ணாடி அணிந்து உட்கார்ந்திருந்தது. கண்ணன் வரக் கண்டதும் கண்ணாடியை இறக்கி உற்றுப் பார்த்தது.

"என்னா ம்மாச்சி?" கண்ணனும் குனிந்து அம்மாச்சியைப் பார்த்துச் சிரித்தான்.

தனது மடமையை எண்ணி "ப்ச்சூ" என வெட்கம் கலந்த சிரிப்பால் "கண்ணனா என்னா அப்பனு" சொல்லிக்கொண்டிருக்கும்போதே அம்மாச்சியைக் கடந்து தாழ்வாரத்தைத் தாண்டி வீட்டுக்குள் நுழைந்தான். உள்ளே தங்கை தனம் குடத்துநீரைக் கவிழ்த்துக் கொண்டிருந்தாள். அண்ணன் வருகை கண்டு அவளும் ஆச்சர்யம் கொண்டாள்.

"அம்மா வெளியவா இருக்கு?" தனத்தின் கேள்விக்கு கண்ணாடி பார்த்து தலைசீவியபடி 'ஊம்' கொட்டினான்.

“கொழய்ல கொடம் வச்சிருக்கேன்ணே. அதத்தூக்கி காடித்தொட்டில ஊத்து. இந்தப் பானைய மட்டும் வெளக்கிக்கிறேன்” எனக் கெஞ்சுவதுபோல சொன்னாள்.

முகத்திற்குப் பவுடர் போட்டு வருவதற்குள் குடம் நிறைந்து வழிய அவசரமாய் ஓடிவந்து குடத்தைத் தூக்கியவன் அடுத்து ஒரு குடத்தை வைத்து நிமிரும்போது ஈஸ்வரி இடுப்பில் பானையும் இரண்டு கைகளிலும் குடங்களுமாய் நின்றாள். கண்ணனைக் கண்டதும் முகத்தில் மலர்ச்சி தெரிந்தது.

தனம் வரும் வரை குழாயடியில் நிற்பதா போவதா எனும் குழப்பம் ஈஸ்வரியின் வருகையால் நிகழ்ந்தது. சந்தர்ப்பத்தை நழுவவிட மனசில்லை. அம்மாச்சியின் பக்கமாய் அமர்ந்தான், ஈஸ்வரி குழாயடியில் வந்து நின்றாள்.

அம்மாச்சி வெத்திலையை மென்று கொண்டிருந்தது. அதற்குள் ஈஸ்வரி வந்ததை அறிந்துகொண்ட தனம், “காடித்தொட்டிதே பாக்கி, அடுத்து எறக்கி வக்கெ வேண்டிதே. அதனால அந்தக் கொடத்தமட்டும். தூக்கி ஊத்தீரு புள்ள” என வேலையை ஈஸ்வரிக்கு மாற்றியது தனம்.

“ம். ஒங்க வீட்ல தண்ணி பிடிக்கிறதும் போதும், ஒங்களுக்கு ஓசி வேல செஞ்சே ஓஞ்சு போகணும் போல. இந்த மாசம் தண்ணிக்கு காசு கேக்கக்குடாது ஆமா” என ஒரு சிணுங்கலுடன் பேசினாள் ஈஸ்வரி.

“அட, கைவேலையா இருக்கா பிள்ள, ஒரு கொடம் தூக்கி ஊத்துனா கொறஞ்சு போக மாட்டெ” அம்மாச்சி பேத்திக்காகப் பரிந்து பேசியது.

“அம்புட்டு கசலன்னா பேத்தியாளுக்காக நீ தூக்கி ஊத்த வேண்டிதான.”

“அட ஏ வித்தாரமே... இதுல எல்லாமா கணக்குப் பாக்குறவ?”

“நீங்கள்ளாம் கணக்குப் பாக்காமத்தே காச எண்ணி

வாங்குவீங்களாக்கும்” என்ற ஈஸ்வரி, “இந்தக் கொடத்த எவ்வீட்ல ஊத்திட்டு வந்திரேன் தனம். வந்து காடிய ரெப்பலாம்” வழக்கம்போல அரை வட்டத்தில் குடத்தைத் தூக்கி இடுப்பில் தளுக்கென வைத்து கண்ணனைச் சமீபித்து கடந்துசென்றாள்.

மூச்சை இழுத்து பவுடர் வாசனையை வாங்கிய கண்ணன், கைக்குக் கிடைத்த ஒரு புத்தகத்தை எடுத்து விரித்து வைத்துக் கொண்டான். தண்ணீர் எடுத்து முடியும் வரை புரட்டிக் கொண்டே இருக்கலாம். இன்றைய பொழுது ஜென்ம சாபல்யம் கண்டது.

22

“பாண்டி… லே பாண்டே.”

சைக்கிளைத் தன்மீது சாய்த்துக்கொண்டு பாண்டியின் வீட்டு தலைவாசலில் நின்றபடி குரல் விடுத்தார் கைலாசம்.

வாசலிலிருந்து மூணாவது வீட்டிலிருக்கும் பாண்டிக்கு தன் குரல் கேட்குமா எனும் சந்தேகம் எழும்ப அடுத்த அழைப்பை இன்னும் கொஞ்சம் சத்தமாய் எழுப்பினார்.

பாண்டியின் வீட்டிலிருந்து அவனது சின்னத்தம்பியின் தலை எட்டிப் பார்த்தது. பள்ளிக்கூடத்திற்குக் கிளம்பத் தயாராகி இருப்பான் போலிருக்கிறது. முகம் பளீரென்றிருந்தது.

“பாண்டியக் கூப்புடுடா.”

“அண்ணே வேலபாக்குற ஓர்சாப்க்கார்ரு வந்துருக்காரு” நின்ற இடத்திலிருந்தபடியே அம்மாவிடம் சொன்னான்.

“அண்ணே வெளீல போய்ருக்கான்னு சொல்லு” உடுத்தியிருந்த சேலையின் கடைசித் தொங்கலை அவிழ்த்துவிட்டு, கொடியில் கிடந்த சேலையை உருவி உடுத்தலானார்.

அம்மா சொன்னதை முன்போல வெளியில் தலையை நீட்டிச் சொன்னான்.

கைலாசத்திற்கு அவமானமாயிருந்தது. “பொடிப்பய நம்மள இப்படி அலக்கழிக்கிறானே. வீட்டில் இருந்தால் நைசாகப்பேசி கோழியை அமுக்கினாற்போல அமுக்கி இழுத்திட்டுப் போயிறலாம்ன கணக்கு தப்பாயிருச்சே! பாத்துட்டா வரமாட்டேன்னு சொல்லமாட்டான்.”

செண்பகம்கூட வேணாமென்றுதான் சொன்னாள். “ரெம்பத்தே பிகு பண்றான். அம்பிட்டு என்னா கெராக்கி. வேலன்னா நாலொன்னு இருக்கத்தேஞ் செய்யும். அரண்மனைல அடிச்ச அருவான்னாலும் பதம் தீட்டணும்னா தரையில போட்டுத்தே இழுக்கணும். என்னமோ ஓசியா வேலபாக்கறவெம் மாதரித்தே வீம்பு. சின்னப்பயதே அப்பிடின்னா, வீட்லருக்க பெரியமனுசியாச்சும் புத்திசொல்லி அனுப்ச்சுவிட வேணாமா. பேசாம வேறபயலப் பாருங்க. கூர மேல சோத்தப் போட்டா ஆயிரங் காக்கா.”

செண்பகம் சொல்வது சரிதான்னாலும் அது பட்டறை வேலைக்குத் தோதுப்படாது. அழுக்குப் பிடிச்ச வேலை. உடனே ஆள் கிடைத்தாலும் அவனை வசக்கித் திருத்த நாளாகும். என யோசித்தவர், நமக்கும் சிலசமயம் பொறும பத்தாமப் போகுது. என சுயவிமர்சனம் செய்யலானார்.

இந்தமட்டில் திரும்பிப் போய்விடலாமா? அவன் அம்மாகிட்டயே ஒருக்கா நேர்ல பேசீரலாமா! மானக்கேடுதான். இருந்தாலும் வேலயாகணுமே. ஒருவேள வீட்டுக்குள்ளயே இருந்தான்னா? வீரத்தக் காட்டிலும் விவேகம் முக்கியம். சைக்கிளை சமதளமான இடம் பார்த்து நிறுத்தினார். வேட்டியை அவிழ்த்து இறுகக் கட்டிக்கொண்டு அந்த லைன் வீட்டின் தலைவாசலில் நுழைந்தார்.

“கைலாசமா... ஏ பிட்டரு!” முதல் வீட்டுக்குள்ளிருந்து வரவேற்றார். ஆயில் எஞ்சின் பிட்டர் வேலப்பன். கலைந்த தலைமுடியும் பெருத்தமீசையும், கனத்த உடம்புமாய் வாய்நிறைந்த புன்னகையோடு வந்தவர் கைலிவேட்டியை தொப்பைக்கு மேல் ஏற்றிக் கட்டியிருந்தார்..

“அட, வேலப்பண்ணே, என்னயப்போயி பிட்டர்ங்கறீக. கடசல்காரன்ணே. நீங்கதான் ஒரிஜினல் பிட்டரு. நல்லாருக்கீகளா?”

“யே, பிட்டரு... டர்னரு அல்லாம் ஒண்ணுதான்பா நீங்க எப்டி இருக்கீக?”

“எதோ ஒங்க புண்ணியத்ல நல்லாருக்கம்ணே . .ஒங்களத்தே ஆளக்காங்க முடியல. இங்கியா இருக்கீக?” பேச்சுக் கொடுத்தபடியே வீட்டுக்குள் எட்டிப்பார்த்தார். அவரது சம்சாரம் படுக்கையை எடுத்துவைத்துக் கொண்டிருந்தார். பின்புறத்து இடுப்பும், சதைப்பிடிப்பு கொண்ட கெண்டங்காலும் தெரிந்தது. “என்னா மய்னீ பேசக்கூட மாட்டேங்கிறீக” ரெம்பவும் சகஜமாய் பேச்சுக்கொடுத்தார்.

சட்டெனத் திரும்பிய அவர் பளீரெனப் புன்னகைத்து. “அதேன் ஒங்கண்ணே பேசறார்ல” என்றார்.

“அண்ணந்தம்பி பேசிக்காம இருப்பமா? வரவா? உள்ளாற வரவா” குறுஞ்சிரிப்புடன் கேட்டார்.

“இதெல்லாங் கேள்வியா? என்னமோ ஏறுகோட்ல நிண்டுக்கிட்டு கபடிக்கபடி பாடுனமாதரி வரவா வரவான்னுட்டு” முந்தானையைத் திருத்தியபடி பேசினார் தெய்வானை வேலப்பனின் மூணாவது சம்சாரம். மூத்தாள் இருவரும் அக்கா தங்கை இவர் அந்நியம்.

“பட்றயத் தொறக்கணும் மய்னி. உள்ளவந்தா மதினிகூட நெறய பேசணும். நேரமாகிரும். இங்க எப்ப வந்தீக தேனிலதான இருந்தீக.”

“ஆமா, தேனிலருந்து வந்து ஒருவர்சம் ஆகுமில்ல யேந் தேவான” மனைவியை அழைக்க, புன்சிரிப்பு மாறாமல் வந்த தெய்வானை. “ஏன் நெகாத்தெரியாமப் போச்சா நாள வெள்ளி வந்தா வருசம் முடிஞ்சு ரெண்டுமாசம் ஆச்சு” பளீரென்ற சிரிப்பில் முகமே கண்ணாடியாய் ஜொலித்தது.

“நல்லாருக்கீங்கள்ள?” தெய்வானையை குசலம் விசாரித்தார் கைலாசம்.

“பேசிக்கிட்டே இருங்க . ஓடிப்போய் காப்பி வாங்கிவாரேன்” பேசிய தெய்வானையின் பற்களைப் பார்த்துக்கொண்டே மறுத்தார் கைலாசம்.

“இல்ல மய்னீ, விடிஞ்சதிலருந்து ரெண்டுகாப்பி குடிச்சாச்சு. பாண்டிப் பயலப் பாக்க வந்தே. ரெண்டுநாளா பய மக்கர் பண்றான் வேல வந்து கெடக்கு. அதேம் பேசி கூட்டிப் போலாம்னு வந்தே” என்றவர் கூரையின் மேல நுனியைப் பிடித்து ஸ்டைலாக நின்று கொண்டார். உயர்ந்து நின்ற வலதுகையில் வெய்யில் தேமலைப் போல படர்ந்தது.

“பாருங்ணே ந்திம்ப்பிட்டுப் பய நம்மள வீடுதேடி வரவச்சுட்டானே. நம்ம காலத்தில யெல்லா இப்பிடி கண்டிருக்கோமா” தொடர்ந்து பேசினார்.

“ம், ரெண்டு நாளைக்கு மிந்தி அந்த அக்கா வேற வந்து சொல்லீட்டுப் போனாங்க. இன்னும் வரலியா” என்ற தெய்வானை. “அவன அடிச்சீகளாம்ல” மறுபடியும் சிரித்தார்.

“வேல பாக்குற எடத்துல அடிக்கறதெல்லா புதுசா” என்ற வேலப்பன், “ஸ்கூல்ல அடிக்கிறாக அதுக்காக பள்ளீடொம் போக வேணாம்னு சொல்லீருவியா. அதுக்காகத்தே அவெ வரலியா” எனக் கேட்டார்.

“ஓங்களுக்குத் தெரியும்லண்ணே. நா சோதி ஓர்சாப்ல வேல படிச்சவெ... மூணு பிட்டருக. நாலு டர்னரு சின்ன டர்னர் பெரிய டர்னர் அல்லாருக்கும் நாந்தே கைக்கு நிக்கணும். வேல பிசுங்காது பத்து கை இருந்தாலும் காணாது ஆளாளுக்கு வேல சொல்வாக. அப்ப எதோ கேக்கலன்னு பெரிய டர்னர் ஸ்பானர எடுத்து எறிஞ்சார். கண்ணுப்பட்டைல அடிச்சு அந்தத் தழும்பு இன்னம் மாறல” வேலப்பனுக்குக் காட்டுவதுபோல தெய்வானை பக்கமும் திருப்பிக் காட்டினார்.

“அதனாலதே இம்பிட்டு பெரிய ஆளா ஆகியிருக்கீக” என்று வேலப்பன் சொன்னபோது பாண்டியின் அம்மா வெளியில் வந்தார்.

“வாங்க தம்பி” வரவேற்றார்.

“என்னாக்கா, மைனரு வெளீல போய்ட்டாராக்கும்” நட்டுக் குத்தலாகப் பேசினார்.

“இப்ப வந்திருவான். வீட்டுக்கு வாங்க. கலரு வாங்கீட்டு வரேன்.”

“பரவால்ல, இருக்கட்டும் க்கா. என்னா வேலைக்கி வார மாதரி இருக்கானா. இல்ல வேற ஆள் பாக்கணுமா” பாண்டியனது அம்மாவின் முகம் பார்க்காமல் தெய்வானையைப் பாத்தபடி கேட்டார் கைலாசம்.

“அதென்னா பேச்சு கைலாசம்? சின்னப்பய வெளாட்டுப் புத்தி. வேலைக்கி வராம எங்க போகப் போறான்! நாம் பேசி அனுப்பிச்சு வக்கிறேன். நல்ல கருத்தான பய. இன்னம் ரெண்டு வர்சம் சேந்தமானைக்கி மிசின்ல நின்னான்னா நாளைக்கி அவனே தனியா மிசின ஓட்டப் பழகிருவான்ல” பாண்டியின் அம்மாவை முந்திக்கொண்டு வேலப்பன் பரிந்து பேசினார்.

அந்தநேரம் பாண்டியின் தம்பி மஞ்சள் பையில் சிலேட்டைத் திணித்துக்கொண்டு அதை முதுகில் போட்டபடி வெளியில் வந்தான்.

“பள்ளியொடம் கௌம்பியாச்சா?” தெய்வானையின் கேள்விக்கு, மௌனமாய்த் தலையாட்டினான்.

“எந்தப் பள்ளிக்கூடம்?” கைலாசம் தானும் ஒரு கேள்வி கேட்டார்.

“அம்பியாவதி பள்ளியொடம்” பதிலளித்தவனின் சட்டைப் பையில் நாலணாவைத் திணித்துவிட்ட கைலாசம் தனது பேச்சைத் தொடர்ந்தார்.

“அதுனாலதே நானும் அப்புராணிக் குடும்பமாச்சே. ஒருவகைக்கு சொந்தக்காரக வேற நம்மள நம்பி விட்ருக்காகன்னு ஒரு அக்கறப்பட்டு மிசின்ல நிக்கவிடுறேன். வேற எடத்துல செய்வாங்களா! நீங்க என்னான்னா ரெம்ப மெதக்கமா இருக்கீங்க. அவெவெ பிஎ எம்மெ படிச்சுப்பிட்டு வேலையத்தேடி நாயா அலையிறான். சரி வரவும் பாத்து சொல்லி அனுப்பிச்சு வைங்க க்காவ்.”

பாண்டியின் அம்மாவால் பதில் பேச முடியவில்லை. போகத்தான் சொன்னார். எந்திரிச்சதும் போனவன் ஆளைக்காணாம். “சரிங்யா” என்றவர், “இவன பள்ளியொடத்துல விட்டு வந்திர்ரே” எனக் கிளம்பி, “வீட்டுக்கு வந்து பச்சத்தண்ணி கூடக் குடிக்கல. கலரு வாங்கியாறேன்” என மறுபடியும் தேங்கினார்.

“யக்கா நீங்க மொதல்ல புள்ளயக் ஸ்கூல்ல விட்டு வாங்க. பிட்டர நாம் பாத்துக்கறேன்” என வேலப்பன் கைத்தாங்கலாக அனுப்புவதுபோல அனுப்பி வைத்தார்.

“நீங்களும் ஒருவார்த்த சொல்லி அனுப்புச்சு வையிங்கணே...”

“கண்டுசனா! நல்லபய. நாம் பாத்துருக்கேன்ல. வேலயெல்லா வெனாவாப் பாக்குறானே! இப்பிடியொரு பய நமக்கு கெடைக்கறது அருவம்ணே. நாம் பேசி அனுப்பிச்சு வச்சிறேன்.”

“ஓங்க பட்டறைல இவருக்கு ஒரு வேல குடுங்க” கேஆர்விஜயாவின் பற்கள் பளீரிட கைலாசத்திடம் பேசின தெய்வானையை மறிப்பதுபோல வீட்டுக்குள் நுழைந்த வேலப்பன் நிமிசத்தில் சட்டையைப் போட்டுக்கொண்டு வெளியில் வந்தார்.

“ஏன் நீங்ககூட வாங்க ஒங்களுக்கில்லாத வேலயா?” எனப் பேசிய கைலாசம், “ஏம் மய்னி, வேலப்பண்ணே எவ்வளவு பெரிய ஆளு. அவரு பட்டறப்பக்கம் வந்தாலே போதும்ங்க” பாதிச் சிரிப்பும், கிறக்கமுமாய்ச் சொன்ன கைலாசம் தெய்வானையிடம் விடைபெற்றார். “பிட்டருக்கு காப்பி வாங்கிக் குடுத்துட்டு வந்திர்ரேன்” வேலப்பனும் மனைவியிடம் சொல்லிக்கொண்டு

கிளம்பினார்.

சைக்கிளை உருட்டிக்கொண்டு நடக்கையில் வேலை நிலவரம் விசாரித்தார் வேலப்பன். "நாம உள்ளொடுங்கி இருக்கம்ணே எதொ ஒங்களப்போல பழகுனவங்கள வச்சுத்தே வண்டி ஓடுது."

"பெரிய கம்பெனிகளே கொஞ்சம் தடுமாறுதுக போல. பேச்சு வந்திச்சு. "

"அவக ஆள் பட ஜாஸ்திண்ணே. சம்பளம் செலவு அழிவு எல்லாம் இருக்குல்ல."

"முக்கியமா அதுல வேலபாத்த ஒங்களப்போல வேலக்காரவங்க பூராம். தனிக்கட்சி ஆரம்பிச்சி வந்துட்டீங்க. ஓட்டு பிரியும்ல" வேலப்பனது அந்த வார்த்தைகள் புரியவில்லை. அதை உணர்ந்தவராய், "அதாவது, ஓர்சாப் பெருகீருச்சு. அந்த அளவு வேலகுடுக்குற சம்சாரிக பெருகலேல்ல. அப்படீங்கறப்ப ஆப்பத்த பங்குபோட்ட கததான."

வார்த்தைகள் சாதாரணமானவையாய் இருந்தாலும் அடர்த்தியான செய்தியைச் சுமந்திருந்தமையால் இருவருக்கும் மனம் கனத்தது.

"அதே கததான். எங்களுக்கும் முன்ன ஊருக்கு ஒரு பிட்டர் இருந்தம். ரவ்வும் பகலும் தேடித்தேடி சம்சாரிக வந்தாக. இப்ப தெருவுக்கு நாலு பிட்டருக. சம்சாரிக? அதேதான். எங்கள அவங்க தேடிவந்த காலம் மாறி எங்கடா வேல இருக்குன்னு நாங்க வேலையத்தேடி அலயற காலம் மொளச்சிருச்சு. அலயற வயசுமில்ல. அப்படிக்கேட்டு வேலயச் செய்ய மனசும்மில்ல. வந்தா செய்வோம். என்னா கைலாசம்?"

கைலாசத்தின் மனம் பதைத்தது. தேனி வட்டாரத்தைச் சுற்றியுள்ள உள்காட்டு சம்சாரிகள் பலருக்கும் வேலப்பன்தான் கண்கண்ட தெய்வம். பெரும்பாலும் மானாவாரிப் புஞ்சைகள்தான். மழையை நம்பி விதைத்தாலும் ஆற்றில் நீர்வரத்து கண்டு பயிர்வளர்ப்பு நடந்தேறியது. திடீரென

ஆற்றில் நீர்வரத்து கூடினாலோ குறைந்தாலோ ஆயில்பம்ப் செட்டை அதற்குத்தக்க இடம் பார்த்து அமைப்பதும், போனது வந்ததுகளை சம்சாரியை எதிர்பார்க்காமல் வேலைபார்த்து எஞ்சினை ஓட்டி வெள்ளாமையைக் காக்கும் சாமியாக கொண்டாடுவார்கள். எம்புஞ்சைல வேலப்பண்ணெ கால் ஊண்டி நின்னாப்போதும் ஓடாத எஞ்சினும் தானா ஸ்டார்ட் ஆகும் என்பார்கள்.

அதுபோலவே, வேலப்பன் பஜாருக்குள் வருகிறார் என்றால் ஓர்க்சாப்காரரர்கள் நமக்கு ஒரு வேலை தரலாம்ல என கெஞ்சுவார்கள். எப்போதும் அவருக்குத் தரமான வேலை, தரமான வேலையாட்கள் இப்படியே பழகிப்போனவர் சின்ன ஓர்க்சாப்பில் சொன்ன நேரத்தில் வேலை முடியாது. எந்த வேலையும் அவர் நேரில் வந்து தரமாட்டார். உதவியாளர்கள் அல்லது சம்சாரிகள்தான் கொண்டு வருவார்கள். சம்பந்தப்பட்ட ஓர்க்சாப் என்றால் வேலப்பன் என்ன விரும்புவார் என்பது அவர்களுக்குத் தெரியும். அதனால் யாரும் சொல்லாமலே செய்யவேண்டிய வேலைகளைச் செய்து அனுப்பிவிடுவார்கள். மற்ற இடத்தில் என்றால் அவரே உட்கார்ந்து வேலைகளைச் சொல்ல வேண்டும். அதற்கெல்லாம் நேரமிருப்பதில்லை.

கருப்பையாபிள்ளை காப்பிக்கடைக்குள் இருவரும் நுழைந்தனர். பஸ்ஸ்டாண்டை ஒட்டி கிழக்குப்பக்கம் தென்னங்கிடுகு வேய்ந்து செட் போட்டிருந்தார். நுழைந்ததும் சூடாக உளுந்தவடை சட்டினியோடு வந்தது

“இன்னொண்ணு இப்ப. புதுசா தொழில் படிப்பு படிச்சு வாரவங்க கட போட்டு ஒக்கார ஆரம்பிச்சிட்டாங்க. இனி நம்மள மாதரி அனுபவசாலிகளுக்கு சனிதிசைதான்” உளுந்த வடையைப் பிய்த்து டீ யில் நனைத்துச் சாப்பிட்டதை கடையில் இருந்தவர்கள் அதிசயமாய்ப் பார்த்தார்கள்.

“ண்ணே இப்பிடியே ஒவ்வொண்ணுக்கும் மேஷ - ரிஷபம் பாத்தம்னா பொழைக்க முடியாது. படிச்சு வாரெவங்கெலெல்லா வேஸ்ட்டுண்ணே. இப்ப இந்தப் பாண்டிப் பயலத் தேடி

வந்திருக்கேன்னா அவெண்ட்ட தொழில் இருக்கு. ஆனா, பள்ளிக்குடத்த எட்டியே பாக்காத பய. அதே ஓர்சாப்ல கண்ணன்னு ஒருபய இருக்கான்ல அவெ ஐடிஐ படிச்சவெ. அவனவச்சு ஒண்ணும் பண்ணமுடிலீல்ல. அதனால என்னைக்கிம் நல்ல வேலக்காரனுக்கு அழிவே இல்லண்ணே.”

தெம்பாய்ச் சொல்லி முடித்தாலும் இதே ஐடிஐ படிப்பும் தொழில்படிப்புகளும் தன்னுடைய தொழிலுக்கும் வேட்டு வைக்கக் காத்திருக்கிறது என்பதும் கைலாசம் அறியாததல்ல. சில ராத்திரிகளில் உறக்கமில்லாமலும் போய்விடுகிறது. இதே கண்ணன் நம்மிடம் தொழில் பழகியதும் தன்னைக் கழட்டிவிட்டு வேறு ஆளைப்போட்டோ தானாகவோ கடைநடத்த வாய்ப்புண்டு.

இப்படித் தொழில் படிப்பு படித்தவர்களுக்கு அரசாங்கமும் பட்டறை வைக்க கடன் உதவி லட்சக்கணக்கில் செய்யக் காத்திருக்கிறதாம். போதாத காலமாய் கோயம்புத்தூரில் இருந்து பம்ப் சாப்ட், பித்தளை புஸ் , உட்பட கடசல் செய்யவேண்டிய எல்லா பொருளுமே அங்கேயே கடசல் பண்ணி ரெடிமேடாக பஜார் கடைகளுக்கு விற்பனைக்கும் வருகிறதாம். இனி கடசல் வேலைக்கும் வேட்டுதான். ஆளுக்கொரு செய்தியைப் பரிமாறியபடி ஆறுதலும் பரிமாறிக்கொண்டனர்.

காப்பி சாப்பிட அழைத்தது வேலப்பன்தான் என்றாலும் பணத்தை கைலாசமே கொடுத்தார்.

23

ஸ்ரீராம் தியேட்டரில் காலைக்காட்சிக்கே கூட்டம் சள்ளை பறிந்தது. போதாக்குறைக்கு அன்று சனிக்கிழமை பள்ளிக்கூட பிள்ளைகளும் சேர்ந்துகொள்ள தெருவே கோலாகலமாய் இருந்தது. இது சிவாஜியின் இருநூறாவது படம். சிவாஜிக்கு மூன்றுவேடம் குடும்பக்கதை, பாட்டு, சண்டை எல்லாமுமாகக் கூடி திரிசூலம் படம் வெற்றிக்கொடி நாட்டியது. நகரின் இரண்டு தியேட்டர்களிலுமே திரிசூலத்தை ரிலீஸ் செய்திருந்தார்கள். கண்ணனுக்கு சிவாஜியை ரெம்பவே பிடிக்கும். படம் ரிலீசுக்கு முன்பே பாட்டுகள் வெளியாகி பிரபலமாகி இருந்தது. ஒருவாரம் போனால் கொஞ்சம் கூட்டம் குறையும். சந்தடியில்லாமல் ரசித்துப் பார்க்கலாம். ஓர்சாப்பின் எல்லையில் நின்றபடி கூட்டத்தை வேடிக்கை பார்த்துக் கொண்டிருந்தான்.

பட்டறையில் கைலாசம் இல்லை. வந்து கொஞ்சநேரம் இருந்தவர் அவசரவேலை ஏதுமில்லை என்பதால் பாண்டிக்கு கடசல் மிசினையும், சாணைக் கல்லையும் சுத்தம் செய்யச்சொன்னார். கண்ணனை வெல்டிங்மெசினை தூசு தட்டச் சொல்லிவிட்டு, தான் அரைமணி நேரத்தில் வந்து விடுவதாக சைக்கிளை எடுத்துக் கிளம்பிவிட்டார்.

வெல்டிங் மெசினில் துடைக்க என்ன இருக்கிறது. பழையதுணி எடுத்து ரெண்டு அடி அடித்ததில் சிவீரென தீயாய் ஜொலித்தது.

சாணைக் கல்லையும் கண்ணனே சுத்தம் செய்தான் பாண்டி வேணாமென்றுதான் சொன்னான். ஆனால் லேத் மிசினைத் துடைக்க ஒருமணிநேரம் பிடிக்கும். சின்னப்பயல் பாவமில்லையா. முடித்து விட்டுத்தான் வெளியில் வந்தான். வேறெந்த வேலைசெய்ய ? சைக்கிளைத் துடைக்கலாமா. ரெம்ப நாளாச்சு ஆயில் கேனும் துணியும் எடுத்துக்கொண்டு சைக்கிளை அண்டி உட்கார்ந்த சமயம் முனிசிபல் லாரி வந்து வாசலில் நின்றது.

ட்ரைவர் இறங்கி வந்து மோட்டாரை இறக்கச் சொன்னார். பெரிய உருப்படியாய் இருந்தது. தூக்க முடியாது என்ற பாண்டி மினி லாரியை பின்பக்கம் வரச்சொன்னான். பட்டறை திட்டை ஒட்டி நிறுத்தினால் கொஞ்சங் கொஞ்சமாய் நகர்த்தி பட்டறைக்குள் உருட்டிவிடலாம் என யோசனை சொல்ல அவ்வாறே அந்த மோட்டார் பட்டறைக்குள் இறக்கி வைக்கப்பட்டது.

“பிட்டர் வரலியா ?” எனக்கேட்ட சமயம் மகாராசன் வண்டியில் வந்து இறங்கினார்.

“எறக்கியாச்சா” என கேட்டவர், ட்ரைவரிடம் ஏதோ சொல்லி அனுப்பி வைத்தார். “கைலாசம் வரலியா?” கேட்டபடி படியேறினார். வழக்கம்போல பெயர்ப் பலகையை ஒரு பார்வை பார்த்துக்கொண்டார்.

“வந்துட்டு எங்கியோ வெளீல போய்ருக்கார்” கண்ணன் பதில் சொல்ல, பாண்டி மோட்டாரின் புள்ளியை கையால் ஓட்டிப்பார்த்தான். பூப்போல ஓடியது. என்ன வேலைக்கு வந்திருக்கிறது? பழுதில்லாதது மாதரி தெரிந்தது.

ஸ்டூலில் உட்கார்ந்த மகாராசன் மோட்டாரை ஓட்டிப்பார்த்த பாண்டியிடம் “என்னா டர்னர் என்னா வேலையிருக்கு?”

“எனக்கு ஒண்ணும் தெரிலண்ணே. அண்ணே வரணும்.”

“சுத்திப் பாத்தவெ எதும் கண்டுபிடிக்க முடியலியா?” பெருமிதப்

புன்னகையுடன் கேட்டார். உடனே கண்ணனும் வந்து புள்ளியை சுத்திவிட்டான்.

“நல்லாத்தான ண்ணே இருக்கு” கண்ணனைக் கேட்டான் பாண்டி. கண்ணனுக்கும் பிடிபடவில்லை.

“எனக்கென்னமோ பேரிங் நல்லாருக்கு. புள்ளி மட்டும் லேசா சேக்காகுது. காட்டர்பின் இறுக்கணும். மோட்ர ஓட்டிப் பத்தாத்தே காயில் நல்லாருக்கான்னு தெரியும். ஓட்டிப் பாக்கவாண்ணே!”

“காட்ருப் பின்னு மாத்தணுமா பாண்டி, ரைட்டு. ஓட்டியெல்லாம் பாக்க வேணாம். மோட்டாரு நல்லாத்தே இருக்கு. இப்ப என்னா செய்ற மோட்டாரக் கழட்டி பேரிங்க பாரு. நல்லாருந்தா கிரீச மாத்திரு. ரோட்டரிய லேத்ல பிடிச்சு நல்லா எமரிப் பேப்பர் பிடிச்சு பளபளன்னு பாலீஷ் பண்ணீரு. மோட்டாரயும் பளீர்னு தொடச்சு புதா மோட்டார் மாதரி ஆக்கிடு. பேரிங் நம்பரப் பாத்து புதுசு வாங்குன மாதரி ஒரு பில் வாங்கிரு. எல்லாத்தியும் சேத்து ‘ஆணையாளர், தேனி அல்லிநகரம் முனிசிபாலிட்டி’ அப்பிடின்னு ஒரு பில்லப்போட்டு வச்சிடணும். நான் படத்துக்குப் போய்ட்டு வந்திறேன். வண்டி இங்கியே நிக்கட்டும்” பட்டறையை விட்டு இறங்கிய மகாராசன், “படம் முடிஞ்சு வரங்குள்ள ரெடியாயிடணும். கைலாசம் கிட்டச் சொல்லீரு” என்றவர் மறுபடியும் மேலே வந்து “கைலாசம் வாரவரைக்கும் காத்திருக்கணுமா பாண்டி! சின்னவேலதான நீங்களே செஞ்சுடலாம்ல... அர்ஜண்டு காயம்படாம கழட்டணும்” என்று பாண்டியை தட்டிக் கொடுத்தார்.

“புல்லர் வச்சுக் கழட்டீரலாம்ணே.”

சரி என்பதுபோல படியிறங்கினார். வண்டி பக்கம் போனவரைக் கூப்பிட்ட பாண்டி, “எமரிசீட் வாங்கணும்ணே” என தலையைச் சொறிந்தான்.

அவனை தலையைச் சாய்த்துப் பார்த்த மகாராசன், “ஏங்கிட்டயேவா? நல்லா வருவடா” ஏகடியம் பேசிவிட்டு,

“இந்தா மண்ணெண்ணெய்க்கும் சேத்து வச்சுக்க” என பணத்தைத் தந்துவிட்டுக் கிளம்பினார். .

கைலாசண்ணன் வந்தபிறகே மோட்டாரைக் கழட்டலாம் என முடிவு செய்து பழைய வேலைக்குத் திரும்பினர். லேத்மெசினை முழுசுமாகத் துடைத்து முடித்த பாண்டி டூட்டி ஆயில் கொண்டு ஓடுபாதைகளை இலகுவாக்கினான். சென்டர் கட்டையையும் நகர்த்தி ஆயில் போட்டான். தியேட்டரில் படம் இடைவேளை விட்டார்கள். கைலாசத்தைக் காணோம். படம் முடிந்து வந்தால் மகாராசண்ணன் திட்டுவார். தாங்களாக வேலை பார்த்தால் கைலாசம் கோபிப்பார்.

“வேலயெல்லா பாக்க வேணாம்ணே. கழட்டிக் கிளீன் பண்ணி வப்போம். அதுங்குள்ள வந்துருவார்ல” பாண்டியின் ஆலோசனைப்படி மோட்டாரைக் கழட்டினார்கள். புல்லர் போட்டு இழுத்ததில் மோட்டாரிலிருந்து புள்ளி சிவுக்கென மாடு கன்றினை ஈனுவதுபோல வெளித்தள்ளியது. எதிர்பார்த்தது போலவே காட்டர்பின் நொறுங்கியிருந்தது. மூடிகள் இரண்டும் கிரீஸ் கப்போடு வந்தன. ரோட்டரியை ஆளுக்கொரு பக்கம் பிடித்து தம் கட்டித் தூக்கினர். ரோட்டரி, காயில் எல்லாமே நன்றாகத்தான் இருந்தன. பேரிங் பிடிப்பில்லாமல் சத்தமில்லாமலே சுழன்றது. கண்ணன் அதன் நம்பரை ஒரு தாளில் எழுதிவைத்துக் கொண்டான்.

“பில்லு வாங்கச் சொன்னாரு” கண்ணன் ஞாபகப்படுத்தினான்.

“பிரஸ்ச வச்சி மோட்டார மேலாப்ல தொடச்சிக்கிட்டிருங்கண்ணே. நாம் போயி, எமரி பேப்பர் வாங்கிக்கிட்டு பேரிங்கிக்கு பில்லும் வாங்கியாந்திர்ரேன்” பாண்டி கண்ணனுக்கு வேலை சொல்லிக் கிளம்பியபோது, கண்ணனுக்கு தான் போகலாமா என நினைப்பு வந்தது. எமரிசீட் வாங்க பிரச்சனையில்லை. பேரிங்கிற்கு டூப்ளிகேட் பில் வாங்க கடைக்காரரிடம் பொய்சொல்லி கெஞ்ச வேண்டும். அதைவிட மோட்டார் துடைப்பது எத்தனையோ உத்தமம்.

“பீரோவில் எமரிதாள் இருந்ததாய் ஞாபகம்.”

சொன்னான்.

“ரப்புத்தாள்தான்ணே இருக்கு. லோட்டரிக்கு நைஸ்தாள் போடணும்” பதில் சொல்லிவிட்டு பட்டறையிலிருந்து குதித்து ஓடினான்.

கண்ணன் மோட்டாரைத் துடைத்துவிட்டு இரண்டு பக்கத்து மூடிகளையும் துடைத்தான். பேரிங் கப்புகளிலிருந்த பழைய கிரீஸை வழித்து மண்ணெண்ணெய் விட்டுக் கழுவினான்.

ரோட்டரியில் பொருத்தியிருக்கும் பேரிங்கையும் சுத்தப்படுத்தினால் நல்லது என பாண்டி சொன்னதும் பேரிங்கைக் குடைய கம்பியை எடுத்து வந்தபோது பாண்டி, பல்தேய்க்கும் பழைய பிரசில் மண்ணெண்ணெய் தொட்டு பேரிங்கைத் தேய்த்து கசடுகளை வெளியேற்றினான். “பேரிங்குக்கு பல்லு வெலக்கிவிட்டா கிரீசப் பூராம் துப்பீரும்ணே!” சொல்லிச் சிரித்தான்.

ஆக, எல்லா வேலையும் முடிந்தது. ரோட்டரி பாலீஷ் மட்டுமே பாக்கி. இன்னும் எந்த அண்ணனும் வரவில்லை. கொஞ்சநேரத்தில் படம் விட்டுவிடுவார்கள். கடைசிப்பாட்டு தியேட்டரில் கேட்டது. அண்ணன் தம்பி சிவாஜிகள் இணைந்து பாடும் பாட்டு அது.

‘இரண்டு கைகள் நான்கானால்
இருவருக்குமேதான் எதிர்காலம்,
பகைவர்களே ஓடுங்கள்
புலிகள் இரண்டு வருகின்றன.’

அடுத்து சண்டை அது முடிந்ததும் மூன்று சிவாஜிகளும் குடும்பமாய் ஒன்று சேர்ந்து விடுவார்கள். வணக்கம் போட மகாராசண்ணன் வந்துவிடுவார்.

“நாமளே பாலீஷ் பண்ணீருவமா?” பாலிஷ் போட்டபின்தான் பேரிங்கிற்கு கிரீஸ் அடைக்க முடியும்

“டர்னரு அடிப்பாருல்ல” தன்னையறியாமலே பாண்டியின் கை இடுப்பைத் துழாவின.

அம்மாவோடு சேர்ந்து போய் சோலைமலை அய்யனார் கோயில் பூசாரியிடம் தாயத்து மந்தரித்து கட்டி வந்திருந்தான் பாண்டி. அதனால் யாரும் இனிமேல் உன்னைத் தொடமாட்டார்கள். என அம்மா தைரியம் கொடுத்தது. அப்படியே ஓர்க்சாப்புக்கு நேரில்வந்து சொல்லிவிட்டுப்போனது

“நேரமாச்சில்ல, மகாராசண்ணே வந்தா தாட்பூட்னு குதிப்பாரு. டர்னருக்கும் பேச்சு. ! நானே செஞ்சேன்னு சொல்லிக்கிறேன்” கண்ணன் கொடுத்த உறுதியில் ரோட்டரியைப் பட்டறையில் ஏற்றினார்கள். அதிக கனமாய் இருந்தபடியால் சென்டர் கட்டை போட்டு இறுக்கிக்கொண்டான் பாண்டி. லெவல் பார்த்து மெசினை மெதுவாகவே ஓட்டச் சொன்னான்.

ரப் தாள் போட்டு துருக்களை அகற்றிவிட்டு, நைஸ் பிடித்தார்கள். ஒரு பிடியிலே பாலிஷ் வந்தது. சொட்டு ஆயில் விட்டுப்பிடிக்க நிக்கல் பண்டமாய் ஜொலித்தது.

படம் முடிந்து வெளியேறிய ஜனக்கூட்டத்தோடு கைலாசமும் சைக்கிளை உருட்டிக்கொண்டு வந்தார்.

“நீங்களும் படத்துக்குத்தே போய்ருந்தீகளா?” கண்ணன் வந்ததும் வராததுமாய் விசாரித்தான்.

“ஆமா, நம்ம படத்தையே பாக்க ஆளக்காணாம்” என சலித்த கைலாசம், கலைந்த தலையை சீப்பு எடுத்து வாரிக்கொண்டவர். வேலையை விசாரித்து அறிந்ததும் பதட்டப்பட்டார். “நா வெளில போனதாத்தான சொன்னீங்க.”

“அதானண்ணே நீங்களும் சொன்னீங்க.”

“ரைட்” என ஆசுவாசப்பட்டபோது மகாராசன் வந்தார். “முடிஞ்சதா?”

“படம் நல்லாருந்திச்சா” கைலாசம் இயல்பாய் விசாரித்தார்.

“ம்ம் நல்லாருக்கு சிவாஜி படமில்லியா? குடும்பக்கதைன்னாங்க! எங்க, தொயந்து படம்பாத்த காலமெல்லாம் போச்சு. பில் போட்டாச்சா!”

“உருப்படிய புதுஸ்சா ஆக்கணும்னு சொன்னீகளாம்ல. சாயங்காலம் எடுத்துக்கலாம்னா நூறு பெயிண்ட வாங்கி அடிச்சு காயப்போட்ருவோம். புது மோட்டாரா ஆயிடும்” என்றார் கைலாசம்.

“ரெம்பச் சந்தோசம். வேற வேல எதும் வர்லியா. எவனும் செய்வென வச்சிட்டாங்கெளா. வேலயும் நாந்தே கொண்டு வர வேண்டியிருக்கு.”

“நமக்கு மட்டுமா சோதி ஓர்சாப்பே வேலையில்லாம காத்தாடிக்கெடக்குணே. நாலஞ்சு பேருக்கு லீவு குடுத்துட்டாகளாம்” என்றவர், “முனிசிபாலிடில பிளம்பர் வேல வரும். ஜிஐ பைப்புகளுக்கு மறை போடுவாங்க. பிடிச்சிட்டு வாங்க” என விபரம் சொன்னார்.

“அந்தக் கொடும தெரியாதா, பைப்புக்கு மரை போட இப்ப எதோ டை ஒண்ணு வந்திருக்காம். ப்ளம்பர், கோயம்புத்தூர் போய் வாங்கிட்டு வந்துட்டார். மறைக்காக பைப்புகள ஓர்க்சாப்புக்குத் தூக்கி அலைய முடியலியாம். அந்த டை அர இஞ்சிலருந்து ஒண்ணு ஒண்ணேகால் இஞ்சி வரைக்கும் மறை போடுதுபோல. ஒரு வைஸ் ஒண்ண வாங்கி அதில கவ்வக்குடுத்துப் போட்டுக்கறாங்க” தலையில் அடித்துக் கொண்டார்.

பெய்ண்ட் வாங்க கண்ணனை அனுப்பி வைத்த கைலாசம், பாண்டியை அழைத்தார். “நாளைக்கி அந்த வீட்டுக்கு நீ போய்ட்டு வரணும்” என்று சொன்னதும் “வாங்க பாண்டி சார்!” என நக்கலடித்துப் பேசும் வசந்தாக்காவின் முகம் பாண்டியின் மனக்கண்ணில் வந்து நின்றது.

மதிய ஆட்டத்திற்கு டிக்கெட் தருவதற்கான மணிச்சத்தம் தியேட்டரில் ஒலித்தது.

24

“வாங்க சார்!”

வாசலில் சைக்கிள் நிறுத்தும் சப்தம் கேட்டு வெளியில் வந்த வசந்தா புன்முறுவலோடு பாண்டியை வரவேற்றாள்.

கேரியரிலிருந்து பை ஒன்றை இறக்கிச் சுமந்து வந்தவன், வீட்டுக்குள் கிடந்த மரஸ்டூலில் வைத்தான்.

“என்னா ரெம்பநாளா ஆளக்காணாம்?” பட்டாசலையைக் கடந்து நடுவீட்டுக்குள் நுழைந்தாள். “என்னாது அது, சந்தச் சாமானா?”

“அண்ணே உள்காட்டு வேலைக்குப் போயிருந்தாரு. சம்சாரிக காய்கறிக தந்துவிட்டாகளாம். குடுத்துவரச் சொன்னாரு” முகத்தில் படிந்த வியர்வையை சட்டையின் தோள்பட்டையிலும் கை பாகத்திலுமாய் தேய்த்து துடைத்துக் கொண்டான். அவன் சொல்லிக்கொண்டிருக்கும்போதே பையை எடுத்துவந்து கீழே கொட்டினாள் வசந்தா.

கருவேப்பிலை கொத்துமல்லிக் கட்டில் துவங்கி கத்தரி, புடலை, பாகல், வெண்டி, சீனிஅவரை, வாழைக்காய், தக்காளிவரை வீடே பரத்திக் கிடந்தது. சப்போட்டாவும் கொய்யாவும் உருண்டு ஓடின.

“உள்காட்ல ஒங்கண்ணனுக்கு நல்ல செல்வாக்கோ?”

“ரெண்டு நா தங்கிப் பாத்தாருல்ல.”

“என்னாது என்னாது தங்கிப் பாத்தாரா! பரவால்ல உள்ளூர்ல பம்ப்செட் மாட்டுனது பத்தாதுன்னு உள்காட்லயும் மாட்றாரா நல்ல எம்ட்டந்தே” வசந்தாக்கா எதோ பொடி வச்சுப் பேசுவதுபோல் தெரிந்தது. அடிக்கடி கைலாசம் இங்கே வந்துபோவார். வசந்தா அக்காவும் திடீரென ஓர்சாப் வருவார். வந்தால் பட்டறைக்குள் ஏறவிடமாட்டார். வெளியே நிழலடியில் நின்று பேசி அனுப்பிவிடுவார்.

“அவரு எல்லார்க்கும் போமாட்டார். ஓர்சாப் விட்டுப் போறார்னா ரெம்ப தெரிஞ்சவங்க, முக்கியமான ஆளுகன்னாத்தே போவார்.”

“சூப்பர். இப்பிடித்தான் மொதலாளிய விட்டுக் குடுக்காமப் பேசணும். அப்பத்தான் சம்பளம் ஒழுக்கமாக் கெடைக்கும்” என்றபடி கனிந்த கொய்யா ஒன்றை எடுத்துக் கடிக்கலானாள். அவனுக்கொரு பழத்தை எடுத்து நீட்டினாள். அதைவாங்கி டவுசரில் துடைத்தவன், முதலில் அதன் காம்பினைக் கடித்து சன்னல் வழியே எறிந்தான்.

“ஆள் போய்வார ஏரியா பாண்டீ. ஆள்பாத்து எறியணும்.”

சன்னலுக்கு மேற்புறத்தில் ஆணி அடித்து நிறைய புகைப்படங்கள் தொங்கிக் கொண்டிருந்தன. வசந்தாக்கா அவர் வீட்டுக்காரர், பையன். அப்புறம் யார்யாரோ பலபேர் தனியாக ஒன்றாக, உக்காந்து நின்று மூலையில் ஒரு சாமிபடம் ஏகப்பட்ட கைகளும் கத்தி கோடாரி அருவா எனக் கைக்கு ஒரு பொருளாகப் பிடித்துக்கொண்டு ஒருகாலைத் தூக்கியபடி நின்றிருந்த பொம்பளைசாமி.

“வேற என்னா சொல்லிவிட்டாரு” வசந்தாக்காவும் கொய்யாக் காம்பைப் பிய்த்து சன்னல்வழி எறிந்தபடி கேட்டாள்.

“வேற எதும் சொல்லலக்கா. குடுத்துட்டு வெர்சா வந்துரணும்னாரு.”

“அவரு வீட்டுக்குப் பொட்டணம் போய்ருச்சா” இப்போது ஒரு சப்போட்டாவை எடுத்து முந்தானையால் துடைத்துவிட்டு பிய்த்தாள். பழுத்த பழமாகையால் பிய்க்கும்போதே உள்ளிருந்து கருப்பு நிறக்கொட்டைகள் இரண்டு கீழே விழுந்தன. பாதிப்பழத்தை பாண்டியிடம் நீட்டினாள்.

கொய்யாப்பழமே தீராமல் இருந்தது. வேண்டாமென்றாலும் விடமாட்டாள். அதையும் ஒரு கையில் வாங்கிக்கொண்டான்.

“வச்சிருந்தார்க்கா. அவரு வீட்டுக்குப் போகும்போது கொண்டுக்குப் போவாரு.”

“இதக்காட்டிலும் பெரிய பையா இருக்கும்ல.”

சாக்குப்பையாய் இருந்தது. பெரிசுதான் ஓர்க்சாப்பில் பீரோவின் அருகில் சாய்த்து வைத்திருந்தார். ஓர்க்சாப்பை நினைத்ததும் கிளம்ப வேண்டிய அவசரம் தொற்றிக்கொண்டது. ஏற்கனவே கைலாசம் கண்டிசனாகச் சொல்லியிருந்தார். “குடுத்தமா வந்தமான்னு இருக்கணும். ஒக்காரச் சொன்னா, சாப்புடச் சொன்னான்னு பூசிணிக்கா கதையெல்லாம் சொல்லக்கூடாது. யாராச்சும் வந்துருவாக ஒனக்கோசரம் என்னயப் பதில் சொல்ல வச்சிராத ஆமா!”

வாடிக்கையாய்ச் சொல்லும் புத்திதான். வசந்தாக்கா வீடு பொம்மனம்பட்டி - அல்லிநகரத்தைத் தாண்டிப் போகணும் அதுக்காவே மதிய சாப்பாட்டு நேரத்தை எடுத்துக் கொள்வான். வீட்டில் ரெண்டுவாய் அள்ளிப்போட்டுக்கொண்டு இங்கே வந்தால் நிச்சயம் நேரமாகிவிடும். கொஞ்ச நேரம் பேச்சுக் கொடுக்கும். அப்புறம் கிளம்பும்போது காப்பி போடும். இல்லாவிட்டால் வீட்டில் எதாவது இருந்தால் தின்னக் கொடுக்கும். சில சமயம் காஸ்.

“செரி வாரேன்க்கா” பொய்யாய்க் கிளம்பினான்.

“ந்தா நீ ரெண்டு கொய்யாக்கா எடுத்துக்க. என்னா அவசரம். வேல வந்து கெடக்கா. காப்பி குடிக்க வேணாமா?”

“வேணாம்க்கா, கொய்யாக்கா தின்னப்பறம் காப்பி குடிக்கவா?”

“ஏன் குடிக்கக் குடாதா.”

“லேட்டாயிருச்சுன பாப்பாவ கூட்டிட்டு வரச்சொல்லுவாரு. முன்னாலயே ஓர்சாப் போய்ட்டா அவரே போய்ருவார்.”

“காப்பி மட்டும் குடிச்சிட்டுப் போ” எழுந்து அடுக்களை நுழைந்தாள்.

“பள்ளீடொம் விட்ருவாங்கக்கா!”

“ஓர்க்சாப் வேலய விட ஒனக்கு மேவேலதேன் ஜாஸ்தி போல.”

“சோறு போடுரேன் சாப்பிடுறியா, முட்டக் கொழம்பு” உள்ளிருந்தபடியே காப்பி போட்டவாறு பேசிக்கொண்டிருந்தார்.

முட்டைக் குழம்பென்றதும் நாக்கில் எச்சில் ஊறியது. நிறைய நல்லெண்ணெய் ஊற்றித்தான் குழம்பு வைப்பார். தெரிந்திருந்தால் நேரே இங்கேயே வந்திருக்கலாம். வீட்டில் சாப்பிட்டது இன்னும் இறங்கவில்லை. பலமுறை இங்கே சாப்பிட்டிருக்கிறான்.

வீட்டில் சாப்பிட்டதைச் சொன்னான். ஆனாலும் காப்பி கொண்டு வரும்போது அவியல் முட்டை ஒன்றைத் தட்டில் வைத்து எடுத்து வந்தார். வெள்ளை முட்டை சிவீரென ரத்தக் கலரில் கிடந்தது.

“மசால் முட்டடா!” கத்தியால் நாலு துண்டாக வெட்டிக் கொடுத்தார்..

“வேற எதும் சொல்லணுமாக்கா?” கிளம்பும்போது கேட்டான்.

“என்னத்த சொல்ல. ஏன் வரலன்னு கேக்கணும். நா வரேன். சோலி இருக்கு” சொன்னபடி அவனது கையில் இரண்டு கொய்யாப்பழங்களைத் தந்து சேப்பில் நலைந்து சப்போட்டாவைத் திணித்து. “சட்டைப் பையில் செலவுக்கு வச்சுக்க” என சில்லறையைப் போட்டார்.

பாண்டியும் வழக்கம்போல வேண்டாம்க்கா வேண்டாம்க்கா எனப் பதறுவதுபோல பிகு பண்ணி வாங்கிக் கொண்டான்.

25

"ஒரு ஊர்ல ஒரு பொம்பள ரெம்ப வறுமைப்பட்டு இருந்தா அண்ணந்தம்பிக இருந்தும் அவ வறுமை மாறல. அப்ப தெய்வத்த வேண்டுனா. ஒருநா அவ கனவுல வந்த ஒரு தேவதை, 'ஆடி செவ்வாக்கிழமை அம்மனுக்கு நோம்பு இரு'ன்னு சொல்லுச்சு. பச்சநெல்லு மூணு கைப்பிடி முன்கை, புறங்கையால அளவா அள்ளி, அத குத்தி மாவாக்கி உப்பில்லாம கொழக்கட்டை செஞ்சு அவ்வயாரை வணங்கி வந்தா நெனச்சது நடக்கும்னு சொல்லிச்சு.

சரின்னு அந்த வருசம் விரதமிருந்து மாவு இடிச்சு வச்சா, பத்தவைக்க நெருப்பு வேணுமே... அப்ப தீப்பெட்டி இல்லாத காலமில்லியா? யார்வீட்லயாச்சும் கங்க அள்ளிட்டு வரணும். யார்கிட்டக்க கேக்கன்னு தெரில வெளீல வார்ரா. வீட்டுக்குப் பக்கத்தில நிக்கற புங்கமரமும் புளியமரமும் 'நெருப்புக்கு வழி நாங்க சொல்லுறம். ஆனா ஒங்க பூசைல எங்களையும் சேத்துக்கணும்'னு சொல்ல, சரின்னுட்டு புங்கமரத்துல ஒருகாலு புளியமரத்துல ஒருகால வச்சு ஏறிப் பாக்கறப்ப தூரத்துல நெருப்பு எரிஞ்சுகிட்டிருக்கறது தெரியிது. அந்த தெச நோக்கிப் போனா. அது ஒரு சுடுகாடு, அங்க பொணம் எரிஞ்சிகிட்டிருக்கு. அங்கபோய் விசயத்தச் சொல்லி தீ கேக்கறா. அப்ப, அந்த வெட்டியான், தீ தாரேன் எங்களையும் ஒங்க

பூசைல சேக்கணும்னு சொல்லவும், ஏற்கனவே, நெல்லுதந்த குலுக்க, உமி தீட்டுன ஒரலு, ஒலக்கை, மாவாக்குன திருகை, பூசைக்கி வார தேங்கா, வாழப்பழம், வெறகுகட்டு வரைக்கும் வாக்கு குடுத்துருக்கேன். இதில நீ மட்டுமென்னா, தீப்பந்தமும் பாடையையும் உருவமா சேத்துக்கறேன்னு சொல்லி தீய வாங்கிவந்து பத்தவச்சு, மாவு பெசஞ்சு, புங்க இலை, புளிய எலையும் சேர்த்து பொம்மை செய்றா. என்ன செஞ்சாலும் விடியங்குள்ள, அதாவது வண்ணான் வெள்ளாவிக்கு போகங்குள்ள தின்னு தடமில்லாம காலிபண்ணீரணும்னு வாக்கு. சரின்னு செய்றா.

இத தங்களோட சுற்றத்தார்க்கும் சொல்றா. அவங்க ஆர்வத்தில அளவுக்கு அதிகமா கொலக்கட்டை செஞ்சு தின்னு அழிக்க முடியாம, வீட்டுக்கு வார வண்ணாத்திக்கு குடுக்கறாக, அவளாலயும் தின்னமுடியாம, மீதத்த ஆத்துல துவைகல்லுக்கு அடில போட்டு பொதச்சு மூடி விட்டுடுறா. இது அவங்களுக்கு தரித்திரம் பிடிச்சு கஞ்சித்தண்ணிக்கே வழியில்லாம ஆக்கிடுது. அய்யோசாமின்னு மீண்டும் சாமிய வேண்டி என்ன தப்பு செஞ்சம்னு கேக்க, இப்பிடி அளவில்லாம ஆடக்குடாது. அளவா செஞ்சு ஆண்வாடை படாம கும்பிடணும்னு சொல்லி வண்ணாந்துறைக்குப் போயி கொழக்கட்டை பொதச்ச தொவைகல்ல துக்கிப்பாருங்கன்னு சொல்ல, பாத்தா பூரம் தங்கக்கட்டியா இருக்கு. இழந்த செல்வத்த மீட்டு சுகமா இருந்தாங்களாம்.”

ஒவ்வொரு அவ்வையாரம்மன் கும்பிடின்போதும் ஜவுளிக்கடை ஆச்சி பெண்களுக்கு இந்தக் கதையைச் சொல்லுவார்.

நிலா கண்ணுப்பட்டைக்கு வரும்போது தெக்குத்தெரு ராசம்மாள் மச்சு வீட்டுக்காரம்மாளது பூர்வீக வீட்டுக்குள் இட்டலிப்பானையுடன் நுழைந்தாள்.

வீட்டின் தொரகுச்சியை (சாவி) ஒவ்வொரு கிழமையும் அன்றைக்கிக் காலம்பறவே கூப்பிட்டு வாங்கி வந்திடுவார். சாவியை வாங்கும்போதுகூட ஆம்பளகண் படக்கூடாது

என்பதில் அத்தனை கட்டுப்பாட்டோடு இருந்தார்கள். வீட்டில் வைத்துக் கொடுத்தால் வீட்டுக்காரரோ பிள்ளைகளில் யாராவது ஒருத்தன் கண்ணில் பட்டுவிடுமென்பதால் ராசம்மாளோடு மந்தைக்கிப் போகிற சாக்கில் மடியில் போட்டுவிட்டு வருவார்.

அவ்வையாரம்மன் சாமி துடியானதில்லியா? சாமி கும்பிட்ட தூக்குவாளியைத் திறந்துபாத்த குத்தத்துக்காக _ உள்ள இருக்க கொழக்கட்டைய கையில எடுக்கக்கூட இல்லையாம் _ காமாட்சி புருசெ கண்ணவிஞ்சு போனான். மானூத்து காளியம்மாக்கா பேரெ, பச்சப்புள்ள, இன்னதுன்னு தெரியாம ஒரு கொழக்கட்டைய எடுத்து வாய்ல போட்ருச்சு, பாவம், இன்னவரைக்கும் திக்கித்திக்கிப் பேசிட்டுத் திரியறான்ல.

“இம்புட்டு செரமத்தோடு ஒரு சாமிய கும்புடணுமா ?” ஏதோ ஒருவாரம் இந்தக் கேள்வியை சுமதி மச்சு வீட்டுக்காரம்மாளிடம் கேட்டுவிட்டாள். “பின்னே, சாமி கும்பிட்ட பலகாரத்தை ஆம்பளவாட எட்டாம மறச்சுவச்சுத் தின்னு தீக்கணும்னா எத்தன செரமம். வலுத்த ஆம்பளைங்களுக்குப் புரியும். கைப்புள்ளய என்னசெய்ய, அதுக அசந்த நேரமாப் பாத்து வாய்க்குள்ளாற போட்டு அரச்சு முழுங்க வேண்டியதாயிருக்கு சில சமயம் பால்குடிக்கிறபிள்ள மெல்லுற வாய்க்குள்ள விரெலவிட்டுக் கேக்கறப்ப வகுத்தெரிச்சலா இருக்கில்ல?”

“அதுக்கென்னா செய்ய? அப்ப சமயம் புள்ளக்கிப் பிடிச்ச பண்டமோ முட்டாயோ வாங்கிவச்சுக்க வேண்டிதே.”

“ஆனாலும் இப்பிடியெல்லா கண்டுசன் இருக்கக் குடாதுக்கா.”

“ஏண்டி, ஆம்பளைங்களுக்குன்னு ஆஞ்நேயரும், அய்யப்பனையும் கும்புடும்போது பொம்பளைக்கின்னு ஒரு எடம் வேணாமா?”

ஆடிமாசம் பொறந்துவிட்டால் ஒவ்வொரு செவ்வாய்க்கிழமையும் பெண்கள் செட்டு சேர்ந்துவிடுவார்கள். தனிவீடு பார்ப்பதுதான் பிரச்சனை. ராத்திரிப்பூராவும் வீட்டு ஆம்பளைகளை எங்கே தள்ளிவிட? மச்சு வீட்டுக்காரம்மாளுக்கு பூர்வீக வீடு இருந்தது. பங்குப்பாகம் பிரிக்கவில்லை. பொதுவில் இருந்தாலும்

வருசாவருசம் காளியம்மன், மாரியம்மன் கோயில் திருவிழாவுக்கு முளைப்பாரி வளர்ப்பதற்கும், காவடிகள் அலங்காரம் செய்யவும் அனுமதிப்பார்கள்.

ஆடிமாசம் பிறந்ததும் ராசம்மாளும் சேர்ந்துவந்து வீட்டை துப்புரவு பண்ணுவார்கள். செவ்வாய்க்கிழமை காலையில் வாசலைக்கூட்டித் தெளித்துவிட்டு தண்ணிவெண்ணி பாத்து பிடித்துவைத்துவிட்டு வந்துவிடுவாள். தீயெறிக்க விறகு அவரவர் கொண்டுவந்து விடுவார்கள். ஆனாலும் மந்தைக்கிப் போகும் வழியில் கைமறதியாய் ரெண்டு கருவங்குச்சியோ பருத்திமாரோ ஒடித்துவந்து வாசலில் போட்டு வைப்பார்.

பொழுது மசங்கியதும் வீட்டு வேலைகளை அவசரஅவசரமாய் முடித்துவிட்டு, வீட்டாள்களுக்கு கஞ்சியை ஊத்திக் கொடுத்துவிட்டு, பொம்பளைப் பிள்ளையிடம் வீட்டை பார்த்துக்கொள்ளச் சொல்லிவிட்டு, “தம்பிப்பயல வெளீல விட்றாத, அவெம்பாட்டுக்கு என்னெத் தேடி வந்துடப்போறான்” என எச்சரிக்கை செய்துவிட்டே வருவாள். இந்தக் கிழமையில் அவள் ராச்சாப்பாடு வீட்டில் சாப்பிடுவதில்லை. தேங்காய் உடைத்து அவ்வையாரம்மனைக் கும்பிட்டபிறகே ரெண்டு கொழுக்கட்டையை எடுத்து வாயில் போட்டுக்கொள்வாள். வீட்டுக்காரன் பிரச்சனையில்லை. இந்தநாளில் லேட்டாகத்தான் வருவான். அவனுக்கும் தெரியும், ராசம்மா ராத்திரி வீட்டுக்கு வரமாட்டாள் என்று. கூடுதலாக ஒரு கிளாஸ் சாராயத்தை இறக்கிக்கொண்டு சாப்பிட்ட சட்டியை மூடாமலும், கதவைக்கூட ஒழுங்காகப் பூட்டாமலும் விழுந்துகிடப்பான்.

வீட்டுக்குள் சிம்னி விளக்கு குறைந்த ஒளியுடன் எரிந்து கொண்டிருந்தது. சாவியை மாடாகுழியில் வைத்துவிட்டு, விளக்கை ஏற்றிவிட்டாள். மூலையில் கிடந்த கோரம்பாயை எடுத்து உதறி விரித்துவிட்டாள். சாணி மொழுகிய அடுப்பில் கோலப்பொடியால் ரெண்டு கோடு இழுத்து கொடியடுப்புப் பக்கம் தள்ளிவிட்டு, வெளியில்கிடந்த பருத்திமாரை தூரைத் தட்டி தடித்தடியாக ஒடித்துவைத்தாள். ஈர்க்குகளை பொடித்து தனியாக ஒதுக்கினாள். சூடக்கட்டியைப் பத்தவைத்ததும்

ஈர்க்குகளை அடுக்கி, எரியவிட்டால் கப்பென பத்திக்கொள்ளும். தண்ணிப்பனையை எடுத்து அடுப்பருகில் வைத்தவள், சருவச்செம்பில் தண்ணிமொண்டு குடித்து பானையை மூடி வைத்தாள்.

முனிசிபாலிட்டியில் ஒன்பது மணிச்சங்கு அடித்ததும், தெக்குத்தெரு பொம்பளைகள் வரத்துவங்கினர். பத்து மணிக்கெல்லாம் எல்லோரும் ஆஜராகிவிட்டார்கள். மச்சு வீட்டம்மாளும் வர, கதவு சாத்தப்பட்டது.

“யாருக்கு வேல ஓஞ்சாலும், மச்சு வீட்டம்மாளுக்குத்தே பத்துமணிவரைக்கும் பாடு ஓயமாட்டேங்கிது” ஆனந்தன் சம்சாரம் ரத்தினம் வாய் திறந்தாள்.

“புள்ளகுட்டிகளப்பாத்து, வீட்டுக்காரர்க்கு லாலி சொல்லி ஒறங்கவச்சிட்டு வரவேணாமா?” செட்டியாரம்மாளது சீண்டலில் பெண்கள் சிரிக்க ஆரம்பித்தனர்.

“ஆமாடி, எம்புருசனுக்கு நா லாலி சொல்லாம வேற எவ சொல்லுவா? செட்டியாரம்மா வீட்லயெல்லா எப்பிடியாம்?”

“செட்டியாரு கடக்கணக்கு எழுதிமுடிக்கவே சாமஏமமாயிரும் அதுக்கப்பறம் சோலியப் பாக்கறதா லாலியப்பாகறதா?” ரத்தினம் இங்கேயும் வாய்கொடுக்க, செட்டியாரம்மாவுக்கு வெட்கத்தில் பேச்சு வரவில்லை. “இன்னிக்கி எங்கிட்ட இருந்து ஆரம்பிக்கிறீகளாக்கும்!”

மொத்தம் பன்னிரண்டுபேர் மாவு கொண்டு வந்திருந்தனர். ஜவுளிக்கடை ஆச்சி மட்டும் தன் பேத்தியோடு வந்திருந்தார். “எப்பயும் எங்கூடவே ஒறங்குறவ, தொத்திக்கிட்டு வாராள்ல என்ன செய்ய?” விரித்த பாயில் ஒரு ஓரமாய் படுக்க வைத்து தட்டிக்கொடுத்து தூங்கச் சொன்னார்.

செண்பகத்தின் காம்பவுண்டிலிருந்து அஞ்சுபேருமே வந்திருந்தார்கள். செண்பகத்துக்கு விருப்பமில்லாமல் இருந்தது. சுமதிதான் விடாப்பிடியாய் இழுத்துவந்தாள். மாவுகூட

சுமதிதான் கொடுத்தாள். சொர்ணப்பெரியம்மா பங்குகாசு வசூலித்தது. சாமிகும்பிட மாலை, மரிக்கொழுந்து, தேங்காபழம் பொதுக்காசில்தான் வாங்குவார்கள். செண்பகம், சுமதியின் பங்கையும் சேர்த்துக் கொடுத்தாள்.

“ம்? நீ ஒண்ணு குடுத்தா நா ஒன்னு செய்யணும்ல!”

முதலில் பொதுவில் பிள்ளையாரும், விளக்கும் அவ்வையாரும் பிடித்து வேகவைத்து எடுத்துக்கொண்டனர். கும்பம் வைத்துக் கும்பிட்டதும் விளக்கு செய்த கொழுக்கட்டையில் தீபம் ஏற்றினர்.

நிலா உச்சியை எட்டியபோது எல்லோரும் தாம் கொண்டு வந்திருந்த தேங்காயை உடைத்து அந்தத் தண்ணீரைவிட்டு மாவினைப் பொம்மை செய்வதற்கு தோதுவான பக்குவத்தில் பிசைந்து , உருவங்கள் செய்ய ஆரம்பித்தனர்.

“ஏம்பிள்ள செண்பகம், அந்தத் தட்டுவாணிமுண்ட இப்பயும் வீட்டுக்கு வாராளா?” சொர்ணப் பெரியம்மாள் கோலிக்குண்டுகளாய் சில பொம்மையும், விரல் விரலாகவும் உருட்டியும் நீட்டியும் தட்டுகளில் மாவை பொம்மைகளாக்கிக் கொண்டே வசந்தாவை செண்பகத்திடம் விசாரித்தார்.

மறந்திருந்த விசயத்தைக் கிளறிக்கிளறி யாராவது கொதிக்கவைத்துக்கொண்டேதான் இருக்கிறார்கள்.

“ஆரு, அந்தப் பொம்மனம்பட்டிக்காரியா? சும்மா ஊருக்குள்ள காலடிவச்சு நொழஞ்சிருவாளா? ஒன்னவிட்டு ஒன்ன அறுத்துப் போடமாட்டமா? பாரு, எம்பிட்டு தைரியம்! அத்தனவேர் கண்ணுலயும் மண்ணத் தூவிட்டு, வீட்டு ஆம்பளய முந்தியில சொருகிட்டாளே!” மதியம் கூடும் கச்சேரியில் எங்கிருந்தோ வந்த ஒருத்தி மந்திரவாதிபோல எதோ மாயம்செய்து நம்பவைத்துவிட்டாளே! என்ற ஆதங்கம் பரிமளாவுக்கு

“விட்டா, நடுவீட்ல பாயப்போட்டு படுத்தெந்திரிச்சுப் போயிருப்பா போல.”

“ஆரு கண்டா, நம்ம கண்ணுக்குத் தெரியல.”

“என்னா, பூராப்பேரும் கண்ணுமுழி கண்ணுமுழியா உருட்டிக்கிட்டிருக்கீங்க. வேற ரூவம் அமையலியா?” எனக் கேட்டபடி மேற்பார்வை பார்க்கவந்த மச்சு வீட்டுக்காரம்மா செண்பகத்தின் சோர்ந்த முகத்தைப் பார்த்து, “இங்க வந்தாச்சும் கொஞ்சம் சந்தோசமா சிரிடி. உர்ர்னு மூஞ்சூறு மாதிரி மொகத்த வச்சுக்கிருப்ப” என்றார்.

“ந்தா, அந்த சிமித்திரியப் பத்தி பேச்சிட்ருக்கம்” செட்டியாரம்மா ஓர் உருண்டையை எடுத்து குடுமி வைத்து தேங்காய் உருவமாக்கியபடி பதில் சொன்னார்.

“என்னா, இன்னிக்கிம் வந்தாளா?”

“சும்மா வந்துருவாளா? சேலைய உருவி, சிருக்கிணியக் கொண்டி கொத்திப்புடமாட்டே! வீட்டுக்குள்ள நொழஞ்சு திங்கிறவரைக்கும் விட்டுட்டு இம்பிட்டு கேணச்சியா இருக்காளேன்னு இவளத்தேம் பேசிட்டு இருக்கம்க்கா” என்றார் சொர்ணப்பெரியம்மா.

“அவ என்னா செய்வா, வந்தவ என்னா சாமானியப்பட்டவளா? யாத்தே பெருச்சாளிக்கு பேறுகாலம் பாத்து ஊய்க்காலி மாட்டுல ஒருமரக்கா பால் பீச்சுறவளாச்சே! பாவம் இந்தப் புள்ளப்பூச்சியெல்லா அவளுக்கு எந்தமூலைக்கி?”

“அண்ணே அண்ணேன்னுதான பேசிவந்தா!”

“அப்பத்தான நம்புவ, என்னைக்காச்சும் ஒருநா, ஒவ்வீட்டுக்காரரு இல்லாத நாள்ல வந்திருக்காளா? அப்பவே சந்தேகப் பட்டிருக்கணும்...”

“அதும் என்னா மினுக்கலு? மூஞ்சில ஒருகுத்துக்கு பவுடர அப்பீருப்பாளே!”

“அவ சேலக்கட்டப் பாத்திருக்கியா? ரவுக்கைக்குக் கீழ ஒரு மொழத்துக்கு எறக்கிக் கட்டீருப்பா. வகுறுபூராம் தெரியும்.

கருமம் கருமம்.”

“நிய்யி கருமங்கற. அந்தக் கருமத்தப் பாத்துத்தான அவெவெ எச்சி ஒழுக விடுறான்.”

“செரி, இப்ப எங்க இருக்காளாம்?”

“எங்க இருப்பா?” எனத் தானே கேட்ட பெரியம்மா, “இப்ப எங்கடி இருக்கா?” என செண்பகத்திடம் கேட்டார்.

“ம்?” என திகைத்த செண்பகம், “ஆருக்குத் தெரியும்?” என விட்டேத்தியாய் பதில் சொன்னாள்.

“ஆருக்குத் தெரியுமா? ஏண்டி ஒருத்திவந்து வீட்டுக்குள்ள ஆட்டயப் போட்டுப் போயிருக்கா, அவ எங்க இருக்கா என்னாண்டு கண்டுபிடிச்சு கீசரிமேசரி ஆக்காம, என்னமோ வடய காக்கா தூக்கிப்போனது கணக்கா போனாப்போவுதுனு இருக்கவ” செட்டியாரம்மா கொஞ்சம் சத்தமாகவே பேசினார்.

“அந்தண்ணே இல்லவே இல்லேண்டு சாதிக்கிறாப்லல்ல. இந்தக்கா என்னா செய்யும்” சுமதி, செண்பகத்துக்கு வக்காலத்து வாங்கிப் பேசினாள்.

“களவாணிபய இல்லேண்டுதான் சாதிப்பான்” என்ற செட்டியாரம்மா, “சரி அவக ரெண்டுபேருக்கும் சினேகம்னு ஒனக்கு ஆரு சொன்னது” என கேள்வியை மாற்றிக் கேட்டார்.

“என்னா செட்டியாரம்மா, அதே ஊரு ஒலகமே தெரியுமே.”

“எப்பிடி?”

“எப்பிடின்னா, இவதே கட்டுன புருசனப் பாக்கப் போறவமாதரி அடிக்கடி ஓர்சாப்புக்குப் போறா. இவரு, சைக்கிளு அல்லிநவரத்த தாண்டுறத ஊரே பாக்குதுள்ல. என்னா கையுங்களவுமாப் புடிக்கல. அதேன்.”

“அப்பறமென்னா பொம்மனம்பட்டிக்கு ரயிலேறியா போகணும். இந்தா ஒரு எட்டு போய் தலமுடியப் பிடிச்சு

செரச்சுவிட்டு வந்துறமாட்டாமட. நிய்யும் ஓம்புருசெஞ் சொல்றத நம்பிட்டுத் திறியறீயே. எங்க வீட்டு செட்டியாரு இப்பிடித்தே ஆரம்பத்துல சைடு மாறிக்கிருந்தாப்ல. பெரியகுளத்துல இருந்தா சக்களத்தி, இங்கருந்து அகப்பையோட போனே, ஒரேபோடு. மூக்கு வழிச்சுட்டுப் போயிருச்சா. அப்பறம் மவனே சுருட்டிக்கிட்டு கெட! இன்னிக்கும் தும்மணும்னாலும் எங்கிட்டக் கேட்டுக்கிட்டுத்தே தும்முறார்னா அன்னைக்கிப் போட்ட போடு அப்பிடி."

"அண்ணெந்தம்பிககிட்டச் சொல்லித் தட்டலாம்ல செம்பகம்" ஆச்சி ஆதுரமாய்ப் பேசினார்.

"எத்தன நாளைக்கித்தே அவகளும் வந்து எந்த எந்தப் பஞ்சாயத்தப் பேசுவாக." கைலாசத்தின் ஓடுகாலித்தனம் குறித்த விசயங்கள் நினைவுக்கு வந்ததும், செண்பகத்தின் குமைச்சல் அனைவரையும் வருத்தமுறச் செய்தது.

"சொல்றேன்னு கோச்சுக்காத செம்பா, ஆளுக்குத்தகுந்து தீனியும் போடணும். அதுல நாம கொற வச்சாலும். கௌப்புக் கடயப் பாத்துருவானுக..."

செட்டியாரம்மாளின் பேச்சில் தெரிந்த பொடியினை உணர்ந்து கொண்ட செண்பகத்துக்கு என்ன பதில் சொல்வதென தெரியவில்லை. "என்னத்தச் சொல்ல வெக்கத்த கக்கத்துலதா வச்சுக்கணும்."

அதற்குள் சுமதி முந்திக்கொண்டாள். "அதெல்லா அந்தண்ணே கடுசான ஆளு. மீட்டர் வட்டிக்காரெம் மாதிரி வட்டிபோட்டு புடிங்கீருவாப்ல" சொல்லிவிட்டு செண்பகத்தைப் பார்த்துச் சிரித்தாள்.

இன்னைக்கி காலையில்தான் அது நடந்தது.

சகுந்தலாவை ஸ்கூலுக்கு அனுப்பிவிட்டு ஒன்றிரண்டு துணிமணியைத் துவைத்துப்போட்டதும், அச்சலாத்தியாய் இருந்தது செண்பகத்துக்கு. இனி மதியச்சாப்பாட்டுக்கு பாண்டி

வந்துவிடுவான். டிப்பன் கட்டி அனுப்பவேணும். அதற்குள் ஒரு பத்துநிமிசம் படுத்து எந்திரிக்கலாமென தலையைச் சாய்த்திருந்தாள். கைப்பிள்ளையும் உறக்கத்தில் இருந்தது. லேசாகக் கண்ணசந்த சமயம் மெதுவாக கதவு திறப்பதுமாதரி வெளிச்சம் தெரிந்தது. நாய்கீய் நுழைகிறதோவென விசுக்கென தலையை நிமிர்த்தினால்...

கைலாசம்!

திறந்த கதவை முன்போல மெள்ளச் சாத்தியவன், "ஒண்ணுமில்ல சும்மா படு படு" என அருகில்வந்து அவளது நெற்றிப்பொட்டில் கைவைத்துத் தாங்கினான். அவனது உள்ளங்கை, காய்ச்சல் வந்ததுபோல அத்தனை சூடாய் இருந்தது. அவளுக்குப் புரிந்துபோனது. அவசரமாய் எழுந்தாள். "சோறாக்கணும் விடுங்க" அவள் சொல்லிக்கொண்டிருக்கும்போதே பன்னிரண்டு மணிக்கான சங்கொலி முனிசிபாலிட்டி ஆபீசிலிருந்து ஒலித்தது. "புள்ள எந்திரிச்சுக்குடும்" அவனது கையைத் தட்டிவிட்டு எழ முயன்றாள். "கண்ணு முழிச்சதும் சோறு கேக்கும் விடுங்க" அவனது கைகள் இடுப்பை வளைத்து அவளை விசும்பவிடாமல் இறுக்கின. "நல்லா தூங்குறான். நாஞ்சொல்றதக் கேளு. செம்பவம்" "அய்யோ பட்டப்பகல்ல, யாராச்சும் வந்தா அசிங்கம்" வைசில் பிடித்த இரும்புத்துண்டு போல விடுபடமுடியாமல் தத்தளித்தாள்.. "கதவு சாத்தித்தா இருக்கு" வீட்டுக்கு வரும்போதே எல்லாவற்றையும் திட்டம்போட்டுத்தான் வந்தான். "தாப்பாப் போடல" அந்த வெரிச்சியிலும்கூட வாசலைக் கவனித்திருந்தாள். "தாப்பா போட்டா சந்தேகம் வரும் சும்மா சாத்தியிருந்தாத் தெரியாது" தன்னிலை விளக்கமளித்தபடியே அவளை தன்வசப்படுத்தினான். "சொன்னாக்கேளுங்க. எனக்கு முடியல", "எனக்குந்தாண்டி முடியல, அதான் பாதிவேலைல ஓடிவந்தே" அவனது பேச்சில் தாபம் வழிந்தது. அவனிடம் பேசிப்பயனில்லை. கண்களை மூடி தன்னை ஜடமாக்கிக்கொண்டாள். அவன் ஏதேதோ முனகியபடி படிப்படியாய் முன்னேறினான். "பேசாதீங்க. யாரும் வந்துடப்போறாக, சீக்கிரம். புள்ள எந்திருச்சுருவான்,

சோறாக்கணும்!", "தொணத்தொணன்னு கொஞ்சநேரம் பேசாம, மாமாவ கண்ணுமுழிச்சுப் பாருடி" சொல்லிக்கொண்டே புரண்டான். "அய்யோ" கொல்லன்பட்டறையில் காய்ச்சிய கொழுவை அடிவயிற்றில் இறக்கியது போலிருந்தது. "எம்புட்டுச் சூடு" புழுவாய்த் துவண்டாள். 'வேதனை வேதனை! பல்லைக்கடித்து 'அம்மா' என முனங்கினாள். "அப்பிடித்தாண்டி" என அவன் புளகாங்கிதமடைந்தான். "போதுஊஊம்" தள்ளினாள். பசைபோட்டு ஒட்டியதுபோல விடுபடமுடியவில்லை.

அந்தசமயம், "செம்பகக்கா" என சுமதி கதவைத் தள்ளியபடி அழைத்தாள்.

கால்பட்ட நாகம்போல கைலாசம், செண்பகத்தைத் தள்ளிவிட்டு பாதியில் விருட்டென எழுந்தான். அவ்வளவுதான், "அய்யய்யோ" என கூச்சலிட்டு ஓலைப்பாயாய் சுருண்டு கொண்டாள். வலி வலி உயிர்போகிற வலி.

படாரென கதவைத் திறந்து கொண்டுவந்த கைலாசத்தைக் கண்டு திடுக்கிட்ட சுமதி, தன்னையே நொந்துகொண்டு பின்வாங்கினாள்.

"அவளுக்கு ஒடம்பு சேட்டமில்லியாம். படுத்துருக்கா" என்று சுமதியின் முகம் பார்க்காமல் அவசர அவசரமாக வெளியேறினான். கொல்லைக்குப்போய் முகம் கழுவக் கூட நிதானமில்லை.

"ஓசிலயே படத்தப் பாத்துட்ட."

"படம் எங்க பாத்தா, படப்புப்பக்கம் மும்முரமா வெளாண்டுக்கிருந்த கோழியையும் சேவலையும் கல்லெறிஞ்சு கலச்சுட்டாளே. அப்பறமென்னாச்சு."

"என்னாச்சு, முடியாம சுருண்டு கெடந்தவளுக்கு ஒத்தாச பண்ணீருப்பா."

"ஆமா, அடுப்புல வெந்நி வச்சுக்குடுத்துட்டு வந்தே!"

“பரவால்ல வெளக்குப் புடிக்காம தப்பிச்சியே” செட்டியாரம்மாளின் பேச்சில் அத்தனை நக்கல் இருந்தது.

“செம்பகம், ஆனாலும் ஓவ்வீட்டுக்காரெம் பெருந்தீனிக்காரெம் போல. கஷ்டந்தே..!”

“என்னா கஷ்டம்? எல்லாம் நம்ம கைக்குள்ளதா இருக்கு. கைய விரிச்சிட்டா எவளாச்சும் வந்து நிக்கத்தேஞ் செய்வா” சொர்ணப்பெரியம்மா செண்பகத்தை ஓரக்கண்ணால் பார்த்தபடியே சொன்னது.

“என்னா, அடுப்ப பத்தவைக்கலாமா, மாவெல்லா உருட்டியாச்சா?” ராசம்மாள் வந்து ஒரொருத்தர் தட்டையும் பார்த்தார். விதவிதமான உருவங்கள் செய்யப்பட்டிருந்தன. கரண்டி, தேங்காய், அம்மிக்குழவி, அம்மி, உரல், விசிறி, லிங்கம், மனிதபொம்மை, வாழைப்பழம்.

“இது யார் வீட்டு வாழப்பழம் சிறுசா இருக்கு ? சிறுத்துப்போச்சா, இப்பிடித்தே இருக்கா?” என செட்டியாரம்மாவின் தட்டை எடுத்துப்பார்த்த ராசம்மா, தொடர்ந்து, “ஆனா மொறம் மட்டும் பெருசா இருக்கே?”

அதன் உள்ளர்த்தம் கண்டு எல்லோரும் சிரிக்க, செட்டியாரம்மாவுக்கு வெட்கமும் கோபமும் ஒரு சேரவந்தது. “எங்களுது அப்பிடித்தே” என்றவர், “எங்க ஒன்னதக் காமி பாப்பம்” என்றார்.

“பாக்கறீகளா...” என்றபடி சேலையை மேலே உயர்த்துவதுபோல பாவனை செய்ததும் மச்சு வீட்டுக்காரம்மா அவளை ஓங்கி ஒரு போடு போட்டார். “வீச்சமெடுத்த சிறுக்கி, வேலயப்பாருடி.”

அடுப்பு பத்தவைக்கப்பட்டு, அவரவர் கொழக்கட்டைகள் தனித்தனியாய் வேகவைக்கப்பட்டன. அப்போது, மச்சு வீட்டுக்காரம்மாள் அவ்வையாரம்மன் மீதான பாடல் ஒன்றைப் பாடலானார்.

“அவ்வையார்னா, ஆத்திசூடி சொன்னவங்கதான?”

“அவ்வையார்னு ஒரு பொம்பள இல்லடி, பலபேர் இருந்துருக்காங்க. ஆனா எல்லாருமே ஆம்பளைங்களுக்கு சரிக்குச்சரியா நிண்ட பொம்பளைங்க. அதனாலதா அவங்களக் கும்படறோம்.”

26

இரண்டாம் ஆட்டம் சினிமாவுக்குப் போய்வந்த செல்வம், கடையின் கதவைத் தட்டித்தட்டி கிறங்கிப்போனான். செந்தில் எழுந்தரிக்கவே இல்லை. பேசாமல் ஆனந்தனோடு செட்டாக வீட்டுக்கே கூடப் போய்ப் படுத்திருக்கலாம். இவனை எழுப்பங்குள்ள சித்ரவதைப்பட வேண்டி இருக்கிறது.

மற்ற கடைகளைப்போல இரும்பாலான ஷட்டரோ அல்லது பலகைக் கதவாகவோ இருந்தால் ஒவ்வொரு தட்டுக்கும் சத்தம் பலமாய்க் கேட்கும். இது மரச்சட்டம் போட்டு கம்பி சொருகப்பட்ட கதவு ஆட்டத்தான் முடிந்தது. அறைந்து தட்டினால் உள்ளங்கை வலியெடுத்தது.

“லே செந்திலு. அட்ஜேய் குட்டையா” பக்கத்து கடை ஆள்கள் எழுந்து விடுவார்களோ எனும் கூச்சமும் வந்தது. பேசாம கதவைப் பூட்டி சாவியை எடுத்துப் போயிருக்கணும்.

“என்னாங் சாமி, சின்மாக்குப் போய்ட்டு வந்தீகளாக்கும்.”

செல்வம் நினைத்த மாதிரியே நவதானியக் கடையைக் கூட்டிப் பெருக்கும் மாரம்மாளின் அனுதாபக் குரல் வந்து சேர்ந்துவிட்டது. இவளுக்கு மட்டும் இன்னமும் வேலைமுடியவில்லை போலும்.

அப்படி ஒரு குரல் வந்தது மாதிரி காட்டிக்கொள்ளாமல் முகத்தைக் கதவில் அழுந்தப் பதித்து வாயைக் குவித்து குரல், கடைக்குள் மட்டும் கேட்கும் வண்ணம் அழைத்தான். “யே செந்திலு. வெளக்கெண்ணெ யெந்திர்ரா” ஓனரும் மற்றவர்களும் அவனுக்கு ரெம்பவே செல்லங்குடுத்து கெடுத்துவிட்டனர்.

கதவிலிருந்து ஏறத்தாழ பத்தடி தூரம்தான் இருக்கும் நடைவாசல். அங்கேதான் கணக்காப்பிள்ளை மேசையும் கல்லாப்பெட்டியும் இருக்கிறது. அதையடுத்து சாக்குக் கட்டுகள், அட்டியல் போட்ட மூடைகள் என நீண்டு போகும் கடையின் உள்புறம்.

நடைவாசலுக்கு மேலே சாக்குக் கட்டில் தலைவைத்துப் பழைய துணி ஒன்றை விரித்து, பள்ளிக்கூடத்துப் பிள்ளையைப் போல மார்பில் கையைக் கட்டியபடி படுத்து உறங்கிக் கொண்டிருந்தான் செந்தில்.

காப்பி, டீ வாங்க கூட்ட பெருக்க, கடகண்ணிக்குப் போக ஒரு பையன் இருந்தால் நல்லது என கணக்காப்பிள்ளை செல்வத்திடம் சொல்லியிருந்தார். அதுவரை ஜின்னிங் பாக்டரிக்கு, பேங்குக்கு, புள்ளிகள் தாக்கல் சொல்ல, கொள்முதலுக்கு வரும் முதலாளிமாரைப் பார்த்துவர இப்படி ஆயிரத்தெட்டு வேலைகளுக்கு மத்தியில் காப்பி டீ வாங்கிவரவும் எச்சிக் கிளாஸ் கழுவும் வேலையும் செல்வமே செய்யவேண்டி இருந்தது. செல்வம்தான் செந்திலைப் பிடித்து இழுத்துவந்து சேர்த்து விட்டான்.

வேலையில் சேர்ந்த ஒருமாதத்திலேயே கணக்கப் பிள்ளையிலிருந்து முதலாளி வரை அத்தனை பேருக்கும் செல்லப்பிள்ளையாகிவிட்டான்.

செந்தில் வந்தபிறகு கடையின் சூழலே மாறிப்போனது. ஆர்எஸ்ஏஎம் எனும் கடை விலாசத்தை ஆரசம் என மாற்றி விட்டான் என்று முதலாளியே தனது கனத்த உடம்பைத் தூக்கிச் சிரிப்பார்.

“டே ந்நொப்பனோலி நல்லா வேலபாத்து ஒங்கப்பெம் பேர

எடுக்கணும்னு சொல்வாங்க. நீ என்னன்னா எங்க அய்யாபேரத் தூக்கிட்டியேடா.”

செந்தில் வழக்கமான அவனது எடுபிடி வேலைகள் போக ஓய்ந்த நேரமும் எதையாவது உருட்டிக் கொண்டே இருப்பான். துருதுருவென ஓரிடத்தில் நின்று பழக்கம் இல்லாதபடியால் ஒரு பொருள் கீழே சிந்திக் கிடக்கப் பொறுக்க மாட்டான். யாரும் சொல்லாமலேயே கூட்டி அள்ளி மகமைக்குப் போகவேண்டியதை மகமைக்கும், குப்பையில் சேர்க்கவேண்டியதை குப்பைக்கும் சேர்த்துவிடுவான். சாதாரண நாளில்தான் என்றல்ல, சந்தை நாளையிலேயே சிந்துபொருளை ஒரு வினாடி யாரையும் மிதிக்க விடமாட்டான். கணக்காப்பிள்ளைக்குக் கூட எரிச்ச ல்வரும். “சும்மாதேஞ் செத்த நேரம் இருக்கமாட்டயாடா? சாயங்காலமா மொத்தமா கூட்டி அள்ளிக்கலாம்” கடுப்பாகப் பேசினாலும் முதலாளியின் குறுஞ்சிரிப்பு அவனைப் பாதுகாக்கும், “விடு மணி, (கணக்காப்பிள்ளை) அவெம்பாட்டுக்குப் பெறக்கீட்டுப் போறான். கட பளிச்சுன்னு இருக்கில்ல?”

“காலுக்கு ஊட கைக்கு ஊடுமா சுண்டெலி மாதிரி ஊர்ந்துகிட்டு அலையிறான் எரிச்சலா இருக்குண்ணே.”

அவனுக்கு வேலை கொடுக்க வேணும் என்பதற்காகவே கடைகளுக்குத் தபால் கொடுக்கும் செல்வத்தின் வேலையைப் பகிர்ந்து கொடுத்தார் கணக்காப்பிள்ளை. அங்கேதான் “எங்கருந்துடா வாரே” எனும் கேள்விக்கு “ஆரசம் கட” என்று இனிசியல்களை விழுங்கிவிட்டுப் பதில் சொல்லும் செந்திலின் வெகுளித்தனம் முதலாளியைக் கவர்ந்தது. அனைத்துக்கும் உச்சமாய் கேஎஸ்கே முதலாளியும், விக்கிரமங்கலத்திலிருந்து வரும் ஏகம்மை விலாசதாரரும் “இந்த சில்லுவண்ட எங்க பிடிச்சீங்க?” என விசாரிக்கும் அளவு அவனது வேலைப்பாடு இருந்தது.

கடையில் இரவு தங்கலுக்கு செந்தில் தேவையில்லை. செல்வம் போன்ற வாலிபப் பசங்கள்தான் காவலுக்கு இருப்பார்கள். செந்தில் வீம்புக்கு வந்துவிடுகிறான். ஆனால், அவன் இருப்பதால்

வாராவாரம் செவ்வாய்க் கிழமை செகண்ட் ஷோவுக்கு, போகும் வாய்ப்பு செல்வத்துக்கு அமைந்துவிட்டது. அதன்படி இன்றும் பழனிசெட்டிபட்டி ராஜு தியேட்டருக்குப் போய் வந்திருந்தான். இங்கிலீஷ் படம் ரெம்பக் கண்றாவியான படம். மலையாளப் படமும் இங்கிலீசும்தான் அங்கே பேமஸ். தமிழ்ப்படமெல்லாம் ஓடாது. பூராம் அம்மணக்குண்டி படங்கள்தான். புதன் வார விடுமுறை நாளென்பதால் செவ்வாய்க் கிழமை நைட் ஸ்பெசலாகப் போடுவார்கள். தேனி பஜார்கடைகளில் வேலைபார்க்கும் அத்தனை பசங்களுக்கும் அங்கேதான் கிடை. அதும் செகண்ட் ஷோதான் கூட்டம் தள்ளிச்சாயும்.

தமிழ்நாட்டில் கோயம்புத்தூருக்கு அடுத்த பருத்தி சந்தை தேனிதான். தமிழகத்தின் மான்செஸ்டர் கோயம்புத்தூர் என்றால், எண்ணெய் வித்துகள் மிளகாய் வத்தலுக்கு விருதுநகரும், பருத்திவிதை, புண்ணாக்குகளுக்கு ராஜபாளையமும் மார்க்கெட் என்றாலும், பருத்தி அதிகமான வரத்து தேனிமார்க்கெட்டுதான். பெரும்பாலும் எம்சியு 5 ரகம்தான் அதிகப்படியான விளைச்சல் கண்டமனூர், வருசநாடு, கோவிந்தநகரம், மயிலாடும்பாறை வரையிலான உள்காட்டுப் பகுதியில் விதையை நட்டுவிட்டால் போதும், அதுபாட்டுக்கு பன்னி ஈத்துப்போட்ட மாதரி செடியெல்லாம் வெளேர் வெளேரென பருத்தியாய் வெடித்து நிற்கும். எடுத்து மாளாது.

கமிசன்கடைக்காரர்களும் மடியில் பணத்தைக் கட்டிக்கொண்டு சம்சாரிகள் வீட்டுக்குப் போட்டிபோட்டுக் கொண்டு அட்வான்ஸ் போட்டு வருவார்கள். ‘இந்த வெள்ளாமைய நம்ம கடைக்கு அனுப்புங்க. நல்லவெல வாங்கித் தந்துருவம். கோயம்பத்தூர், சூலூர்ல இருந்து ஏவாரிக நேரடிக் கொள்முதலுக்கு வாராக’ ஏதோ தங்கள் கடைக்கு மட்டும் அந்த வியாபாரிகள் பிரத்தியேகமாக வருவது போல கண்ணைக் கட்டுவார்கள்.

அப்புறமென்ன தேனி பஜார் எனச் சொல்லப்படுகிற தேனி பெரியகுளம் ரோட்டில் குறுக்கிடுகிற ரயில்வே கிராசிங்கிலிருந்து, மூன்றாந்தால் எனச் சொல்லப்பட்ட

நேரு சிலைவரைக்கும் உள்ள இருபுறத்திலும் அமைந்துள்ள அனேகமாக ஐந்நூறு கமிசன் கடைகள் அத்தனையிலும் பருத்தித் தட்டுகள் வண்டிவண்டியாய் வந்து குவியும். ஞாயிறும், வியாழனும் சந்தைநாள். புதன் இரவும், சனிக்கிழமை இரவும் புற்றிலிருந்து கிளம்பி வருகிற ஈசல்களைப்போல கிராமங்களில் இருந்து மாட்டுவண்டிகள் சாரிசாரியாய் பஜாருக்கு வந்துகொண்டிருக்கும். கடைகளில் விடிய விடிய விளக்கெரிந்து கொண்டிருக்கும். கடைப்பையன்களும், லோடுமேன்களும் தூங்க முடியாது.

“வருசநாட்டுலருந்து பேயத்தேவர் விலாசத்துலருந்து பருத்தித் தாட்டு பத்து வந்துருக்குங்க!”

“சங்கராபுரம் ராசையா காட்டுலருந்து வரலச்சுமி பருத்தியாம்ங்க மூட்டைய எண்ணிக்கங்க!”

“உப்பார்பட்டி சின்னுப்பிள்ள கணக்கு அம்பதுமூட்ட ரெண்டு வண்டில வந்து நிக்கிது. சட்டுன்னு எறக்கி அனுப்பிச்சா. அடுத்த சவ்வாரி போக வசதிப்படும்.”

லோடுமேன்கள் இறக்கியதும் விலாசம் குறித்து சிட்டையில் பதிந்து வைத்துக்கொண்டு தாட்டுகளில் அடையாளக் குறி போட்டதும் மூட்டைகளைத் தூக்கி கடைக்குள் அட்டியல் போட்டு விடுவார்கள். அப்படி கடைக்குள்ளிருந்து நிரம்பிவரும் அட்டியல்கள். காலையில் முதலாளியும் கணக்காப்பிள்ளையும் கடைக்கு வரும் நேரத்தில் கடைவாசலைத் தாண்டி தார்ரோட்டுக்கு வந்து நிற்கும். வாசலைக் கூட்டி சாணி தெளிக்கும் பெண்களுக்கு அன்றைக்கு வேலை இருக்காது. கடைப்பையன்கள் புதன்கிழமை இரவு கடைக்கு வந்தால் வியாழக்கிழமை பகலில் வியாபாரிகள் வந்து விலையாக்கிப் போன பருத்தித் தாட்டுகளை எடைபோட்டு வண்டிபிடித்து அவரவர் விலாசங்களுக்கு அனுப்பி கடையைக் காலிசெய்யும் வரை வீட்டுக்குப் போகமுடியாது. இரண்டுநாள் கூட ஆகிப்போகும். அதுவரை கடைச்சாப்பாடுதான். சிலபேர் வீட்டிலிருந்து சாப்பாடு கொண்டுவரச் சொல்லி

பக்கத்துக்கடையில் வைத்து சாப்பிட்டுவிட்டு சாப்பாட்டுக்குத் தரும் காசை வீட்டுக்குத் தந்துவிடுவதும் உண்டு.

இதிலும் ஞாயிற்றுக்கிழமை வாரச்சந்தை வேறு. காய்கறிகள் வண்டி வண்டியாய் வந்து இறங்கும் பலசரக்கு அய்ட்டங்கள் ஒருபக்கம் வந்து நிற்கும். ஆடு, மாடு, கோழி, துணிக்கடை, இளநீர் சர்பத், பாயாசம், என்னென்ன வேண்டுமோ அத்தனையும் சந்தையில் கிடைக்கும். சுத்துப்பட்டு கிராமத்து சனங்கள் தேனி பஜாரைப் பாக்கவருவதும் அந்தநாளில்தான். வரும்போது சும்மா வரமாட்டார்கள். சோளம், கம்பு, கேப்பையில் துவங்கி நவதானியங்களும் துவரை, உளுந்து, பாசிப்பயறு, தட்டைப்பயறு, கொள்ளு, கல்லுப்பயறு இப்படி மானாவாரி உற்பத்திப் பொருள்களும் வந்திறங்க தேனி, திணறிப்போகும். மூன்றாந்தாலில் இருந்து ரயில்வே கிராசிங் சுமார் ஒரு பர்லாங் தூரத்தை. நடந்து கடக்க மணிக்கணக்காகிவிடும்.

செல்வத்துக்குக் கடுப்பாக வந்தது. போகும்போது சைக்கிளில் ஏற்றிப்போனவர்கள் திரும்பும்போது ஆள் கூடுதலாகி விட்டதென்று பழனிசெட்டிபட்டியில் இருந்து நடத்தியே கூட்டிவந்தார்கள். அந்த கால்வலி களைப்பு எல்லாம் சேர்ந்து கொள்ள, எப்போதடா படுக்கலாம் என ஆவலில் வரும்போது இந்த ‘சின்ன நாய்’ இப்படி எழுந்தரிக்காமல் குறட்டைவிட்டுக் கிடக்கானே! இனி கதவைத் தட்டியோ பேர்சொல்லிக் கூப்பிட்டோ பிரயோசனமில்லை. அடித்து எழுப்பினால்தான் உறக்கம் களைவான். சுற்றும் முற்றும் பார்த்தான். ரோட்டில் சிறுகற்கள் கிடைத்தால் போதும். நொச்சு நொச்சுன்னு நாலு எறியில் எழுந்து விடுவான்.

எண்ணியது போலவே ரோட்டுக்குப் போய் கற்களைத் தேடினான். தெருவிளக்கின் வெளிச்சம் சரியாகத் தெரியவில்லை. புழுதியாகவே கிடந்தது. அவ்வப்போது வந்துபோன வாகனங்களின் வெளிச்சத்தில் நாலைந்து கற்கள் கிடைத்தன. பொறுக்கிக்கொண்டு வந்து வாசல்படியில் வைத்துக் கொண்டான்.

மணல் ஒட்டி இருந்த கைகளைத் தட்டிவிட்டு ஒவ்வொரு கல்லாய் எடுத்துக் குறிவைத்து எறிந்தான். ஒருகல் கடையின் உள்புறம் போய் விழுந்தது. இன்னொன்று உள்ளேயே போகாமல் கதவில் அடித்து செல்வத்தின் முகத்திற்கே திரும்பியது. சட்டென ஒதுங்கியதால் அடியிலிருந்து தப்பித்தான். இல்லாவிட்டால் கல் வந்த வேகத்துக்கு முகம் பேந்திருக்கும்.

செல்வத்தின் செயலைக் கண்காணித்துக்கொண்டிருந்த மாரம்மாள் தனது புடைப்பு வேலையை ஒதுக்கி வைத்து விட்டு கையிலிருந்த சிறு மூங்கில் கழியோடு வந்தாள்.

“என்னாங் சாமி? எந்திரிக்க மாட்டேங்கிறாரா?”

மாரம்மாள் அல்லிநகரம் கீழத்தெருவிலிருந்து வருகிற பெண். புருசன் லாரி லோடுமேன். நாலைந்து கடைகளுக்கு வாசல் தெளிக்கவும், நவதானியக் கடைகளுக்கு சிந்துமணிகள் அள்ளிப்புடைக்கவும், கல் பொறுக்கிப் பிரித்துக் கொடுக்கவும் வந்துபோவாள் தவிர, கடைகளுக்கு வெளியில் சிந்துகிற தானியங்களைக் கூட்டி அள்ளிச் சேமித்து, கடைவேலை முடிந்ததும் சேமித்தவைற்றை நார்ச்சொளகுபோட்டுப் புடைத்து, முறம்போட்டு நாவியெடுத்து பழைய வேட்டி சேலைகளில் தனித்தனியாய் தானிய வகைகளை முடிபோட்டு வீட்டுக்குக் கொண்டு போவாள். அதுமுடிய செகண்ட் ஷோ சினிமா விட்டுவிடுவார்கள்.

மாரம்மாளைப் பார்த்ததும் செல்வத்துக்கு வேகம் கூடிவிட்டது.

“பாரு, எம்பிட்டு கெம்பிரிக்கமா ஒறங்குறான்னு. இவன கடைக் காவலுக்கு நிப்பாட்டுனா எப்பிடி இருக்கும்? இன்னிக்கி ஒரு எறியில மயிராண்டிக்கி மண்ட பழுத்துப் போகும் பாரு” நாக்கைத் துருத்திக்கொண்டு குறிவைத்தான்.

“அய்யா அய்யா, வேணாம்யா, பாவம், சிறு பெய, அவருக்கு எம்பிட்டுத் தூக்கமோ ! கல்ல விட்டு எறிஞ்சு, படாத எடத்துல பட்டுருச்சுன்னா பெத்தவகளுக்கு வதுல் சொல்லணும்” என்ற மாரம்மா, தன்னிடமிருந்த மூங்கில் கழியைக் கொடுத்தாள்.

“இத விட்டுத் தட்டி எழுப்புங்க, எந்திரிச்சிடுவாரு.”

ஒருகணம் யோசித்தவன் ஏதோ அவளுக்காக என்பதுபோல கழியை வாங்கி கதவின் கம்பிகளுக்கு இடையே நுழைத்து செந்திலின் காலைத் தட்டினான். சொரணை இல்லை. இன்னும் கொஞ்சம் கையை நீட்ட, செந்திலின் குண்டிக்குச் சரியாக கழி நீண்டது. நாக்கைத் துருத்திக்கொண்டு ‘சத்சத்’தென நாலு போடு குண்டியில் போட்டான்.

சுரீரென உறைத்திருக்கும் போலிருக்கிறது. வலது கையைக் கொண்டு குண்டியைத் தேய்த்தான் செந்தில். ‘சட்’ தேய்த்த கையின் புறத்தில் ஒரு அடி விழவும் படீரென எழுந்து உட்கார்ந்தான். வெருண்ட கோழி றெக்கையை உதறுவதுபோல வலித்த கையை உதறியபடி அழலானான்.

மாரம்மாளுக்கு மார்பில் ஈரம் சுரந்தது. ‘அய்யோ புள்ள’ பதறினாள். “ராசா! கண்ணு அழுவாத அழுவாத. கதவத் தொறந்து வுடு சாமி.”

“ஜ்ஜேய் யே வெண்ணெ, எந்திர்ரா! அம்பிட்டு ஒறக்கமாடி? வாடா வந்து கதவத் தொற.”

இருவரது குரல்களையும் கேட்டு அழுகையை நிறுத்திய செந்தில் நிதானத்திற்கு வந்ததும், கண்ணீர்க்கோடு வழிந்த முகத்தைத் துடைத்துக் கொண்டான்.

“எந்திரிச்சு வாடா” செல்வத்தின் குரல் துல்லியமானதும், “ண்ணே” என்றபடி வேகமாய் எழுந்தான். கீழே விரித்திருந்த துணி கால்களைச் சுற்றிக்கொள்ளத் தடுமாறினான்.

“பாத்து பாத்து, பதறாம வா சாமி. மொதல்ல லைட்டப் போட்டுக்க” மாரம்மாள் பதறினாள்.

சொன்னதைப்போல லைட்டைப் போட்டுவிட்டு சாவி எடுத்து கதவைத் திறந்து விட்டான். “சின்மா விட்டாச்சாண்ணே!”

“விட்டாச்சா மூணாவது ஷோ போட்டு அதும் எடவேள

விட்டாச்சு” மாரம்மாளைப் பார்த்துச் சிரித்த செல்வம் விலகியிருந்த அவளது மாராப்பை வெறித்தபடி மூங்கில் கழியை அவளிடம் நீட்டினான்.

“நிய்யெல்லா வீட்ல போய்ப் படுக்க வேண்டித்தானயா. நல்லவேள நடைல படுத்ததால சரியாப்போச்சு. உள்ளுக்குள்ள படுத்திருந்தா?” சிரித்தபடி கழியை வாங்கிக் கொண்டாள்.

“உள்ள படுத்திருந்தா இன்னொரு பூட்ட வாங்கி பூட்டிட்டுப் போயிருப்பேன். பொறுடீ நாளக்கி கணக்காப்பிள்ளகிட்ட சொல்றே” என்றவன், “என்னா மாரம்மா இன்னம் வேல முடியலியா” என நெருங்கி வந்து கேட்டான்.

“ந்தா முடிஞ்சிது சாமி. கௌம்பணும். பாவம் சின்னப்பெய, சத்தம் போடாம ஒறங்குங்க.”

மாரம்மாள் மறுபடி தனது இடம் போனதும் ஒதுக்குப் புறம்போய் ஒண்ணுக்கு இருந்துவிட்டு கடைக்கு வந்து கதவைச் சாத்தினான் செல்வம். அதற்குள் செந்தில் விட்ட உறக்கத்தைத் தொட்டிருந்தான்.

கடையின் உள்புறம் பாய் தலையணை இருந்தது. பாய் விரித்து தலையணையைப் போட்டவன், சட்டையைக் கழற்றிவிட்டு பாயில் உட்கார்ந்தான். மனசில் ஏதோ அலையடித்தது. மாரம்மாளின் விலகிய மாராப்பு கண்ணைவிட்டு விலகாமல் நின்றிருந்தது. பார்த்துவந்த இங்கிலீஷ் படமும் ஆளைப்புரட்டியது. உள்புறத்து லைட்டை அணைக்காமலேயே படுத்தான். மல்லாந்து படுத்தான். குப்புற விழுந்தான். தலையணையை இறுக்கினான். மனசு படபடக்க விசுக்கென எழுந்து உட்கார்ந்தான். ஏதோ வேகத்தில் நடையைக் கடந்து வாசல் கதவைத் திறந்தான்.

மாரம்மா தனது பெரிய நார்க்கூடைக்குள் முறம், சொளகு, தானிய முடிச்சுகள் என ஒவ்வொன்றாய் எடுத்து வைத்துக் கொண்டிருந்தாள்.

“மாரம்மா” வெளி விளக்கினைப் போடாமலே அழைத்தான்.

குரலில் ஒரு படபடப்பு இருந்தது.

"என்னாங்யா" திரும்பிப் பார்த்துக் கேட்டாள்.

"ஒரு நிம்சம் வந்ததும் போம்மே."

கூடைக்குள் அத்தனையும் எடுத்து வைத்துவிட்டுப் புறப்படுகிற அளவில் செல்வத்தை நோக்கி வந்தாள்.

அவன் சட்டை இல்லாமல் வெறும் உடம்போடு நிற்கப் பார்த்து துணுக்குற்றவள், "என்னா சாமி..."

"ம்... உள் ரூம்ல, கொஞ்சம் சோளம் சிந்திக்கிடக்குக் கூட்டி அள்ளீட்டுப் போ."

"ஓங் கடைக்கி என்னிக்கி சோளம் வந்து எறங்கிச்சு. புதுசா இருக்கே?" சந்தேகத்துடன் படியேற மறுத்தாள்.

"அது ஒருபுள்ளி இருங்கச் சோளம் மட்டும் அனுப்புறாருல்ல."

"சரி, காலம்பற வந்து கூட்டிச் சுத்தம் பண்ணி விடுறேன். எல்லாம் ஒதுங்க வச்சிட்டேன்" கிளம்ப ஆயத்தமானாள்.

சட்டென அவளது கையைப் பிடித்தவன், அடுத்த வினாடி கீழேவிட்டான். "ம் ஒறங்கக் கூட எடமில்ல மாரம்மா. கூட்டி மட்டும் விடு காலைல அள்ளிக்குவ" அவள் போக்கிலேயே பேசினான்.

"படுக்கக்கூட ஒதுக்கத் தெரியாதா. நாளப் பாப்பம்யா."

மறுத்தவளை கையைப் பிடித்து உள்ளே இழுத்துப் போனான்.

"இருய்யா, வெளக்கமாற எடுத்துவரேன்" என்றவளையும் விடவில்லை. "அதெல்லாம் உள்ளயே இருக்கு."

அவனிடமிருந்து கையை விடுவித்துக் கொண்டு உள்ளே போனாள். இடம் மாறாமல் செந்தில் அதே இடத்தில் உறங்கிக் கொண்டிருந்தான். மெல்லிசாய் சீட்டியடிப்பது போல குறட்டையொலி வந்தது.

மாரம்மாள் கடைக்குள் வந்ததும் வேகமாய்க் கதவைச் சாத்திவிட்டுத் திரும்பினான் செல்வம்.

பாய் விரித்துக் கிடப்பதையும், விளக்கு அணைக்கப்படாமல் இருப்பதும் கண்டு அதிர்ந்துபோய் நின்றாள் மாரம்மாள்.

அவளது நிலைமையினை ஊகித்த செல்வம், அவள் தப்பிவிடாமல் இருக்க, மடாரென பாய்ந்து இடுப்போடு சேர்த்தணைத்துக் கொண்டான். இதை சற்றும் எதிர்பார்க்காத மாரம்மாள் தடுமாறினாள். அப்படியே பாயில் சாய்ந்து விட்டால் எழுந்தரிப்பது சிரமம். ஆகவே முடிந்த மட்டும் கீழே விழாமல் இருக்க முயன்றாள்.

செல்வம் அவள் காலுக்குள் தன்காலைவிட்டு கவிழ்க்கப் பார்த்தான். மாரம்மா இரும்புத்தூணாய் வலிமையாய் நின்றாள். செல்வத்தின் ஒவ்வொரு முயற்சியும் தோல்வியே கண்டது. ஆனாலும் அவளைப் பிடித்த பிடியை மட்டும் விடாமல் மேலும் மேலும் இறுக்கினான். படரவும் முயன்றான்.

போராடி அவள் தனது கைகளை விடுவித்ததும் அவனது தலைமுடியைப் பிடித்துப் பிய்த்தாள். முதுகில் பலங்கொண்ட மட்டும் அடித்தாள்.

“மாரம்மா... ஒருநா மட்டும் மாரம்மா” முகத்தை அவளது நெஞ்சில் இறுக்கி கீழே சாய்க்கவே செல்வமும் போராடினான். கடைசியில் மாரம்மாள் அவனது தோளில் கடிக்க ஆரம்பித்ததும், வலி தாளாமல் பிடியை விட்டான்.

அவனிடமிருந்து விடுபட்டதும் மாரம்மாள் ஓடிவிட எண்ணவில்லை. தன்னை ஆசுவாசப்படுத்தி நின்றுகொண்டாள். வாடா வாடா என்பதுபோல கையை இடுப்பில் ஊன்றி வைத்து நின்றாள். கலைந்த கூந்தலையோ, முந்தானையின் விலகலையோ சரிப்படுத்த நினைக்கவில்லை.

“மாரம்மா” கையெடுத்துக் கும்பிட்டான். சாரமிழந்தவன் போல துவண்டுபோய் நின்றான்.

“குப்ப பொடைக்கிறவதான கூப்புட்டா வந்துருவான்னு நெனச்சியாக்கும். வேணாம்யா. கொஞ்ச வயசுப் பயலாச்சேன்னு சும்மா விடுறேன். இல்ல, ஊரக்கூட்டி நாறவச்சிருவேன். அதேன் ஆத்துப்பாலத்துல பொம்பளைக இருக்காளுகள்ல பத்துக்கு இருவதக் குடுத்துப் போக வேண்டிதான. ந்தா இங்க சந்தைக்குள்ள கூடத் திரியுறாள்க அத விட்டுப்புட்டு என்னா தகிரியமிருந்தா எம்மேல கைய வப்பெ.”

மறுபடியும் மடாரென கன்னத்தில் அறைந்து செல்வத்தைக் கீழே தள்ளிவிட்டு விர்ரென வெளியேறினாள்.

வெளியில் வந்த செல்வம் கடைக்கு முன்னால் நின்று, “மாரம்மா” எனக் கத்தி கூப்பிட்டான். இருட்டில் ஓவியம்போல மாரம்மா திரும்பிப் பாராது நடந்து கொண்டிருந்தாள். கூச்சமில்லாமல் நின்ற இடத்தில் நின்றமானைக்கே ஒண்ணுக்கு அடித்தான். அப்படியே கொஞ்சநேரம் சிலையாய் வாசலில் நின்றவன், கடைக்குள் திரும்பினான்.

செந்திலின் மெல்லிய குறட்டையொலி குறையாமல் கேட்டது. லேசாய் வாயைத் திறந்து வைத்தபடி உறங்கிக் கொண்டிருந்தான் செந்தில்.

வாசல் கதவைப் பூட்டிய செல்வம் செந்திலை அலாக்காகத் தூக்கிக் கொண்டு கடையின் உட்புறம் போனான்.

27

ரெயில் சுருட்டைப் பாம்பைப்போல அங்கிட்டும் இங்கிட்டும் ஆடி ஆடி ஊர்ந்து போய்க் கொண்டிருந்தது. ரெயிலைவிட இரண்டு பக்கமுமிருந்த மரங்கள், புதர்க்காடுகள், மொட்டைப் பனைமரங்கள், மின்சார தந்திக்கம்பங்கள் எல்லாவற்றையும் விட தரைப் பகுதியே தும்பறுந்த ஜல்லிகட்டுக் காளையைப் போல தாறுமாறாகத் தறிக்கெட்டு ஓடியது.

பாண்டி ரயில்ப்பெட்டியின் வாசலில் இரண்டுபக்கமிருந்த கம்பிகளைப் பிடித்தபடி ஓடுகின்ற வானத்தையும் மலைகளையும், ஊளையிடும் காற்றின் பெருத்த சத்தத்தையும் உள்வாங்கியபடி நின்றிருந்தான். முழுக்கால் பேண்டும் முழுக்கை சட்டையும் அணிந்து ஜெயசங்கர் சினிமாப்படத்தில் வரும் வில்லனைப்போல - ரயிலுக்குச் சமமான வேகத்தில் ஓடிவரும் குதிரையில் குதித்து ஏறிவிடத் - தயார் நிலையில் இருந்தான். குதிரை இன்னும் வரவில்லை. ரெயில்பெட்டி சொடக்குப் போடும் சப்தத்தை தனது ஜீவஒலியாகக் கொண்டு கடக்கடக் கடக்கடக் கடக்கடக் என பூமியையே ஆட்டியபடி மதுரை நோக்கிப் பயணித்துக் கொண்டிருந்தது. உடுத்தியிருக்கும் பேண்ட்டும் சட்டையும் கிழிந்துவிடுவதுபோல காற்றில் படபடத்தன.

திடீரென வானத்தில் இரண்டு சதுரமான பட்டங்கள் மேலேறிப் பறந்தன. இந்த அத்துவானக் காட்டில் பட்டம் விடுவது யார்.

ஊரே இல்லாத மொட்டைக் கரடு. ஜனநடமாட்டமே இல்லாத பிரதேசத்தில் வெறியெடுத்து ஓடுவதுபோல ரெயிலின் ஓட்டம். இப்படியான இடத்தில் பட்டமா ? திடுமென ஒரு எண்ணம். ஒருவேளை குதிரைக்குப் பதில் நம்மை ஏற்றிச்செல்ல பட்டம் வந்திருக்கிறதோ ! உற்றுப் பார்த்தான். ஒன்று சாம்பல் நிறத்திலும், இன்னொன்று சிவந்ததுமாக பறந்து கொண்டிருந்தது. பட்டத்தில் வால்கள் தவழும் குழந்தை வேகமாய் உதைத்துப் பாயும் கால்களை ஒத்து இருந்தன. மேலேயே பார்த்துக் கொண்டிருந்த பாண்டி ஒருகணம் அது கீழிறங்கக் காத்திருந்தான். ஒரே தாவு ஜிவ்வெனப் பிடித்துத் தொங்கி பட்டத்தில் ஏறி உட்கார்ந்து பயணிக்கலாம்.

எதிர்பார்த்தது போலவே ஒன்றையொன்று முந்தியபடி மேலேறிய பட்டங்கள் மெல்ல மெல்ல தாழத் துவங்கின. பனைமர உயரம், ஆலமர உயரம், இதோ பெட்டியை ஒட்டி வந்துவிட்டது. பிடித்திருந்த கைப்பிடியினை விலக்கி உயரக் குதிக்கத் தயாராகி,

ஒன், டூ த்

“லே பாண்டீ...” அம்மாவின் அழைப்பு.

காற்றுப்போன பலூனாய் உற்சாகம் வடிய பெட்டிக்குள் பிரவேசித்தான். ரெயில் பெட்டியில் அவ்வளவாகக் கூட்டமில்லை. ஊரில் இருக்கும் லைன் வீடுகளைப்போல தனித்தனிப் பகுதியாக இருந்தது. ஒவ்வொரு பகுதியிலும் ஒன்றிரண்டுபேர் மட்டுமே அவரவர் வீட்டில் இருப்பது மாதிரி எந்தக் கட்டுப்பாடும் இல்லாமல் கால்நீட்டி கைநீட்டி படுத்துக் கொண்டும் நின்றும், குத்தவைத்தும், குப்புறக் கவிழ்ந்தும், துணிமூட்டை பண்டபாத்திரங்கள் எனக் குவித்துவைத்தும் எந்த ஒழுங்கும் இல்லாமல் திரிந்தனர். எல்லோரும் அடிக்கடி பார்த்த முகங்களாகவும் சொந்தக்காரர்களாகவும் தெரிந்தனர். ஆனால் யாரும் யாருடனும் பேசவில்லை. பாண்டியைக்கூட எங்கடா போறே என ஒருவார்த்தை கேட்கவுமில்லை. இத்தனைக்கும் பாண்டிதான் எல்லோரையும் மதுரைப் பக்கம்

போனால் வேலைக்குப் பஞ்சமில்லை என வழிகாட்டியவன். சக்கரப்பட்டி பொன்னுத்தேவர் மெனக்கிட்டுச் சொல்லிப் போனார். அனேகமா அவரும் இதே ரெயிலில்தான் வருவார். அவர் தோட்டத்து வெள்ளாமையை ரெயிலில் ஏத்தி மதுரை மார்க்கட்டுக்குத்தான் கொண்டுபோகிறாராம். “உள்ளூர்க்காரெ நம்மள உருப்படியா வாழவிடமாட்டானப்பா. அதுலயும் சொந்தக்காரெம் பந்தக்காரே சொல்லவே வேணாம். சூனியம் வச்சே தொலச்சுப் போடுவானுக.”

அனேகமா எப்போதும்போல காக்கி டவுசர், அழுக்குச் சட்டையோடு வராமல் இப்படி புத்தம் புது பேண்ட் சட்டைபோட்டு இருப்பதுகூட இவர்களுக்குப் பிடிக்காமல் இருக்கலாம். சக்கரைப்பட்டித் தேவரய்யா சொல்வது சரிதான்..

நடுப்பெட்டியில் அம்மா பெட்டியின் இரண்டு பெஞ்சுகளையும் விலைகொடுத்து வாங்கியவராய் அடைகாத்து அமர்ந்திருந்தார். பாண்டிக்கு அம்மாவைப் பார்த்தவுடனே பிடிக்கவில்லை. வீட்டில் சாதாரணமாக இருப்பது மாதிரியே ஒரு பழையசேலையை உடுத்தியிருந்தது. தேனிக்குப் போகணும் என்றாலே வசந்தாக்கா, இருப்பதிலேயே புத்தம்புது உருப்படியாகப் பார்த்துப் பார்த்து உடுத்துவார். சேலைக்கு மேட்ச்சாய் ரவிக்கை, ரவிக்கைக்கு மேட்ச்சாய் கழுத்தில் பாசி, வளையல், செருப்புவரைக்கும் சொல்லப்போனால் நெத்தியில் வைக்கிற பொட்டுகூட சேலைக்கு ரவிக்கைக்குப் பொருத்தமாய் இருக்கும்படி பார்த்துக் கொள்ளுவார். இதில் அந்த செம்பக மதினி! அதுகூட இடத்துக்குத் தக்கபடி சேலைகட்டுவதும், தலைசீவி பவுடர் பூசி தலைநிறைய பூவும், பொட்டும் இட்டு நேத்துவரைக்கும் வீட்டுக்குள் அழுது ஆர்ப்பாட்டம் பண்ணி, கைலாசம் அண்ணனிடம் மிதிவாங்கிய பொம்பளையா என ஆச்சர்யப்படத் தோணும்.

இத்தனைக்கும் அம்மாவுக்கு, லதா அக்காளிடம் துணிச்சீட்டுப்போட்டு எடுத்த புதுச்சேலை ஒன்று வீட்டில் இருக்கிறது. அதைத்தான் உடுத்தச் சொல்லியிருந்தான்.

மதுரைக்குப் போகவேணும் என்றதும் தம்பி தங்கச்சியை விட ரெம்பவே சந்தோசப்பட்டது அம்மாதான். ‘ஒருதரமாச்சும் மீனாட்சி அம்மன் கோயில் தலைவாசல மிதிச்சிடணும். அழகரு ஆத்துல எறங்கறத நேர்லகண்டு மகிந்துரணும்’ என பலநாள் வருவோர் போவோரிடமெல்லாம் சொல்லிச்சொல்லி மாயும். தம்பிக்கும் தங்கச்சிக்கும் மதுரையை விளக்க ரெம்பவே சிரமப்பட்டான். பாண்டியே இன்னவரையும் மதுரைக்கிப் போனது கிடையாது. பார்க்காத ஒன்றைப் பற்றி என்னதான் சொல்வது? ஆனாலும் கேள்விப்பட்டதை, தேவரய்யா சொன்னதைக் கொண்டு இருவரும் நம்புகிறமாதரி பொய் சொன்னான். அதுவே அவர்களுக்கு ஆனந்தமாய் இருந்தது. உடனே அம்மாவோடு அதிரடியாய்க் கிளம்பிவிட்டனர். அம்மாவும் பிக்னிக் பயண மனநிலையில் கட்டுச்சோறு தயாரித்து எடுத்து வந்தது.

அத்தனையும் சுமந்து ரெயில்வே ஸ்டேசன் வர, கச்சிதமாய் ரெயிலும் போடியிலிருந்து வந்து தனக்காக நின்றிருந்தது நல்லவேளை கைலாசம் அண்ணன் கடேசிவரை வரவேயில்லை, இந்தமுறை தன்னை அவர் மீண்டும் ஓர்க்சாப்பில் சேர்க்க முடியாது. அம்மா பெட்டியில் ஏறி உட்கார்ந்த பிறகுதான் தனது பிலாக்கிணத்தை ஆரம்பித்தது. “இந்த பொடீ வயசிலயே இம்பிட்டு பொய்சொல்ல எங்கடா கத்துக்கிட்ட? உள்ளூர்ல பொழைக்காத பொழப்பா! அசலூர்ல போய் அள்ளிக் குமிக்கப் போறம்” மனசு ஆறவில்லை அம்மாவுக்கு. இங்கிருந்து கத்திக் கத்தியே கைலாசம் அண்ணனை வரவழைச்சிடும் போலிருந்தது. அதனாலேயே பெட்டியின் வாசலில் வந்து நின்று கொண்டான். அம்மாவின் அழைப்பு வராதிருந்தால் பட்டத்தைப் பிடித்துத் தொங்கி இந்நேரம் வேறு தேசம் ஏகியிருப்பான். ‘நூல் கணத்தில் தவறீடுச்சு!’

“சொல்லும்மா!”

“பெட்டிலதான் இத்தன எடம் கெடக்கில்ல. இங்கன ஒக்காந்து வரமாட்டாம படியில் எதுக்கு நிக்கிற? அப்பிடியே பட்டத்தப் பிடிச்சுப் பறந்திடலாம்னு பாக்குறியாக்கும்!” கோபப்படாமல்

அமைதியாகவே பேசியது அம்மா. இவருக்கு எப்படி பட்டம் வழியாக பறக்கும் சேதி தெரியும்? “ஒன்ன நம்பித்தான இந்தச் சின்னஞ்சிறுசுகள வச்சிக்கிட்டு பொழப்ப ஓட்டிக்கிட்டிருக்கேன். நீயும் ஒங்கப்பன மாதரி சொல்லாமக் கொள்ளாம பறந்தரலாம்னு பாக்கறியா. வேணாம்டா பாண்டி. அம்மா பாவம்டா” அழுதபடியே அம்மா அவனைக் கட்டிக்கொண்டது. அவனுக்கும் அழுகை வந்தது.

உடனே அம்மா ‘பே’ என அவனுக்கு வக்கணம் காட்டிச் சிரித்தது.

அம்மாவின் பின்னால் தம்பியும் தங்கச்சியும் நின்று சிரித்தார்கள்.

“ஏமாந்துட்டியா!”

கையில் ஆளுக்கொரு பட்டம் இருந்தது. ஒன்று சிவப்பு, இன்னொன்று சாம்பல் நிறம். ரெயில் பெட்டிக்கு வெளியே பறந்துகொண்டிருந்தன.

“ஒனக்கு மின்னாடியே நாங்க இந்தப் பட்டத்த பிடிச்சுத் தொங்கிப் பறந்திருவோம்” அம்மாவின் அந்தப் பேச்சுக்கு தம்பி பலமாய்த் தலையாட்டினான். தங்கச்சி மட்டும் “ஓம் பட்டத்துல அம்மா வரட்டும். பாண்டியண்ணன எம் பட்டத்தில ஏத்திக்கிட்டு வரேன். என்னண்ணே” என பாண்டியின் மோவாயைப் பிடித்து ஆட்டியது.

“கெளம்பலாமா” என தம்பி சன்னலருகே சென்றபோது, “ஓம் மொதலாளி வந்து ஒக்காந்துருக்காரு. பேச மாட்டேங்கற” அம்மா சாவதானமாகச் சொல்ல, பாண்டி அதிர்ச்சியுடன் திரும்பிப் பார்த்தான்.

அம்மாவுக்கு எதிரே இருந்த இருக்கையில் மகாராசண்ணன் சம்மணம் போட்டு உக்கார்ந்திருந்தார் அவருக்கு முன்னால அவரது வண்டி நின்றிருந்தது.

“அண்ணே” பாண்டிக்குத் தொண்டையில் வார்த்தைகள் சிக்கிக்கொண்டன.

மகாராசண்ணன் வழக்கம்போல கடகடவென சிரித்தபடி எழுந்து அவனருகே வந்தார். "பாண்டி பேண்ட் சட்டை போட்டதும் பெரியாளாயிட்ட. சூப்பர். இன்னிமே நீதான் நம்ம ஓர்சாப்புக்கு டர்னர். கண்ணன் வெல்டர். கைலாசத்த வேலைய விட்டு நிறுத்தீருவம். ரைட்டா. ஒனக்கு எல்லா வேலையும் தெரியும்ல."

உற்சாகமாய்த் தலையாட்டினான். "பம்புசாப்ட் கடைவேன், ஸ்பிரேயர் பிஸ்டன் சிலீவு கடைவேன். ட்ராக்ட்டர் வந்தாலும் பயமில்ல வெல்டடிச்சு மேவி கடஞ்சு போட்றலாம்."

"ரைட், அப்ப ஒங்கம்மா தம்பியெல்லா மதுரைக்குப் போகட்டும் நாம, ஓர்க்சாப்ப திறப்போம்" என இறுகக் கட்டிக் கொண்டார். அம்மாவும் உடன்பிறப்புகளும் சன்னல் வழியே வெளியேறி பட்டத்தில் ஏறி பறந்தனர். பாண்டிக்கு படபடப்பாய் இருந்தது.

மகாராசண்ணனின் அணைப்பு பலமாய் இருந்தது.

திமிறினான்.

திமிறவிடாமல் அவன்மீது ஒருகாலையும் தூக்கிப் போட்டு இறுக்க.

ஒஓஓஓ என கத்தினான்.

கத்திய வாயை ஒருகை அழுத்தமாக அடைத்துப் பொத்த, பளிச்சென கண்களைத் திறந்தான். கண் தெரியவில்லை. இருட்டாக இருந்தது. பயமாகவும் இருந்தது.

இருட்டில் யாரோ திடுமுடு என ஓடுகிற சத்தம் கேட்டது. கூடவே பெரியபெரிய தடியால் மின்கம்பங்களை, கடைகளின் கதவுகளை டமார் டமார் என தட்டுகிற சத்தம் விசில், அதட்டல் எனக் கலவையாய்க் கேட்டன.

"ஆள் எஸ்கேப்யா."

"ஒரு பொட்டத் தேயா நம்மள இப்பிடி கலங்கடிக்கிறாளே."

இரண்டு மூன்று நபர்களது பேச்சுச் சத்தம் கலவையாகவும் அருகாமையிலும் கேட்டது.

“அங்கன யார்ரா துணிமூட்டை போல படுத்துக் கெடக்கறது?”

“அதுவா பாவம். ஓர்க்சாப்ல வேலபாக்குற சின்னப் பசங்க ணே. ராத்திரி பகல் இங்கேதேங் கெடப்பாங்கெ.”

“அந்தச் சிறுக்கி வேறெங்கயும் ஓடமுடியாதுண்ணே. கண்டாரளி அவ சுத்திமுத்தி எங்க போனாலும் தப்பிச்சுப் பஸ் ஏறுறதுக்கு பஸ்ஸ்டாண்டுக்குத்தே வந்தாகணும். எடவழில ஏறிடுவாளா?”

“இந்நேரமெல்லாம் எடவழில பஸ்ச நிப்பாட்ட மாட்டாங்கண்ணே!”

“ஆமாடா, தப்பவிட்டம்னா மத்தவள்களுக்கு குளூர்விட்டுப்போகும்.”

“நீ வாண்ணே பஸ்ஸ்டாண்டுக்குத்தே வருவா. எத்தனபேர பிடிச்சிருக்கோம்.”

“இன்னைக்கு சிக்குனான்னா அவ்வளவ்தே கிழிச்சு மொளகாப் பொடியத் திணிச்சு விட்றணும். க்காள்ளி காலக்கூட அகட்டமுடியாமக் கெடக்கணும். மவ எத்தன தடவதே ஓட்றது எத்தன தடவதே பிடிக்கிறது?”

பேச்சுச் சத்தம் சற்றுத் தள்ளிப்போனது. தூரமாய் நாய்களின் குரைப்பொலியும் அதை அதட்டுகிற அந்த நபர்களின் அரட்டலும் அவர்கள் தெருவைத் தாண்டிவிட்டதை உணரமுடிந்தது.

பாண்டியின் மீதான அந்த இறுக்கம் சற்றே தளர்ந்தது. ஆனாலும் விடுபடவில்லை. பாண்டிக்கும் அப்போதிருந்த பயம் பதட்டம் அதிர்ச்சி எல்லாம் மாறி அந்த அணைப்பும் இறுக்கமும் ஒருவித கதகதப்பையும், குறுகுறுப்பையும் உண்டாக்கி இருந்தது. இன்னும் கன்னத்தோடு கன்னம் வைத்துக் கிடந்த அந்த இதம் பாண்டியைக் குரலெழுப்பவிடாமல் தடுத்திருந்தது.

கண்களை மூடாமல் திறந்தே கிடந்தான். தன்னைப்போட்டு அழுத்திக் கிடப்பது யார் எனவும் பார்க்கத் திராணியில்லை. பெண்ணென்பதை மட்டும் உணரமுடிந்தது. யாரென அறியும் எண்ணம் கடந்த பிரமையே அவனை ஆட்கொண்டிருந்தது.

மேலும் ஒரு கால்மணிப் பொழுது அந்தக் கதகதப்பிலேயே கரைந்தது. பாண்டியோ, அந்தப் பெண்ணோ விடுபட முயலவில்லை. சுவர்க்கோழிகளின் சத்தம் தவிர இருவரது மூச்சொலிகளும் மார்பின் ஏற்ற இறக்கங்களும், படபடப்பும் தவிர எந்தவிதமான சப்தமும் இல்லாதிருந்த நேரம் தியேட்டரிலிருந்து இரண்டாவது ஆட்டம் விடும் மணிச்சத்தம் ஒலிக்கக் கேட்டது. மீண்டும் அவனை இறுக்கிக் கொண்டாள். அடுத்தகணம் கேட் திறக்கும் ஓசை. அவனை விட்டு மெல்ல விலகிக் கொண்டாள். எழுந்து தலைமுடியை ஒதுக்கி கொண்டை போட்டு மாராப்பைச் சரிசெய்தவள், பாண்டியைப் பார்த்துக் கையெடுத்துக் கும்பிட்டாள். சினிமாபடம் முடிந்து வெளியேறிய கும்பலோடு கலந்து தானும் மறைந்துபோனாள்.

அந்தப் பெண் போன சில நிமிடத்திற்குப் பின் எழுந்து உட்கார்ந்த பாண்டிக்கு நடந்தது இன்னதென விளங்க ரெம்பநேரம் ஆனது. ரெயில் எங்கே, அம்மா எங்கே மகாராசண்ணன் வரவில்லையா? தன்னோடு படுத்துக்கிடந்த பெண் யார்? எப்படி வந்து படுத்தாள். எந்நேரம் வந்தாள். கேள்விகள் தலையைக் குடைந்தன.

இறுகப் பிடித்துக் கிடந்த உடம்பும், ஒட்டிக் கிடந்த கன்னமும் இன்னும் வெதுவெதுப்பு மாறாதிருந்தன. கன்னத்தைத் தடவிப்பார்த்துக் கொண்டான். உடம்பிலுமே கிளுகிளுப்பு இன்னும் அமர்ந்து இருந்தது. எழுந்து ஒண்ணுக்குப் போய்விட்டு வந்து படுத்தான்.

28

“உண்மையிலேயே பாண்டி மச்சம் உள்ளவன்தான் இல்லியா கண்ணாண்ணே?” சினிமா தியேட்டரின் சிப்பந்தி பரமன், பாண்டியின் முதுகில் செல்லமாய்த் தட்டியபடி சொன்னான்.

தியேட்டரில் சில்லறை வேலைகள் பார்ப்பதற்காக வெல்டிங் மிசினை உருட்டிக்கொண்டு வந்திருந்தனர் கண்ணனும் பாண்டியும்.

மூணுக்கு மூணு கனசதுர அளவில் இரண்டுபக்கமும் தள்ளுவதற்கு ஏதுவான கைப்பிடிகளும் நான்கு சக்கரங்கள் உடையதுமாய் மெசின் இருந்தது. கேபிள், சுட்ச்போர்டு, கைபிடிக்கும் ஷீல்டு, வெல்டிங் ராடு சகிதமாய் இருவரும் தியேட்டருக்கு வந்துவிட்டார்கள். இன்றைக்குப் பகல்காட்சி இல்லாதபடியால் (தினசரி இரண்டு, சனி மற்றும் ஞாயிறுகளில் மூன்று காட்சிகள்) அவசரமில்லாமல் பொறுமையாகவே வேலை பார்த்தனர். முதலில் கைலாசம் வருவதாகத்தான் சொல்லியிருந்தார். மகாராசண்ணன்தான் அவெங்க தனியாப் போகட்டும். சில்லற வேலதான, கூடக்கொறச்சு இருந்தாலும் ஒண்ணுந் தெரியாது என்றார் அதற்கேற்றாற்போல ஓர்க்சாப்புக்கு தனி வேலையும் வந்துவிட்டது. கையாள் ஓராள் வேணும் என்றபோது, மகாராசண்ணன் தனக்கு இன்று

வேறுவேலையில்லை என ஓர்க்சாப்பிலேயே கைக்கு உட்கார்ந்து கொண்டார். “வேணுங்கறத கூச்சப்படாமச் சொல்லு கைலாசம். நா எடுத்துத் தாரேன். அப்பிடியே நானும் ஓங்கிட்ட வேல பழகிக்கிருவேன்ல” என சிரிக்காமல் பேசினார்.

“நாங் கெளம்பவாண்ணே” பாண்டியும் கைலாசத்தை விட்டுப்பிரிய மனமில்லாதவன் போலத்தான் கடைசி ஆளாக கண்ணனுடன் தியேட்டருக்குக் கிளம்பி வந்தான். ‘மொதல்லயே கெளம்புனா, பட்டறைல நிக்க, வெக்க வெக்கமா இருக்காக்கும்’ எனப் பரிகாசம் செய்து தலையில் குட்டுவார் என கண்ணனிடம் விளக்கினான் பாண்டி.

காலையில் ஓர்க்சாப் திறந்து மெசின் சுத்தம் முடித்து காலைகாப்பி முடியும் தறுவாயில் மகாராசண்ணன் வந்தார். அப்படியே தியேட்டரிலிருந்து பரமன் வர, வெல்டிங் மெசினைத் தள்ளிக் கொண்டு மூவரும் கிளம்பினர்.

“ஏண்டா பாண்டி அப்டியா? பரமா அவெ டவுசரக் கழட்டி மச்சத்தப் பாரு” என்றதும் பாண்டி பயந்து விட்டான்.

“ணே நீங்களுமா?” வாய் பிளந்து கேட்டான்.

“அவருமட்டுமென்னா யார்கிட்டக்க வேணும்னாலும் சொல்லிப்பாரு ஓஞ்சங்கதிய. இதேதான் சொல்லுவாங்க” என்ற பரமன், “ஒரு வகைல பாத்தா, பாண்டிக்கி அதுல ஒரு நல்ல நேரமும் இருந்திருக்குணேய்” என்றான்.

“இப்ப என்னா கெட்ட நேரமா பிடிச்சிருக்கு. என்னா பரமா மாத்தி மாத்திப் பேசற” கண்ணனது அந்தக்கேள்விக்கு பரமன் ரெம்ப சுவாரஸ்யமாகப் பதில் சொன்னான்... “ஆத்துப்பாலத்துலருந்து தப்பி வார பொம்பளைக, போலீஸ் ரெய்டுக்கு டிமிக்கி குடுத்து ஓடி வாரவக பூராம் இந்தப் பக்கந்தே வந்தாகணும். முன்னெல்லா தியேட்டர் கக்கூசுக்குள்ள வந்து ஒளிஞ்சுக்குவாங்க. கூட்டத்துக்குள்ள முக்காட்டப்போட்டு முஸ்லீம் பொண்ணுகமாதரி ஒக்காந்துக்குவாங்க. ஒருபக்கம் அடியாளுக தேடி வருவாங்க. ஒருபக்கம் போலீசு வரும்.

எங்கபாடுதே திண்டாட்டம். அப்பிடிப் பாக்கறப்ப பாண்டிக்கு எந்தப் பெரச்சனையும் இல்லீல்ல. கூடவே படுத்து எந்திரிச்சுப் போயிருக்கில்ல" பேசிக் கொண்டிருக்கும்போதே மேனேஜரிடமிருந்து பரமனுக்கு அழைப்பு வந்தது.

பரமன் நகன்றதும் தங்கள் வேலையைத் தொடர்ந்தனர். ஏற்கனவே பால்கனி கதவு வேலை முடிந்து இப்போதுதான் கீழிறங்கினர். இங்கே இரண்டு கதவு. பெண்கள் பக்கம் நான்கு கதவு. கக்கூஸ்களிலும் வேலை இருக்கிறது. "இன்னைக்கி முடியாது போலருக்கேண்ணே" பாண்டி ஒட்டுத்தகடுகளை ஒழுங்குபடுத்தியபடி சொன்னான்

"எப்பிடியும் ரெண்டு மூணுநாள் வேலை இருக்கும்னு கைலாசம்ணே சொன்னாருல்ல. கேக்கலியா ?" பக்கத்திலிருந்த பிளக் பாய்ண்ட்டில் வெல்டிங் மெசினின் சுட்ச்போர்டு பிளக்கைச் சொருகி வந்தான்.

கழட்டிப் போட்டிருந்த இரண்டாம்வகுப்பு நுழைவாயிலின் இரும்புக்கதவுக்கு அடிப்பாகம் ஒட்டுத் தகரம் கொடுத்து பற்றவைத்தான் கண்ணன். முன்னதாகவே அளவு எடுத்துப்போய் ஓர்க்சாப்பில் ஒட்டுத்தகரம் வெட்டித் தயார் செய்து தகரத்தில் அடையாளக் குறியும் கதவு எண்களும் போட்டு வைத்திருந்தான்.

இப்போது சீட்டிங் பார்த்துப் பற்றவைப்பது மட்டுமே வேலை. கண்ணனுக்கு சீட்டிங் பார்ப்பது கடும் எரிச்சலைத் தரும். வெட்டினோமா எடுத்து வெல்டிங் செய்து முடித்தோமா என இல்லாமல் பழைய கதவுக்கும் மூலைமட்டம் பார்க்கிறான் பாண்டி. அவன் இல்லாதிருந்தால் இந்நேரம் கண்ணன் பாதிவேலையை முடித்திருப்பான்.

"அஞ்சு நும்ச வேலண்ணே. இல்லாட்டி ஒருபக்கம் இழுத்துக்கிட்டு ஏட்டிக்கிப் போட்டியா நிக்கிம். ஒருதட்டு, ஒரு வெட்டு. அம்புட்டுத்தே வேல, நீட்டா இருக்கும்ணே" கிழவனாய்ப் பேசினான் பாண்டி.

முதலில் ஒவ்வொரு புள்ளி (டாட்) வைத்துப் பொருத்தியதும்,

மூலமட்டம் பார்ப்பதுபோல கண்ணாலேயே மட்டம் பார்த்து சுத்தியலால் அடித்தும் தட்டியும் பாண்டி நேர்படுத்திக் கொடுத்த போது பரமன் திரும்பி வந்து விட்டான். மேனேஜர் பெயிண்ட் வாங்கி வரச் சொன்னாராம். வெல்டிங் வேலை முடிந்த வேகத்திலேயே பெயிண்டும் அடித்து கதவை மாட்டச் சொல்லி விட்டாராம் முதலாளி. அதனால் இரண்டு பெயிண்டர்களும் வேலை பார்த்துக் கொண்டிருக்கின்றனர் என்பது தெரிய வந்தது.

கண்ணன் வெல்டிங் மெசினை ஓட்டிவிட்டு ராடைக் கவ்வி பற்றவைக்க நெருப்புப் பொறி கம்பி மத்தாப்பாக சடசடவெனப் பொரிந்தது. ஃபைபரால் ஆன கைக்கேடயத்தைப் (ஷீல்டு) பயன்படுத்தி கண்ணன் வெல்டிங்கைத் தொடர, பாண்டி வெறும் கையினாலேயே அந்த வெளிச்சத்தை தனது கண்களுக்கு எட்டாமல் பார்த்துக் கொண்டான். பரமனோ பத்து அடி தூரம் தள்ளி நின்று முகத்தைத் திருப்பிக் கொண்டான்.

ஆரம்பத்தில் பாண்டியும் அப்படித்தான். பக்கத்தில் நின்றால் வெளிச்சம் கண்ணைப் பிடுங்குவது ஒருபுறம், மத்தாப்பாகப் பொரியும் தீப்பொறிகள் அணிந்திருக்கும் சட்டை டவுசர்களை ஓட்டை போடுவதற்கும் உடம்பில் தெறித்து தோலைக் கருக்குவதற்கும் பயந்து ஓடி ஒளிந்து கொள்வான். அப்படியும் இரவில் தூங்க முடியாமல் கண்கள் சிவந்து வீங்கிக்கொள்ளும். கண்ணுக்குள் ஆற்றுமணலை அள்ளிப் போட்டதுபோல உறுத்தும். கண்ணுவலி வந்தவன் போல தண்ணி தண்ணியாய் கன்னமெல்லாம் நீர் வடிந்து கொண்டிருக்கும். ஓரிருநாள் இதனைச் சாக்குச் சொல்லி வேலைக்கு மட்டம் போட்டும் இருக்கிறான். இப்பொவெல்லாம் ஷீல்டு இல்லாமலே கண்பார்வையை மட்டும் வேறுபுறம் திருப்பி விட்டு சாதாரணமாக தானே வெல்டிங் செய்யப் பழகிவிட்டான். கைலாசம்தான் ‘கண்ணாடி வச்சுப் பண்றா’ எனக் கடிந்து கொள்வார்.

அந்தக் கதவினை முடித்துவிட்டு தரை டிக்கெட் கதவுகளைக் கழட்டினார்கள். இவர்கள் வெல்டிங் வேலை முடிந்ததும்

பின்னாலேயே சூடு ஆறுவதற்குள்ளாக மட்டி பெய்ண்டினைத் தடவிக் காயவிட இரண்டு பெயிண்டர்கள் இவர்களது பின்னாலேயே வந்து கொண்டிருந்தனர். அவர்களுக்காகவே வேலையை சீக்கிரம் பார்க்கவேண்டி இருக்கிறது. தரை டிக்கெட் முடிந்ததும் கொஞ்சம் நிம்மதி வந்தது. இனி பெண்கள் பக்கம் போகவேண்டும். அதற்குள் மதியச் சாப்பாட்டுவேளை வந்துவிட்டது. நாள்முழுவதும் தியேட்டரிலேயே வேலை ஓடியதால் பாண்டியால், வீடுகளுக்குச் சாப்பாடு வாங்கப் போகமுடியவில்லை.

இப்போதும்கூட சைக்கிளை எடுத்துப்போய்ச் சாப்பிட்டுவிட்டு கண்ணனுக்கும், கைலாச அண்ணனுக்கும் சாப்பாடு வாங்கிவர முடியும்; தியேட்டர் மானேஜர் வேண்டாமெனச் சொல்லிவிட்டார். “வேலை முடியுமட்டும் வேணுங்கறத கடையில வாங்கிட்டு வந்துடலாம்” என்றார்.

சொன்னதுபோலவே மணிக்கு ஒருதரம் டீ கொண்டுவரச் சொன்னார். “வடை போட்ருந்தா சேந்தாப்ல வாங்கிட்டு வந்திரு” என பரமனுக்கு உத்தரவு போட்டார். “வேல முடியுமட்டும் இவன கையில வச்சுக்கங்க. வெளிவேலைக்கு நீங்க போகவேணாம். வேலைய எத்தன சீக்கிரம் முடியுமோ முடிச்சிருங்க.”

மதியம் சாப்பிட்டுக் கொண்டிருந்தபோது கைலாசம் தியேட்டருக்கு உள்ளே வந்தார். ஆம்லெட்டும் முட்டைக்குழம்பும் கமகமத்தன.

“சாப்புடுங்கண்ணே” சாப்பிட்டுக்கொண்டிருந்த கண்ணனும் பாண்டியும் எச்சில் கையோடு எழுந்து நின்றனர்.

பரமன் ஒரு சாப்பாட்டுப் பார்சல் இருப்பு இருப்பதாகத் தூக்கிக் காண்பித்தான்.

“நா வீட்டுக்குப் போய் வாரேன்னு கேட்டேண்ணே. மேனேஜர் சார் விடமாட்டேன்னு சொல்லிட்டாரு” உங்களுக்கு சாப்பாடு வாங்கித் தரமுடியாத பாவியாகிவிட்டேன் என்ற குற்ற

உணர்ச்சி மேலிட ஒப்பித்த பாண்டியின் பரிதவிப்பைப் புரிந்து கொண்டவராய் தலையை ஆட்டினார். அந்தநேரம் மேனேஜரும் வந்து அவரைச் சாப்பிட வற்புறுத்தினார்.

முதலாளி பட்டறையில் இருப்பதாகவும் சும்மா வேலைநடப்பதைப் பார்த்துப் போக வந்ததாகவும் சொன்ன கைலாசம், நடந்த வேலையைக் கண்டுவர, மேனேஜரை அழைத்துக்கொண்டு சென்றார்.

தியேட்டரின் இரும்புக்கதவுகளுக்கு இருபுறமும் டிக்கெட் கொடுக்குமிடம் ஆண்பெண் இருபாலருக்கும் தனித்தனியாக அமைத்திருந்தனர். உள்ளே நுழைந்ததும் பெரிய தூண்களாய் இரண்டு அசோகமரங்கள் தியேட்டரின் உயரம் தொட்டு வளர்ந்திருந்தது. மரங்களுக்கு நடுவில் சின்னஞ்சிறிய தொட்டி கட்டி செயற்கைப் பூ நீரூற்று சொரிந்துகொண்டிருந்தது. தொட்டியின் மையத்தில் குழலூதும் கண்ணன் தூயவெண்மை நிறத்தில் இடுப்பை நெளித்த கோணத்தில் நின்றிருந்தான். தொட்டியைச் சுற்றிலும் பசும்புற்கள். மேடு போட்டிருந்தன.

தியேட்டர், கூரைவரை செவ்வக வடிவமும் அதற்குமேல் கூம்புவடிவமாகவும் வீற்றிருந்தது. கீழ்ப்பகுதி, மேனேஜர்அறை, அலுவலக அறை என இரண்டாக வகுக்கப்பட்டிருந்தன. அலுவலகத்திலிருந்து கைலாசத்தை அழைத்துக்கொண்டு பக்கவாட்டில் இருந்த படிகள் வழியே பால்கனி சென்ற மேனேஜர், வெல்டு செய்து போடப்பட்டிருந்த உருப்படிகளைக் காட்டினார். மட்டிப் பெயிண்ட் பூசப்பட்டிருந்தது.

“வெல்டு பண்ணுன மாதிரியே தெரியலேல்ல” மேனேஜர் கொஞ்சம் ஆச்சர்யத்துடன் பேசினார். கைலாசத்துக்குக் கூடுதல் சந்தோசமாக இருந்தது.

யார் வேல பாத்தா? நிச்சயமாக பாண்டிதான் வெல்டிங் செய்திருப்பான் என்று நம்பினார். கண்ணன்கூட செய்திருக்கலாம் என்ற எண்ணமும் வந்துபோனது.

“ரெண்டு பேருந்தா, சின்னப்பெய ஒட்டுத்தகரம் பிடிக்க, பெரிய

பயதான் வெல்டு பண்ணார். ரெண்டுபேரும் நல்லா ஒருத்தர்க் கொருத்தர் பேசி பொறுமையா வேல பாக்குறாங்க. எனக்கு அவங்க வேல பிடிச்சிருக்கு” என்றார்.

“அந்தப் பையெ ஐடிஐல படிச்சவன். எங்க ஓனருக்கு சொந்தக்காரப் பய. வந்து கொஞ்சநாள்தான் ஆகுது. நல்லா கத்துக்கறான்.”

“ரைட், ஆனா சொல்லிக் குடுக்கவும் உங்கள மாதிரி மனசு வேணுமே.”

பால்கனியிலிருந்து பார்க்க அரங்கம் ரம்மியமாய்த் தெரிந்தது. பால்கனி தரையிலிருந்து கைதூக்கும் உயரத்தில் இருந்தது. தனித்தனி இருக்கைகள் போடப்பட்டு சிவப்பு பெயிண்ட் அடித்திருந்தனர். ரெண்டாம் வகுப்புக்கு பள்ளிக்கூடத்து நீளமான சாய்வு மரப்பெஞ்சுகள் போடப்பட்டிருந்தன. மூன்று அல்லது நான்குபேர் உட்காரும் வகையில் இழுத்து விட்டிருந்தார்கள். தரை டிக்கெட்டுக்கு, சிமெண்ட் பூச்சுப்பூசிய தளம். பால்கனி தவிர்த்து கீழ்ப்பக்கம் ஆணும் பெண்ணும் தனித்தனியாய் உட்கார இருபகுதிக்கும் நடுவில் இடுப்பு உயரச்சுவர் எழும்பியிருந்தது.

மேல்கூரையில் இருந்து நீண்ட றெக்கைகள் கொண்ட காத்தாடிகள் வவ்வால்களாய்த் தொங்கிக்கொண்டிருந்தன. சலவை செய்த வேட்டியை விரித்துக் கட்டிவிட்டது போல அரங்கின் திரை வெளேரென நின்றது.

பால்கனியிலிருந்து இறங்கி கக்கூஸ்வரை செய்த, செய்யப்பட வேண்டிய வேலைகள் அத்தனையும் பார்த்து முடித்து அலுவலகம் வந்தபோது பரமன், குண்டுகலர் வாங்கி வைத்திருந்தான். ஆரஞ்சும், அமிர்தமும் இருந்தன. கைலாசம் ஆரஞ்சை எடுத்துக் கொள்ள, மேனேஜர் அமிர்த பாட்டிலை உடைக்கச் சொன்னார். கட்டை வைக்காமல் பரமன் கைவிரல் அழுத்தியே உடைத்தான். குபுகுபுவெனப் பொங்கிவந்த கேஸை கீழே வடித்துவிட்டு மேனேஜர் குடித்தார்.

“சாப்பிட்டாச்சா?” ஏப்பம் விட்டபடி கண்ணனை விசாரித்த கைலாசம். “அவசரம் வேணாம். பொறுமையாவே வேலயப் பாருப்பா, வெல்டிங் லைன் நல்லா வந்திருக்கு” பாராட்டினார்.

“கண்ண ண்ணந்தே பூராத்தியும் அடிச்சாரு” பாண்டி முந்திக் கொண்டு சொன்னான். தெரியும் என்பதுபோல் தலையாட்டிய கைலாசம் மேனேஜரிடம் சொல்லிக்கொண்டு கிளம்பினார்.

ஆண்கள் பகுதியிலிருந்த வெல்டிங் மெசினை இருவரும் சேர்ந்து எதிர்புறம் உருட்டி வந்தபோது “நான் இருக்கணுமா?”' பரமன் கேட்டான்.

“வேற வேலை இருக்கா?”

“ஆமா, வெளம்பரத் தட்டி உருட்டிட்டுப் போகணும்ல” சக்கரம் வைத்த இரும்புத் தட்டியின் இருபுறத்திலும் ஒட்டப்பட்ட சுவரொட்டிகளை ஊரின் முக்கியத் தெருக்களில் உருட்டிக்கொண்டு காட்சி துவங்கும் நேரம் தியேட்டருக்கு வந்துவிட வேண்டும்.

“எங்களுக்குத் தேவையில்ல” என்ற கண்ணன், “நீ போகணும்னா போ” என்றான்.

அப்போது அங்குவந்த மேனேஜர், பரமனை, ”நாளைக்குத்தான படம் கடைசி. நாளைக்கு தட்டி உருட்டுனாப் போதும்” என்றார். “கேட்ல போர்டு தொங்க விட்டாச்சா” பரமனை வெளிக் கேட்டுக்கு அனுப்பிவிட்டு வெல்டிங் வேலை நடப்பதைப் பார்வை இட்டார்.

“ஐடிஐல படிச்சியாம்ல தம்பி?”

பரமன் கொண்டுவந்த இரும்புச் சேரில் சாய்மானம் போட்டு உட்கார்ந்து கொண்ட மேனேஜர், கண்ணனிடம் பேச்சுக் கொடுக்கலானார்.

“ஆமாங் சார், தேனி ஐடிஐலதான் படிச்சே.”

“அப்ரண்டிஸ் போனியா?”

"ம், கோயம்புத்தூர் போய் வந்தேன்."

"அப்பறம் எதுக்கு இங்க வந்தெ. அங்கனயே ஒரு கம்பெனியப் பாத்து இருந்திருக்கலாம்ல."

"கூப்பிடுறேன்னாங்க. வந்திட்டேன்."

"அதுதேன் தப்பு. வந்து எவ்வளவு நாள் ஆச்சு."

"ஒரு வருசம்!"

"ம். அதேன். இந்த ஒரு வருசம் அங்கியே இருந்திருந்தீன்னா. எதுனாச்சும் ஒரு கம்பெனில ஏறிப் போயிருப்பீல்ல."

அது உண்மைதான் எனப் பட்டது. ஏனோ கோவையில் இருக்கும்போது அடிக்கடி ஊர் ஞாபகமும் வீட்டு ஞாபகமும் வந்து எப்படா ஊருக்குப்போவோம் என்று ஏக்கம் கொள்ள வைத்து விடுகிறது. இப்போது இவர் சொல்வதுபோல இருந்திருந்தால் நிச்சயம் கம்பெனி ஆளாய் மாறியிருக்கலாம்.

"வீட்ல அம்மா சங்கடப்பட்டுச்சு. அப்பறம், எனக்கு திருச்சி பாய்லர் கம்பெனில சேரணும்னு ஆச. அதுனால அங்க எம்ப்ளாய்மெண்ட்டுல பதிஞ்சிருக்கேன். திடீர்னு கூப்புட்டா என்னா பண்றதுன்னு நெனச்சு அப்பிடியே விட்ருச்சு. இங்கே அண்ணன் ஒர்சாப் ஆரம்பிச்சாரு. வந்திட்டே."

"சொந்தத் தொழில் நல்லதுதான். ஆனா, ஒரு தொழில்படிப்பு படிச்சுப் போட்டு பெரிய கம்பெனில உத்தியோகம் செய்யறாப்பல வருமா?"

"இங்க எவ்வளவு சம்பளம்?"

"நூறு ரூவா."

"பாருதம்பி யோசன பண்ணுங்க. வயசிருக்கு. அதக்காட்டியும் சர்டிபிக்கேட் கையில இருக்கு. ஆயிரம் ரெண்டாயிரம்னு சம்பளம் கெடைக்கும்."

“சொந்தத் தொழில் நல்லதுதான சார்” பாண்டி இடையில் புகுந்தான். எங்கே அவர் பேச்சைக் கேட்டு கண்ணன் அண்ணன் ஓர்க்சாப்பை விட்டு விலகி விடுவாரோ என பயந்தான்.

“நல்லதுதான். ஆனா இவரு சம்பளத்துக்கில்ல இருக்காரு. ஒண்ணு செய்யலாம் தம்பி உண்மையிலேயே சொந்தத் தொழில் பண்ணனும்னா, இப்ப தேனில தொழில் பேட்டை ஒண்ணு கொண்டுவாராங்க. நீங்க ஐடிஐல படிச்சதால வாய்ப்பிருக்கு. ஒரு கிரில் ஓர்க்சாப் ஆரம்பிக்கப் போறேன்னு அப்பிளிகேசன் குடுங்க. லோன் சாங்சன் ஆச்சுன்னா. உங்க லெவலே வேற மாதரி ஆயிரும். என்னோட சகல மகெ மெசினிஸ்ட் படிச்சு அங்கெதான் கம்பெனி வச்சிருக்கான்” என்றார்.

29

இந்த முறை கைலாசம் வசந்தாவைக் கூட்டிக்கொண்டு ஓடிவிட்டார்.

செண்பகம் மகாராசன் வீடு தேடி வந்து ஒப்புவைத்துவிட்டுப் போனாள். கைலாசம் வீட்டுக்கு வந்து நாலுநாள் ஆகிறதாம்.

அன்றைக்கு தியேட்டருக்கு வந்து கண்ணனையும் பாண்டியையும் பார்த்துவிட்டுப் மதியச் சாப்பாட்டுக்குப் போனவர், வீட்டுக்கும் போகவில்லை. ஓர்க்சாப்புக்கும் வரவில்லை. இத்தனைக்கும் காவலாளியாய்த் தன்னை ஓர்க்சாப்பில் உட்காரவைத்து விட்டு வப்பாட்டி தேடி ஓடிப்போனானே. வெளியே சொன்னால் அசிங்கம்.

மகாராசனுக்கு அச்சலாத்தியாய் இருந்தது.

உஸ்சென ஸ்டூலை சுவரையொட்டி இழுத்துப் போட்டு வலதுகையை டேபிளில் கிடத்தி உட்கார்ந்தார் தினசரி நாளிதழை விரித்துப் பார்க்கக்கூடத் தோன்றவில்லை, கால்களை நீட்டி சுவரில் முதுகையும் தலையையும் அழுந்தப் பதித்துக் கொண்டார். கோயில்மாடு படுத்துக் கிடப்பதுபோல பட்டறைமெசின் கண்ணுக்கு முன்னால் தெரிந்தது. பட்டறைக்குச் சொந்தக்காரன் என்றாலும் ஒருநாள்

ஒருதரம்கூட அதனை ஓட்டிப் பார்த்ததில்லை. அதேபோல வெல்டிங் மெசினுக்குப் பக்கம் நின்றதே இல்லை. ட்ரில்லிங் மெசினில் மட்டும் ஓரிருமுறை இரும்புப் பட்டைகளுக்கு துவாரம் போட்டிருக்கிறார். ஓர்க்சாப்பில் தனக்கென்ன வேலை? மகாராசன் இன்ஜினீயரிங் பட்டறை அன் வெல்டிங் ஓர்க்ஸ் என்கிற ஒரு பெயருக்காக இத்தனை பாடுகளையும் சுமக்கிறோமோ?

விடிந்தால் தோட்டம் தொரவுகளில் கண்முழித்து சம்சாரிகளோடு சேர்ந்து கிணறுகள் மோட்டார்கள், பம்ப்செட்டுகள், வைண்டிங் என்று ஓடிக்கொண்டிருந்த வாழ்க்கையில் இப்படி ஒரு ஓர்க்சாப்புக்கு முதலாளி ஆவோம் என கனவில்கூட நினைக்கவில்லை.

வெள்ளாமை காலத்தில் தினசரி மோட்டார்கள் ஒன்றிரண்டைக் கழற்றி ஓர்க்சாப்புக்கு அனுப்பிக்கொண்டே இருப்பார். தோட்டக்காடுகளுக்குப் போவது மாதிரி, ஓர்க்சாப்புகளுக்கும் வந்து போன சூழலில் “ரெம்ப சீப்பா ஒரு ஓர்சாப் ஒண்ணு வெலச் சொல்றாங்க. வாங்கிப்போட்டா ஒங்க சொந்தவேலை பாத்தது போக, ஒங்க மொகத்துக்குன்னு ரெண்டுவேல வந்தாப்போதும். நீங்களும் எத்தன நாளைக்கிதே காடுகரைன்னு திரியுவீங்க. பஜார்ல ஒரு எடத்தப் பிடிச்சு ஒக்காந்துக்கறது பின்காலத்துக்கு நல்லதில்லியா” என்ற கைலாசம் சொன்ன ஒரு யோசனைக்கு அடிபணிந்தது தப்போ எனப் பலமுறை சஞ்சலப்பட்டிருக்கிறார். அதே சஞ்சலமும் அச்சலாத்தியும் இப்பவும் வந்தது.

ஆனால், அன்னிக்கி அப்படி யோசிச்சதுக்கு கண்ணனும் முக்கியக் காரணம். சொந்த அண்ணன் மகன் ஐடிஐ படிப்பு முடித்ததும் அசலூரில் வேலைக்குவிட அத்தாச்சி (அண்ணி)க்கு விருப்பமில்லை. அண்ணனுக்கோ படித்த படிப்பை விரயமாக்கணுமா எனும் கேள்வியோடு அல்லாடிக் கொண்டிருந்தார். அந்த நேரம் இந்த சேதியும் கனிந்துவர, அண்ணனும் ஊக்கப்படுத்தினார்.

“கண்ணனையும் இழுத்துப் போட்டா தனது ஆளா நிப்பான்ல. நாமளும் தேனில ஒரு கடபோட்ட மாதரி இருக்கும். வேற எதும் பார்ட்னராச் சேரணும்னாலும் சொல்லு நானும்...” என ஊக்கம் கொடுத்தார்.

பங்குவாங்கிப் போடுமளவு கஷ்டம் இல்லை. கண்ணன் எப்போதும் நம்முடனேயே இருப்பான் என நம்பியே களத்தில் இறங்கினார்.

கைலாசம் நம்பிக்கை வைக்க முடியாத இடத்துக்குப் போய்விட்டார்.

இம்மாதரி சமயத்தில் கண்ணனைத்தான் தட்டேத்திக் கொண்டுவர வேண்டும். ஓரளவு வேலையும் பழகிவிட்டான். ஓர்க்சாப்பின் பெயரும் பரவலாக பஜாரில் அறிமுகமாகி உள்ளது.

“வணக்கம் முதலாளி.”

சைக்கிளின் கேரியரில் கட்டப்பட்ட அட்டைப்பெட்டியோடு இரண்டுபேர் வாசலில் நின்றபடி வணங்கினர். நடுத்தர வயதில் ஒருவரும், மற்றொருவர் இளவயதுக்காரர். அதில் நடுத்தர நபர் மட்டும் படியேறி மேலேவந்தார்.

மகாராசனுக்குக் கொஞ்சம் பதட்டமாய் இருந்தது. வேலை கொண்டு வந்திருப்பார்கள் போலிருக்கிறது. இப்போதான் பாண்டியை வீட்டுக்கு அனுப்பி வைத்தார், இனி அவன் குளித்து சாப்பிட்டு வரவேண்டும். கண்ணன் வரும் நேரம்தான். வந்துவிடுவான் கொஞ்சம் அசால்ட்டாக வந்தானென்றால் சமாளித்தாக வேண்டும்.

“கோயம்பத்தூர்லருந்து வாரொமுங்க.”

தான் உட்கார்ந்திருந்த ஸ்டூலில் உட்காரச் சொன்னார் மகாராசன். மறுத்து நின்றவாறே பேசலானார். அவர் பேச்சைத் துவக்கியதும் கீழே நின்றிருந்த நபர் சைக்கிளிலிருந்த அட்டைப்

பெட்டியைத் தூக்கிக்கொண்டு வந்தார்.

கடசல் செய்யப்பட்ட பம்ப் சாப்ட், பித்தளை புஸ் இரண்டையும் எடுத்து டேபிளின் மேல் வைத்தார். சாப்ட் ஆயில் தடவி பாலிதீன் பேப்பரால் ஒட்டப்பட்டு வெள்ளியாய் மின்னியது. பித்தளை புஸ், காக்கித் தாளில் சுருட்டப்பட்டு பிரித்ததும் தங்கம்போல பளபளத்தது. மகாராசன் பிரமிப்பில் ஆழ்ந்திருந்த சமயம் கண்ணன் வந்து சேர்ந்தான்.

“இதேன் ரெடிமேடா” மகாராசன் அவற்றின் வழவழப்பில் மெய்மறந்தார்.

“ஆமாங்கொ முதலாளி.”

“அப்ப நாம புதுசா ராடு வாங்கி கடைய வேண்டிதில்ல, சைஸ் சரியா இருக்குமா?”

“கரெக்ட்டா இருக்கும் மொதலாளி.”

“ஒண்ணு ரெண்டு கொஞ்சம் வித்தியாசப்படும். அத, எமரிபோட்டு பிடிச்சுக்கலாம்.”

“பித்தள புஸ்ஸு.”

“அதுக்கு லேசா ‘ரைமர்’ போட்டு எடுத்துக்க வேண்டியதேன்.”

“அப்ப, டர்னர் தேவை இல்ல” ரெம்ப மகிழ்ச்சியாய் பேசலானார் மகாராசன். கைலாசத்தின் பிரச்சனைக்கு இத்தனை சீக்கிரத்தில் தீர்வு.

“உங்களுக்கு வேணுங்கறத எதுன்னாலும் கம்பெனிக்கி ஆடரா எழுதிக் குடுத்தீங்கன்னா நாங்களே தயார் பண்ணி அனுப்பிச்சிடுவோம்” உடனடித் தேவைகளுக்கு தேனியிலேயே இரண்டு கடைகளில் சரக்குகள் கிடைக்கும் எனவும் சொன்னார்கள்.

வாங்கலாமா வேண்டாமா எனக் குழப்பம். கைலாசம் இருந்தால் சட்டென சொல்லிவிடுவார். கண்ணன் சாம்பிளுக்கு

ஒன்றிரண்டு வாங்கிக்கலாம் என்றான். அவசர வேலைகள் வரும்போது பயன்படுத்தலாம் என்றான்.

மூன்றுசெட் வாங்கி பீரோவில் வைத்தார்.

“கைலாசம் வந்தால் திட்டுவார்” என்றான் பாண்டி. “சொந்தமா கடஞ்சு போடுற பலம் இருக்காதுண்ணே” கைலாசமாய்ப் பேசினான்.

இன்னும் என்னென்ன பொருள்கள் தயாரிப்பில் உள்ளது என பட்டியல் தந்தார்கள். நீங்க ஆள்போட்டுச் செய்யறதவிட கம்மி வெலயிலேயே கிடைக்கும். ஏன்னா எங்க கம்பெனில வேல செய்றவங்களுக்கு மாசச் சம்பளம் கிடையாது. பீஸ் - உருப்படிக் கணக்குலதான் சம்பளம். அதனால எங்க வாடிக்கையாளர்களுக்கு எப்பவும் கம்மி விலையிலதா சரக்குகள் சப்ளை பண்ணுவோம்” என்று, கம்பெனியின் போன் நம்பர் கொடுத்தனர்.

பாண்டியை காப்பி வாங்கிவரச் செய்து குடிக்கவைத்து அவர்களை அனுப்பி வைத்தார் மகாராசன்.

“என்னாச்சு, எதும் தாக்கல் தெரிஞ்சதா?” பாண்டியைக் கேட்டார். தினசரி கைலாசத்தின் வீட்டுக்குப் போய் பார்த்து, செலவுக்கு பத்து இருபது கொடுத்துவிட்டு சகுந்தலாவையும் பள்ளிக்கூட வாசலில் இறக்கிவிட்டு வந்துவிடுவான். இது மகாராசண்ணன் உத்தரவு.

“ஊஹூம்” உதட்டைப் பிதுக்கினான் பாண்டி.

“சரி கடயப் பாத்துக்கங்க. ஒருவேலயா மேற்க (வீரப்பய்யனார் கோவில் பக்கமிருக்கும் நிலப்பகுதி) போய்ட்டு வந்திர்ரேன். எந்த வேலைனாலும் தைரியமா வாங்கி வைங்க. அவசரம்னா தண்டபாணி ஒர்சாப்ல போய் ரவியக் கூப்புட்டு வந்து பாக்கச் சொல்லு வந்திர்ரேன்.”

சொல்லிவிட்டு வாசல்படி இறங்குகையில் பிட்டர் பாலுவும்,

இன்னுமொரு நபரும் படிக்கருகில் வந்து நின்றனர். ஆகா, கடவுளுக்கு நம்ம கஷ்டம் கேட்ருச்சு போல என சந்தோசப்பட்ட மகாராசன், கீழிறங்காமல் மேலேயே நின்று வரவேற்றார்.

“வாய்யா பாலு! பாத்து மாசக்கணக்காச்சு போல. வேல நெலவரம் எப்பிடிப் போகுது வா வா.”

“நா, ரெகுலரா வரத்தாண்ணே செய்றே. உங்களத்தே காங்கமுடியல” இறுக்கமான முகத்தோடு பேசினான்.

“நாலஞ்சு நாளா, நாந்தே ஒர்க்சாப்பவே தெறந்து வக்கிறேன். அடச்சிட்டுப் போறேன். என்னாடா பாண்டி?” பாண்டியைப் பார்த்தார். பாண்டி எதோ பேயைப் பார்த்தவன் போல முகம் வெளிறி நின்றான். கைகால்கள் நடுக்கமுறுவதாகத் தெரிந்தது.

“அதுதாண்ணே டர்னர் ஓடிப்போனதுனால பிரச்சின வந்திடக்குடாதுன்னு நீங்க வாறீங்க.” பாலுவின் பேச்சில் தெரிந்த வித்தியாசமும் பாண்டியின் நடுக்கமும் மகாராசனுக்கு ஏதோ ஒரு சமிக்ஞையை உணர்த்தியது. ‘டர்னர் ஓடிப்போனார்’ இந்த வார்த்தையைச் சட்டெனக் கடக்க முடியவில்லை. அப்போதுதான் பாலு, வசந்தாவின் அண்ணன் என்ற விழிப்பும் ஏற்பட்டது.

அப்படின்னா கூட வந்திருக்கறது?

“எம் மச்சினெ! வசந்தா புருசெ!” பாலு அறிமுகம் செய்வித்தான். கண்ணனுக்குமே குப்பெண முகம் வியர்த்தது. என்ன நடக்கப்போகிறதோ? வீதியில் வெள்ளை வெய்யில் மிதமாகவே கவிந்திருந்தது. சந்தைக்கிழமை இல்லையாதலால் ஆட்களது போக்குவரத்தும் சொல்லிக் கொள்ளுமளவு இல்லை. சைக்கிள்களும் ஒன்றிரண்டு டயர் வண்டிகளும் மட்டுமே குறுக்கும் மறுக்குமாகப் போய்வந்து தெருவின் இயக்கத்தைப் புலப்படுத்தின.

“கண்டக்டரா?” மகாராசன் உறுதிப்படுத்தினார்.

பாண்டிக்குத்தான் டவுசர் அவிழ்ந்து விழுமளவு உடம்பு

நடுங்கியது. டேபிளின் எதிர்முனையில் பீரோவை அண்டி நின்றுகொண்டான். நடுக்கம் மிகாமலிருக்க சுவரில் சாய்ந்து டேபிளை இறுகப் பற்றிக்கொண்டான்.

வசந்தாவின் வீட்டுக்குப் போகும்போதெல்லாம் பெரும்பாலும் இந்தண்ணன் இருக்க மாட்டார். இருந்தால் பாண்டி வாசலோடு நின்றுகொள்வான். சிலசமயம் திடீரென வந்துவிடுவார். வீட்டில் ஒருநாள் கூட சிரிச்சுப்பேசியதைக் கண்டதில்லை. சிடுசிடுப்போடுதான் பார்ப்பார் பேசுவார். பாண்டியைக் கண்டாலே அவருக்குப் பிடிக்காது என நினைத்துக் கொள்வான். வசந்தா அக்கா அதையெல்லாம் பொருட்படுத்த மாட்டார். அது கெடக்கு என்று ஒதுக்கிவிட்டு பாண்டியோடு சகஜமாய் நின்று பேசுவார்.

இதனாலேயே வசந்தாக்கா வீட்டுக்குள் நுழைவதற்குள் தெருவை நாலுசுற்று சுற்றுவான். அந்தண்ணன் எங்கேனும் கண்ணில் படுகிறாரா? உள்ளே போகலாமா என்ற கேள்வியைப் பலதரம் கேட்டுக்கொண்டுதான் மெதுவாக முன்னேறிச் செல்வான். வீட்டிற்கருகில் சென்றாலும் கதவை உடனே தட்டவும் மாட்டான். சன்னல் பக்கம் எட்டிப்பார்த்து அவரது தலை, செருப்பு ஏதாகிலும் கண்டு, இல்லை என உறுதியாகும் பட்சத்தில்தான் தைரியமாகக் கதவைத் தட்டுவான். உள்ளே இருந்தாரென்றால் திரும்பி வந்துவிடுவான். கைலாசத்திடம் கதவு பூட்டியிருப்பதாகப் பொய் சொல்லுவான். அல்லது மறுநாள் காலையில் அவர் வெளியில் போன நேரம் பார்த்துப் போய் வந்துவிடுவான்.

இப்போது இங்கேயே வந்துவிட்டார். என்ன செய்யப்போகிறாரோ கைலாசத்தின் வீட்டுக்கே பதில் சொல்ல முடியவில்லை. போகும்போதெல்லாம் மதினி நாக்கப் பிடுங்குகிறாப் போலத்தான் பேசுகிறது. ஏசுகிறது. சிலசமயம் பிள்ளைகளைக் கட்டிக்கொண்டு அழுகிறது. சகுந்தலாவை பள்ளிக்கூடத்தில் விட்டு வரச் சொல்லி மகாராசண்ணன் சொன்னதனாலேயே பெரிய துன்பத்தை அனுபவிக்க வேண்டியதாகிறது. அதனால் இப்போதெல்லாம் கைலாசத்தின் வீட்டு வாசலில் நின்று

பேப்பர்காரனைப்போல மணி அடிப்பான். சின்னது பெரிசு எந்தப்பிள்ளையாவது எட்டிப் பார்ப்பார்கள். மகாராசண்ணன் கொடுக்கும் காசைக் கொடுத்துவிட்டு சகுந்தலாவை சைக்கிளில் ஏற்றிக் கொள்வான்.

மகாராசனுக்கும் என்ன சொல்லி வரவேற்பது என விளங்காமல் தடுமாறினார்.

"வணக்கம்ணே" கண்டக்டரே தடுமாற்றத்தைப் போக்கினார்.

"மேல வாங்க" கண்டக்டரை ஸ்டூலில் உட்காரவைத்துவிட்டு எல்லோரும் நின்று கொண்டனர். பாண்டி மேசையிலிருந்து நழுவி லேத்மெசின் பக்கம் போய் நின்றான். வேஸ்ட் எடுத்து மெசினை பதனமாகத் துடைக்கலானான்.

"அப்றம்?" மகாராசன் வலிந்து பேசினார்.

"சொல்லுங்கண்ணே" பாலு மகாராசனிடம் கேட்டான்.

கண்டக்டர் ஒர்க்சாப்பை கண்களால் அளந்தார். பாண்டி கூடியமட்டும் தன்னை மெசினுக்கு வெளியே தலைநீளாமல் பார்த்துக் கொண்டான்.

"வேறெதுவும் தாக்கல் கெடச்சதா?" மகாராசன் மெதுவாக ஆரம்பித்தார்.

"அதத்தே விசாரிச்சிட்டுப் போகலாம்னு வந்தோம்" பாலுவின் பதிலில் வில்லங்கம் தொனிக்கக் கண்டார் மகாராசன், கண்ணனுக்கும் அந்த பதில் சொரேலென உறைத்தது.

"விசார்ச்சாச்சா?"

"அதுக்குத்தான வந்துருக்கம்."

"இல்ல, ஒன்றெண்டெடத்துல பன்னலா சொல்லி வச்சிருக்கம். அதக் கேக்கணும்" கண்டக்டர் பாலுவை மறித்துப் பேசினார்.

"அதெதுக்கு மாப்ள முழுங்கிப் பேசணும். நேரடியாக் கேட்ற

வேண்டிதான" பாலு வேகமெடுத்துப் பேசலானான்.

"பாலூ, பேச்சு சரியில்லாமத் தெரியிது" மகாராசனும் நேரடியாகவே வந்தார்.

"சரியில்லாத எடத்துல சரியில்லாமத்தாண்ணே பேசணும்."

கண்டக்டர் பாலுவின் கைகளைப் பற்றி, வேண்டாம் என்பதுபோல அழுத்தினார்

கண்ணன் நின்ற இடத்திலிருந்தபடியே "என்னா சரியில்லாத எடம் ?" எனக் கேட்கலானான்.

அந்தக் கேள்விக்கு பாலுவால் உடனடியாய் பதில் சொல்ல முடியவில்லை. பாலுவின் இலக்கு மகாராசண்ணன். இடையில் கண்ணனை எதிர்பார்க்காததால் திணறினான். அந்த இடைவெளியைக் கையிலெடுத்த கண்ணன், பாலுவின் நிலுவை பாக்கியையும், பொய்சொல்லி வாங்கிப்போன பொருள்களின் பட்டியலையும் அடுக்கலானான். மகாராசன் அவனை நிதானிக்கச் சொன்னார்.

கண்ணனது குறுக்கீட்டால் முகம் வியர்த்துப்போன பாலு உடனடியாய் மீண்டான். "கண்ணா என்னா ரெம்பத் துள்ளுற. ஓங்கடன இந்த நிம்சம் குடுத்துர்ரேன். அதுபோல எந் தங்கச்சியக் கொணாந்து ஒப்படைச்சிடுறியா?"

"பாலு, நீ எதெதுக்கு முடிச்சுப் போடுறம்னு தெரிஞ்சுதேம் பேசறியா" மகாராசனும் விரைப்பேற்றிக் கொண்டார்.

"தெரிஞ்சுதாண்ணே பேசறேன்."

"என்னா பேசற? என்னமோ அவக ரெண்டுபேரயும் நாங்கதே ஒளிச்சு வச்சிருக்க மாதரில்ல பேசற!"

"சேச்சே அப்பிடில்லாம் இல்லண்ணாச்சி" கண்டக்டர் சமாதானம் செய்வதுபோல சொன்னார்.

"என்னத்துக்கு மாப்ள, வளச்சுநெளிச்சுப் பேசணும்? நா

ஆமான்றேன். அவங்க இருக்க எடம் ஒங்களுக்கு நல்லாவே தெரியும்” ஆணித்தரமாய் பாலு பேச, கண்ணன் பட்டறை மெசினைச் சுற்றிக்கொண்டு அவர்கள் அருகில் வந்தான். கை பரபரத்தது. மகாராசன் அவனது தோளைப் பற்றிக் கொண்டார்.

“அது பொய்யின்னா இன்னிக்கும் கைலாசம் வீட்டுக்குப் படியளக்குறது. புள்ளைய குட்டிய காபந்து செய்றது யாரு ? நீங்கதான ! இல்லீன்னா அவெ ஒளிஞ்சு இருந்துகிட்டு உங்க மூலியமா இதச் செய்யணும்.”

“துப்பறிஞ்சு கண்டுபிடிச்சிட்டியாக்கும். அவெ இருந்தா நா என்னா மயித்துக்குடா இதச் செய்யிறே.”

“அப்பன்ன அந்தப்பிள்ளய நீங்க வச்சிருக்கீகளா?”

“என்னாயா இப்பிடி வந்து பேசிட்ருக்க” உட்கார்ந்திருந்த கண்டக்டர் எழுந்து பாலுவை அதட்டினார்.

“வாயக்கழுவுடா ஒளுவாடி. அவெ இருக்க எடம் தெரிஞ்சா சொல்றதுக்கு என்னா ஒங்கிட்ட பயமா. இல்ல அவெ என்னா பெரிய கொம்பனா. லூஸ்த்தனமா பேசாத பாலு. ஒருநேரம்போல நா இருக்க மாட்டேே ஆமா!” உரிமை எடுத்துப் பேசுவதுபோலப் பேசினார் மகாராசன்

“இல்லண்ணே எனக்குத் தெரியும். நிச்சியம் அவக ஒளிஞ்சிருக்க எடம் ஒங்களுக்குத் தெரியும். சொல்லீருங்கண்ணே. அவன நாங்க ஒண்ணுஞ் செய்யமாட்டம். ரெண்டு பேரையும் நேருக்கு வச்சுப் பேசி...”

பாலு முடிக்கவில்லை. கண்ணன் “ஹோய்” எனக் கூச்சலிட்டான். அந்தச் சத்தம் எல்லோரையுமே உலுக்கியது. பாண்டி கால்வழுக்கிக் கீழே சரிந்தான். மெசினைப் பிடித்து விழாமல் நின்று கொண்டான்.

“ஆளாளுக்கு பிளாக்மெய்ல் பண்றீங்களா? அங்க அந்தப் பொம்பள என்னான்னா செண்பகம் எம்புருசன பாத்துக் குடுங்கங்கிது. நீ என்னான்னா எம் பொண்டாட்டிய

தேடிக்குடுன்னு கேட்டு வாற? நாங்க என்னா ஆம்பள பொம்பளய வச்சா தொழிலா நடத்தறோம். அப்பிடி நடத்துற எடத்துல போய்த் தேடாம இங்கவந்து சவடால் பேசற.”

“கண்ணா, சவுண்டு கூடுதலா விட்டாப்பல பயந்துருவமா? ஓங் கடைல வேலபாத்த ஆள்யா. எங்கவூட்டுப் பிள்ளைய தூக்கிட்டுப் போய்ட்டான். நாளைக்கி டேசனுக்குப் போனா எல்லாரும் கைகட்டி வந்து நிக்கணும் தெரியுமா” பாலுவும் குரல் உயர்த்திப் பேசினான்.

“டே கண்ணா இவனப் பிடிச்சு மிசினச் சேத்துக் கட்டிபோடுறா. கட்றா கட்றா” என மகாராசன், பாலுவைப் பிடித்து மெசினோரம் தள்ளிவிட்டார்.

கண்டக்டர் மகாராசனை இழுத்துப் பிடித்துக் கொண்டார். “இருண்ணே இருண்ணே நாம் பேசிக்கிறேன்” என சமாதானம் செய்தார்.

“கூடப்பொறந்த தங்கச்சிய நேத்து வரைக்கும் அவனோட சுத்த விட்டுக்கிட்டு இன்னிக்கி வந்து வித்தாராம் பேசறயாடி. நானும் சரி நொந்து போன குடும்பத்த நோண்டக்குடாதுன்னு பாத்தா கடசீல எம்மடியிலயே கை வைக்க வாற?” மூச்சிரைக்கப் பேசினார்.

“விடுய்யா விடுய்யா. கட்டிப்போடட்டும்” பாலுவும் விசும்பினான். “இம்பிட்டுப் பேசறார்ல நாளைக்கு அவெ வந்தா வேலைக்கிச் சேக்கமாட்டாராான்னு கேளு.”

“சேப்பண்டா! இன்னிக்கே வந்தாலும் சேக்கத்தேஞ் செய்வே. அவெ ஒண்ணுக்குப் பத்துப்பேரக் கூட இழுத்துட்டுப் போறான். எனக்கு அது பிரச்சன இல்ல. எனக்கு வேல. அவனுக்கு சம்பளம்” கம்பீரமாய் முழங்கினார் மகாராசன்.

எந்த பிடிமானத்துக்கும் சிக்காத மகாராசனைப் பார்க்கப் பார்க்க பாலுவுக்கு தனது இயலாமைமீது கோபம் வந்தது. பல்லைக்கடித்துக் கொண்டு திரும்பிய போது பாண்டி கண்ணில்

பட்டான்.

“எல்லாம் இந்தத் தாயோளி மவென்னால வந்தது. ரெண்டு பேருக்கும் தூது போய் தூதுபோய் குடும்பத்தக் கெடுத்துட்டியேடா அவுசாரி நாயே” என பாண்டியின் குடுமியைப் பிடித்து இழுத்து கன்னத்திலும் முதுகிலும் மாறிமாறி அறையலானான் பாலு. எல்லோரும் விதிர்விதிர்த்து நிற்க, அய்யோ வென அலறக்கூட அவகாசம் தராமல் பாண்டியின் உடம்பில் அடி சரமாரியாய் விழுந்தது. கண்ணன் ஓடிப்போய் பாலுவை அறைந்து கீழே தள்ளிவிட்டு பாண்டியை அணைத்துக் கொண்டான்.

30

அந்தக் கூட்டம் திடீரென ஏற்பாடானது. தேனி நகரம் மட்டுமல்லாது நகரைச் சுற்றி இருக்கும் அத்தனை ஓர்க்சாப்களுக்கும் அழைப்பிதழ் கொடுத்திருந்தார்கள். எலக்ட்ரிக் கடைகள், இரும்புச் சாமான்கள், பேரிங் விற்பனைக் கடைகள் இவைதவிர, எலக்ட்ரீசியன்கள், பிட்டர்கள் என ஆட்களைத் தேடித்தேடிக் கண்டுபிடித்து கூட்டத்தைக் கூட்டியிருந்தார்கள்.

செட்டியார் கலியாண மண்டபத்தைப் பிடித்திருந்தார்கள். மேடையில் உயரமாய் கம்பெனியின் அடையாளச் சின்னம் பொறித்த துணிபேனர் இழுத்துக்கட்டி, நீளமான மேசைபோட்டு அதில் தங்களது தயாரிப்புகளை அடுக்கி வைத்திருந்தனர்.

மண்டபத்துக்குள் நுழைகிறபோதே பெயர், ஊர், எந்தக் கடை என்பதை எல்லாம் தனி நோட்டில் குறித்துக்கொண்டனர். பெயரெழுதிக்கொண்டதும் கையில் காப்பி கொடுத்து உட்காரவைத்தனர். மண்டபம் நிரம்பித் தெரிந்தது. நூறுபேருக்குக் குறையாத எண்ணிக்கை இருக்கும்.

மகாராசன் பட்டறை சார்பாக மகாராசன் மட்டும் போயிருந்தார். கடையில் அழைப்புக் கொடுத்து இருந்தனர். கைலாசம் இல்லாததால் அவர்தான் போகவேண்டி வந்தது. போகணுமென்னும் கட்டாயம் இல்லை. ஆனால கடைதேடி

பத்திரிகை வந்துவிட்டபடியால் மரியாதைக்கு தலையைக் காண்பிக்கலாமென வந்தார். தெரிஞ்ச பிட்டர்கள் ஓர்க்சாப் ஓனர்கள், டர்னர்கள் பலபேர்கள் வந்திருந்தனர். எல்லோரும் திருவிழாவுக்குப் போவதுபோல கூடுதலாகவே தங்களை அலங்காரம் செய்திருந்தனர். மகாராசனும் அவர்களுக்கு சளைத்தவரல்ல என்பதுபோல கூடுதலாக கூலிங்கிளாஸ் மாட்டி பவுடர் போட்டு வந்திருந்தார்.

முதலில் மேடையில் ஒரு வெள்ளைத் திரைகட்டி ஒரு சிலைடு படம் ஓட்டினார்கள். அதில் கோயம்புத்தூரின் பஸ்ஸ்டாண்ட், வ.உ.சி பூங்கா, நூறுஅடி அகலமான ரோடு காண்பித்துவிட்டு நகரங்களின் தொழிற்சாலைகளைக் காட்டி தங்களது கம்பெனியில் உற்பத்திசெய்யும் பொருட்களை, ஓடுகிற நவீன லேத் பட்டறைகளை, மெசின்களை லாகவமாய் கையாளும் தொழிலாளர்களை, தொழிற்கூடத்தை அப்புறம் அதன் முதலாளி, பங்குதாரர், மேனேஜர் அனைவரும் மெசின்களுக்குள் நின்றும், அலுவலகத்தில் அமர்ந்தபடியும், தயாரித்த பொருட்களை கேமராவுக்கு காட்டியபடியும் எதேதோ பேசினார்கள். மண்டபத்தில் ஸ்பீக்கர் கணகணவென சப்தித்து பேச்சொலி துல்லியமில்லாமல் இருந்தது.

சற்றுநேரத்தில் திரை அணைக்கப்பட்டு ட்யூப்லைட்டுகள் போடப்பட்டன. படத்தில் காட்டியதுபோல் டிப்டாப்பாக பேண்ட் சட்டை போட்டிருந்த மூன்றுபேர் மேடையில் ஏறி மேசையில் அடுக்கிவைக்கப்பட்டிருந்த பொருள்களில் சிலவற்றை எடுத்து அதன்தரம், உழைப்பு, நேர்த்தி போன்றவற்றை விளக்கிப் பேசினர்.

அன்றைக்கு ஓர்க்சாப்பிற்கு வந்து சாம்பிள் காண்பித்தது போலவே இங்கேயும் பேசினார்கள். ஒரு பிட்டரையும், எலட்ரீசியனையும் மேடை ஏறச்சொன்னார்கள். சாம்பிள்களை எடுத்துச் சோதிக்கச் சொன்னார்கள். ஆளுக்கொன்றைக் கையிலெடுத்தவர்கள் தடவிப்பார்த்து சுண்டிப்பார்த்து, தட்டிப்பார்த்து, கீழே டமாலெனப் போட்டுப்பார்த்து திருப்தி தெரிவித்தார்கள், கையிலிருந்ததை அப்படியே கீழே

கொண்டுவந்து மேடைக்குக் கீழே அமர்ந்திருப்பவர்களிடம் காண்பிக்கத் தொடங்கினார்கள்.

அவர்களது அந்நடவடிக்கை கண்டு கம்பெனியாளர்கள் சட்டெனத் தமது உத்தியை மாற்றிக்கொண்டு மேசைமீது இருந்த பொருள்களைப் பூராவும் கீழே கொண்டுவந்தார்கள். பார்வையாளர்கள் அத்தனைபேரது கைகளுக்கும் பொருள்கள் சென்றுசேர்ந்தன.

அத்தனைபேரும் தொட்டு, தடவிப்பார்த்து ஒவ்வொன்றாக இருப்பிடம் வந்து சேர்ந்தது. “சரி, இப்ப இந்தப் பொருள்களப் பத்தி உங்க அபிப்ராயத்தச் சொல்லுங்க” மேடை ஏறிய மூவரில் சினிமா நடிகர் ஜெய்சங்கர் போலிருந்த ஒருத்தர் தலையை ஆட்டியபடியும் மேடையில் ஒரு இடத்தில் நில்லாமல் மேடை முழுக்க நகர்ந்துகொண்டும் பேசினார்.

என்ன சொல்ல என்று ஒருவருக்கும் விளங்கவில்லை. அவர்களது தயக்கம் புரிந்த ஜெய்சங்கர். “எங்க ப்ராடக்ட் அதாவது தயாரிப்பு எப்படி இருக்கு. நீங்களும் இதே பொருள்கள உங்க பட்டறைல தயாரிச்சிருப்பீங்க. அதுக்கும் இதுக்கும் வித்தியாசம் உண்டா? நல்லா இல்லேண்ணா நல்லாயில்லேண்ணே சொல்லலாம்.”

“வெய்ட் கம்மியா இருக்கு.”

“வழுவழுன்னு ரப்பா இருக்கு.”

“பாலீஷ் எத்தனி நாள் நிக்கிம்?”

மேடையிலிருந்த மூன்றுபேரும் ஒருசேர கைதட்டினார்கள்.

“இந்தக் கைதட்டல் எங்களது ப்ராடக்ட் பத்தி அபிப்ராயம் சொன்ன நண்பர்களுக்கு. அவங்களுக்குத் தனியா கிஃப்ட் ஒண்ணு இருக்கு” என்று அவர் பேசி முடித்ததும். எம்ஜிஆர் போல சிவப்பாகவும் கௌபாய் தொப்பி வைத்திருந்த இன்னொருவரும் பேசலானார்.

“நன்றி நன்றி நன்றி. நான் ஒரு உண்மை சொல்லப்போறேன்.

நீங்க எல்லாருமே நிஜம் பேசி இருக்கீங்க. எங்க ப்ராடக்டின் க்வாலிடியை நல்லா புரிஞ்சுகிட்டிருக்கீங்க. நீங்க சொன்ன மாதரி இந்த பாலிஷ் அப்பிடியெ வச்சிருந்தாலும் இரண்டுவாரம் கியாரண்டி. நீங்க போடுற பாலிஷ் மறுநாளே நிறம்மாறிடும். சரியா. அதுக்கு எங்க மிசினோட நேச்சர். அப்படி செட் பண்ணியிருக்கோம். பட் எல்லாரும் இன்னுமொரு விசயத்தைத் தொடவே இல்லை.”

மகாராசனுக்கு இந்த நிகழ்ச்சி எரிச்சலாய் இருந்தது. மோடிவித்தை நடக்குமிடத்துக்கு வந்துவிட்டமோ எனும் எண்ணம் உண்டானது. பேசாமல் தோட்டத்துப் பக்கம் போயிருந்தால் ராமராஜ் நாய்க்கர் தோட்டத்து மோட்டார் ஸ்டாட்டரை வேலைபாத்து முடித்திருக்கலாம். ஓர்க்சாப்புக்குப் போயிருந்தால் நிலவரம் என்னன்னு மனசு நிம்மதிப்பட்டிருக்கலாம். ரெண்டுக்கும் எடையில ஆப்புல சிக்குன கொரங்கா வந்து மாட்டிக்கிட்டமே... போற போக்கப் பாத்தா அன்னிக்கி கடைக்கி வந்ததுபோல ஆளுக்கு ரெண்டு சாப்ட்டு புஸ்ச தலையில கட்டி விட்ருவானுக போல! வாய்விட்டுப் புலம்பாமல் மனசுக்குள் குத்திக்கொண்டார்.

கிட்டத்தட்ட அவரது நினைப்புப் போலவே அடுத்துப் பேசிய நபரும் ஆரம்பித்தார். அவர் இருவரிலும் வேறுபட்டவராய்த் திகழ்ந்தார். தொளதொளத்த பேண்ட் சர்ட் போட்டு ஈர்க்குச்சியாய் நாகேஷ் மாதரி சில கொணஷ்ட்டைகள் செய்தபடிக்குப் பேசலானார்.

“இந்த ஓரொரு ப்ராடக்டவும் நீங்க ஓங்க பட்டறைதுல பிடிச்சு, லெவல் பாத்து, கடஞ்சு, பிழிஞ்சு, பாலீஷ்ஷ்ஷ் பிடிச்சு, மரைபோட்டு திரை போட்டு எடுத்து மாட்ட எவ்வளவு நேரமாகும்?”

“ரெண்டு மணிநேரம்.”

“ஒண்ணரை மணிநேரம்.”

“ஒண்ணேமுக்கால் மணிநேரம்.”

“ஸ்டாப் ஸ்டாப். ஒண்ணரைமணி நேரத்தில வேற என்னவெல்லாம் செய்யலாம்? இங்கிருந்து மதுரை போகலாம். அங்கருந்து இங்கே வரலாம். பிசினஸ் பாக்கலாம். எட்டுமணிநேர வேலைல நாலு சாப்ட் கடையலாம். என்ன சம்பாத்தியம் கிடைக்கும்? லட்சக்கணக்கில ஆயிரக்கணக்கிலே முதலீடு போட்டு நீங்க என்னிக்கி லாபம் எடுக்க? உங்களுக்காக - உங்களை யோசிச்சே உருவாக்குன இந்தப் பொருள்களை நீங்க ஏன் பயன்படுத்தக் குடாது? லேபர் செலவு, கரண்ட் செலவு, அடுத்தடுத்த வேலையப் பாக்கலாம். அடுத்தடுத்த சம்பாத்தியத்தப் பெறலாம்.”

“அப்படின்னா டர்னர்களப் பூராம் கடல்ல தூக்கிப் போட்றலாமா” யாரோ ஒராள் கோபம் பொங்க கூவினார்.

“அப்படியில்ல இத தயாரிக்கறதும் டர்னர்கள்தானே. அவங்களுக்கு இன்னும் க்வாலிடியான வேலைகள் காத்திருக்கு.”

“ஒங்க கம்பெனி அய்ட்டங்கள வாங்குனா எங்க ஒர்சாப்ல நாங்க என்னத்த வேல செய்றது?”

“அதுதான் நவீனத்த நீங்க புரிஞ்சுக்கணும். ரெண்டுமணி நேரம் மிசின ஓட்டி ஒரு சிங்கிள் சாப்ட் மேனுபாக்சர் பண்றீங்க. ஆனா அந்த ரெண்டுமணி நேரத்தில நாலு பம்ப்சாப்ட் பிட் பண்ணிக்கொடுத்தா என்ன சம்பாத்தியம் கிடைக்கும்னு யோசிங்க.”

“கட்டவண்டி இருக்கப்ப கூட்டுவண்டில போகலியா, இப்ப காரு வந்திருச்சு, இன்னும் கட்டவண்டியவே யோசிச்சா . நாம ரெம்ப பின்னால போயிருவம். ஒவ்வொரு ஒர்க்சாப்லயும் எத்தினி வொர்க்ஸ் பெண்டிங் கிடக்கு. ஏன்? சாப்ட் கடைய ரெண்டு மணிநேரம் எடுத்துக்கறீங்களே… கம்பெனி சாப்ட்க்கு மாறுங்க. ஒரு நாளைக்கு பத்து பம்ப்செட் நீங்க பிட் பண்ணலாம்ல. அதுக்குத் தகுந்து சேலரி கெடைக்கும்ல.”

“ரெகுலரா சரக்கு கெடைக்குமா? அரசன நம்பி புருசன கைவிட முடியாது.”

“ரெம்ப உசாரா பேசற அவருக்கு ஸ்பெசல் கிஃப்ட்” என்ற ஜெய்சங்கர், “இப்ப கோயம்பத்தூர்ல மட்டும்தான் எங்க யூனிட் இருக்கு. கூடிய சீக்கிரம் தேனிலயும் ஒரு யூனிட் ஆரம்பிக்க இருக்கம். அப்போ இன்னும் பெனிஃபிட் நிறையவரும்.”

“தேனிக்கு வந்தா சுத்தத்துக்கு எங்கள காலி பண்ணீருவீங்க.”

“தப்பா பேசாதீங்க. நாங்க வளரும்போது உங்களோட சேந்துதான் வளருவோம்.”

“அப்ப பாட்னரா ஆக்கிகிருவீங்களா?”

“நிச்சயமா?” என்றபோது நம்பியோ நம்பாமலோ ஹோ வென சிரிப்பலை கிளம்பியது. அதற்குமேல் மகாராசனால் நிற்கமுடியவில்லை. உடம்பே திகுதிகுவென காந்தல் எடுத்தது.

கூட்டத்திலிருந்து மெல்ல நழுவி வெளியேறியபோது, “டின்னர் இருக்கு சார் சாப்பிட்டுப் போங்க” என இருவர் தடுத்தனர்.

31

பரசுராம் நாயக்கரது நல்லுகுண்டுக்கரட்டுத் தோப்பின் கிணற்றுக்குள் தலைகீழாய்க் குதித்தான் அன்னப்பு. குதித்த வேகத்தில் சரசரவென அடியாழத்துக்குப் பாய்ந்தான். மேல்நோக்கியிருந்த கால்கள் கிடைமட்டத்துக்குச் சாய்ந்து மெல்லமெல்ல கீழிறங்கின. வாயை மூடிக்கொண்டு கண்களைத் திறந்து மோட்டார் பம்ப்பின் இரும்புக் குழாயைத் தேடினான். அது எதிர்ப்புறச் சுவரை ஒட்டி இறங்கி இருந்தது. இருகைகளாலும் நீரை விலக்கி ஓர் உந்தில் குழாயைப் பிடித்தான். பாசம் படிந்து வழவழப்பாய் இருந்தது. பிடியைவிடாமல் குழாய் வழியே கீழிறங்கினான். அயிலை, கெண்டை மீன்கள் முகத்திலும் கால்களிலும் மோதி விலகின. தரையில் சகதியாய் இருந்தது. சகதியில் கால்களை ஊற்றாமல் நீச்சலடித்தபடியே குழாயின் அடிப்பாகத்து ஃபுட்பாலை சுத்தம் செய்தான். பெரிய அளவில் ஏதும் அடைப்பு இல்லை கடைசியாக இரு கைகளாலும் அழுத்தமாய்ப் பிடித்துத் தேய்த்து பாசத்தைச் சுரண்டிவிட்டு சள்ளென நீரின் மேல்பகுதிக்கு வந்து மூச்சுவாங்கினான்.

முகத்திலிருந்த நீரை வழித்து விட்டு படியேறும் சமயம் அவனது இடதுபக்கமாய் ஆமை ஒன்று இவனைக் கண்டு விலகிச் சென்றது. அண்ட்ராயரிலிருந்து வழிந்த நீரை பிழியாமலேயே படியேறி மேலே வந்தான்.

மோட்டார் அறையில் தண்ணிகட்டுக்காரனோடு மகாராசன் உட்கார்ந்திருந்தார்.

“அடப்பு ஒண்ணும் இல்லண்ணே” கைலி வேட்டியை எடுத்து தலையும் முகமும் துடைத்தவன் அப்படியே இடுப்பில் உடுத்திக்கொண்டான்.

“இருக்காதுதே. ஏதொண்ணுக்கும் ஒரு பார்வ பாத்துக்கறது நல்லதில்லியா” சில சமயம் தண்ணீர்ப் பாம்புக் குட்டிகள், தவளை, நண்டுகுஞ்சுகள் போன்ற உயிர்ஜந்துக்கள் இருந்து அடைத்துக் கொள்ளும். வெறும் மோட்டார்தான் ஓடும்.

“சரி, தண்ணிய ஊத்துறியா” தண்ணிகட்டுக்காரனை ஏவினார். “நீ ஏர் கார்க்கப் பாரு” மோட்டார் தொட்டிக்குப் போன தண்ணிகட்டு ஆள், டெலிவரி பைப்பில் வாளிவாளியாய் நீரை மொண்டு ஊத்தினார். அது மோட்டார் பம்பின் இம்புளரைத் தொடவேண்டும்.

மோட்டார் அறையிலிருந்து கீழே பத்தடி ஆழத்துக்குக் குடைந்து அங்கே ஒரு மோட்டார் பெட் போட்டிருந்தார்கள். தண்ணீர் வற்றிய காலத்தில் மோட்டாரை இறக்கிக் கொள்வதும், தண்ணீர் உயரும் கட்டத்தில் அறையிலேயே வைத்துக் கொள்ளவுமான ஏற்பாடு செய்யப்பட்டிருந்த அறை அது.

“தண்ணி போதுமான்னு பார்ரா அன்னப்பு” மகாராசன் மோட்டாரை ஓட்டிவிடத் தயாராக இருந்தார். சிறு ஏணிவழியே கீழிறங்கிய அன்னப்பு ஏர்க்கார்க்கை இழுத்துப்பார்த்தான். நீர் பீச்சியடித்தது.

“தண்ணி போதும். நிப்பாட்டு” தண்ணிகட்டு ஆளுக்கு கூவி, தகவல் சொல்லிவிட்டு மோட்டாரை ஓட்டிவிட, தோப்புகளுக்குள் கிணற்று நீர் வெள்ளமெனப் பாய்ந்து ஓடியது.

டூல்ஸ் பையை அன்னப்பு தனது சைக்கிளில் கட்டிக்கொண்டான். கோதண்டம் தோட்டத்தில் பம்ப் கிரீஸ் மாற்றவும், இன்னொரு இடத்தில் பீஸ்வயர் போடவும் வேண்டியிருக்கிறது.

எப்போதும் வேலைமுடிந்ததும் மோட்டாரில் தலையை நனைத்துக் குளித்து விட்டுத்தான் வீட்டுக்கு வருவார். வீட்டுக்குளியல் அபூர்வம்தான். ஏனோ இன்றைக்கு அப்படியான எண்ணமே உதிக்கவில்லை.

“வேலைய முடிச்சிட்டு, பைய வீட்டுக்குக் கொண்டு வந்துரு. சாயங்காலம் பொம்மனம்பட்டி செட்டியார் காட்டுக்குப் போகணும். வயர்மேனப் பாத்துச் சொல்லீரு” பீஸ் அடிப்பதாகச் சொன்னார்கள். வயர்மேன் வருகிற நேரமாய்ப் பார்த்துப் போனால் நல்லது. அவரையும் பக்கத்தில் வச்சு வேலையை முடித்துவிடலாம். இல்லையானால் ஒவ்வொருதரமும் அவரைக் கூப்பிடுவதற்குள் கடுப்பாகிப் போகும்.

வண்டியைக் கிளப்புகிறபோது தண்ணிகட்டு ஆள், இரண்டு இளநியும், ஒரு பெரிய பூசணிக்காயும் கொண்டுவந்து கொடுத்தார். “பை கொண்டு வந்திருந்தா பாவக்காயும், பீக்கங்காயும் போட்டுவிடுவேன்” என்றவர், “சாயங்காலமா வீட்டுக்கு வாரப்ப நா வேணா கொண்டுக்கு வாரேன்” என்று வழியனுப்பினார்.

இளநியைக் கேரியரில் கிடத்திவிட்டு, பூசணிக்காயைக் காலடியில் வைத்து கால்கள் இரண்டையும் அணைகொடுத்தபடி வண்டியோட்டினார். தோப்பைக் கடக்கும்வரை வண்டி மேடுபள்ளத்தில் நிலைகொள்ளாமல் தத்தளித்து உருண்டது. ஓடையில் இறங்கி மேடேறியதும் தார்ரோட்டில் திரும்பியது வண்டி. சூரியன் கண்பட்டைக்கு நேரே ஒளிபாய்ச்சினான். பார்வையைத் தாழ்த்தி தலையைச் சற்று குனிந்தவாறு ஓட்டினார். சீரான வேகத்தில் வண்டி ஊரைநோக்கிப் பயணித்தது,

வழியில் சிலர் நிறுத்தி வேலைகள் சொன்னபோது, நூல் பை இல்லையென்றும், அன்னப்புவை அனுப்பிவைப்பதாகவும் பதில் சொன்னார். வேறு சமயமென்றால் அப்படியே அழைத்த பக்கம் வண்டியைத் திருப்பிவிடுவார்.

ஒருவாரமாய் பட்டறை ரெம்பவே அலைக்கழித்தது. உறக்கத்தில் கூட அமைதி கெட்டது. தஸ்சு புஸ்சு எனச் சீற்றமிடும் பெருமூச்சொலி கேட்டு சம்சாரம் சடச்சுப் பேசிவிட்டார்.

“வீம்புக்கு புளியங்கா திங்கிற சோலியாவில்ல இருக்கு! ஆகாத கழுதய அவுத்து வெரட்ட மாட்டாம இடுப்புலயே கட்டிக்கெடந்தா நல்லாவா இருக்கும்?”

“யே, எவ்வளோ ஈசியா சொல்லிட்ட ஆகாத கழுதன்னு. இன்னிக்கி மகாராஜன் பட்டறைனு பஜார்ல பேர் வாங்கி இருக்கம்னா, அத எம்புட்டு கஷ்டப்பட்டு நிறுத்துனோம் தெரியுமா.”

“அதத்தே காத்துல பறக்கவிட்டுட்டாகள்ல, கூடச் சேந்தவக எல்லாம்” கண்ணனையும் சேர்த்தே சொன்னாள்.

“யாரு பறக்கவிட்டாலும் பேரு நம்மளுதுதான.” மேலுக்குச் சொன்னாலும் மகாராசனுக்கும் உள்ளுக்குள் பெரும் குமைச்சல் குமைந்து கொண்டுதான் இருக்கிறது. நிச்சயமாக ஓர்க்சாப்பை உருவாக்குகிறபோது தனக்கு என்று சொல்லிக் கொண்டாலும் தன்னுடைய வேலைப்பாடுகளில் ஒத்துவராமல் போனாலும் கண்ணனுக்கு அவனது படிப்புக்கேற்ற துறையாக இருப்பதால் தனது கை நழுவும்போதோ அல்லது தனக்கு செய்யமுடியாது எனும் சூழலிலோ அவனே எடுத்துக்கொள்வான். தனக்கான தனித்த இடமாக உருவாக்கித் தந்த தன்மீது என்றென்றும் விசுவாசம் மிக்கவனாக இருப்பான் எல்லாம்போக தனது விலாசம் நிலைக்கும் எனக் கணக்குப் போட்டு இருந்தார். அதனாலேயே பட்டறைக்கு அடிக்கடி போவதையும் குறைத்துக் கொண்டார். தான் போகாவிட்டாலும் அடுத்த ஓனராக இது நம்ம கடை எனும் அக்கறையோடு பார்த்துக் கொள்ளுவான் என்றுதான் அவன்மீது நம்பிக்கை வைத்திருந்தார். ஆனால் அவனோ தன்னை ஒரு சம்பளக்காரனாக மட்டுமே பாவித்து அவனைக் கெடுத்துக்கொண்டான்.

அவன் கெடவில்லை. அவனுடைய தகுதியை அங்கே

வளர்த்துக்கொண்டு, தன்னை தனது எண்ணத்தை காற்றில் பறக்கவிட்டான். அதற்கு அவனைச் சொல்லியும் குற்றமில்லை. தன்னுடைய திட்டம், கணக்கு இவற்றை என்றேனும் அவனிடம் பேசியிருந்தால் ஒருவேளை அவன் மாறியிருக்கலாம். பூடகமாய்த் தனக்குள்ளேயே வைத்து தானே பேசிக்கொண்டிருந்தால் இதுதான் கதி. இதில் அவனைச் சொல்வது அர்த்தமேயில்லைதான்.

நேற்று கண்ணனும் அவனது அப்பாவும் வந்து பேசும் போதுதான் காரியம் கைமீறிப் போய்விட்டதெனத் தெரிந்தது.

“மகாராசா, ஒனக்குத் தெரியும்ல” என்றுதான் ஆரம்பித்தார். “தொழில் பேட்டைல கண்ணனுக்கு எடம் கெடச்சிருச்சு. லோன்வேற தாரேன்னுட்டாக. ந்த, கலெக்ட்ராபீசு, தாசில்தாரு இங்கவெல்லாம் போய் கொஞ்சம் கையெழுத்து வாங்கணும். ஒரு ரெண்டுநாள் கண்ணனுக்காக நேரம் ஒதுக்கி ஊடுமாடு போய்ட்டு வாயேன்.”

“கடைக்கி நம்ம அப்பா பேரத்தே வைக்கலாம்ங்கிறான். நல்லதுதான. மணிப்பிள்ள வகையறா பஜார்ல கடவச்சிருக்காகன்னு பேச்சு வரும்ல.”

எப்படியோ ஓர்க்சாப் ஆரம்பிக்கும்போது அவனுக்கு வேலைபழக்கி தனிக்கடை போடவேண்டும் என்ற வார்த்தை மெய்யாகிப் போனது. இந்த நேரத்தில் கைலாசம் இப்படிப் பண்ணியிருக்காவிட்டால் இந்தப் புலம்பல் வந்திருக்காது. சந்தோசமாய் கண்ணனை வழியனுப்பலாம். ஒரு ஆள் அமைகிறவரை பொறுத்துக்கொள்ளச் சொல்லலாமா

“ஆத்தாடி, எங்கக்காவப் பத்தித் தெரிஞ்சும் இப்பிடிப் பேசறீங்க” மந்திரியைப்போல சம்சாரம் எடுத்ததுக்கெல்லாம் கட்டையைப் போட்டாள். கண்ணன் தாயார் இவருக்கு உடன்பிறந்தவர். அக்காளும் தங்கச்சியும் ஒருவீட்டில் வாழவந்தவர்கள்.

“ஒங்கமுன்னால மெப்பனையா சரிக்குடுத்துட்டு, இவங்க சவுரியத்துக்கு எம்மகெம் பொலப்ப தள்ளிப்போடுறாங்கென்னு

ஊருக்குள்ள பொலம்புவாங்க. தேவையா?” என்றவள், “விடுங்க மரம்வெச்சவெ தண்ணி ஊத்துவான். ஓர்க்சாப்புன்னு பேசறப்ப வேலக்காரவக, வேலகுடுக்கறவக எல்லாரையும் யோசிச்சா ஆரம்பச்சீக. ஒண்ணு ஒண்ணா வந்து சேந்துச்சில்ல அதுபோல இப்பவும் வரும்ங்க. மனசமட்டும் மயங்க விட்றாதீங்க” ரெம்பவே தெம்பு கொடுத்துப் பேசினாள்.

“மயங்காத ஆளையும் மயக்கம் போடவச்சிரும் இந்தத் தொழிலு. ஒருபக்கம் வேலயாள் பெரச்சனயா. இன்னொருபக்கம், மொத்தமா இருந்த வேலைய கடசல் தனி, வெல்டிங்கு தனி, பாலீஷ் தனின்னு பிரிக்க ஆரம்பிச்சுட்டாங்கெ. இதுல மிசின நீங்க தொடவேணாம் நாங்களே வேணுங்கறத ரெடிமேடா செஞ்சு கொண்டுக்கு வந்திர்ரம்னு, தொழிலாளிக்கும் ஆப்பு வக்கிறாங்கெ. இனி இது எங்கபோய் முடியப்போகுதோ தெரியல...” மகாராசனின் அந்த விவரிப்பு அவரது சம்சாரத்துக்கு விளங்கவில்லை.

“நடக்கறது நடக்கட்டும், நம்பனால என்னாமுடியுமோ அதச்செய்வோம். விடுங்க” என்றாள்.

@

வீட்டுக்கு முன்னால் ஓர்க்சாப் சைக்கிள் நின்றிருந்தது. ‘கண்ணனா, பாண்டியா?’ சைக்கிளை ஒட்டி தனது வண்டியை நிறுத்தினார்.

இடதுகையில் பூசணியும், வலது கையில் இளநியுமாய் வீட்டுக்குள் நுழைந்தார். பட்டாசலையில் சுவரை ஒட்டிக்கிடந்த நீள் மரப்பெஞ்சின் விளிம்பு ஓரத்தில் சம்மணம் போட்டு உட்கார்ந்திருந்தான் பாண்டி. அங்கேதான் ராத்திரியில் வண்டியை நிறுத்துவார். மூலையில் இரும்புச் சாமான்களும் பைப்களும், துருவேறிய இம்ப்ளர், புள்ளிகள் என பழைய சாமான்கள் குவிந்து கிடந்தன. அதையடுத்த பகுதி கைகால் கழுவ பாத்திரம் கழுவ, குளிக்கவுமான பகுதியாய் இருந்தது. மேலே கூரையில்லாமல் திறவையாய்க் கிடந்தது. அடுத்து

செவ்வகவடிவில் வாசல் வைத்த அறைகள் இரண்டு.

மகாராசனைப் பார்த்ததும் சடாரென எழுந்து நின்றான் பாண்டி.

“பாண்டீ” சத்தமாய் அழைத்தார் மகாராசன். அவனை வீட்டுக்கு வரச் சொன்னது மறந்து போய்விட்டது. அவரது சத்தம்கேட்டு வெளியில் வந்த மனைவி கையில் இருந்ததை வாங்கிக்கொண்டார். கூடவே சட்டையையும் கழட்டிக் கொடுத்தார்.

“எப்ப வந்த?” அவனது அருகில் வந்து அவனோடு சேர்ந்து நீள பெஞ்சில் உட்கார்ந்தார். பாண்டி நின்றுகொண்டிருந்தான். “உக்கார்ரா” கொஞ்சம் தள்ளி உட்கார்ந்தான்.

“அப்பாதயே வந்துட்டெண்ணே.”

அவனது நறுக்குத் தெரித்த பதிலில் நடுக்கம் இருப்பதாய் உணர்ந்தார்.

அவன்மீது திடுமெனப் பரிதாபம் கொட்டியது. தனது கண்முன்னாலேயே தன்னிடம் வேலை பார்ப்பவனை யாரோ ஒருத்தன் அடிக்கிறான். அதனைத் தடுக்க முடியாமல் பார்த்துக்கொண்டே நின்றது இப்பவும் மனசை அறுத்தது. அது என்ன போக்கு எனப் புரியவில்லை. ஆனால், தானும் ஒரு தாக்குதல் தரவேண்டிய சூழலில் இருந்ததால் தடுக்கத் தவறவிட்டோமா? அல்லது அந்தச் சம்பவத்துக்கு பாண்டியும்தானே உடந்தை என்பதான மனநிலையில் ரசித்துக்கொண்டிருந்தோமா! எப்படியானாலும் சராசரியாக ஒரு சின்னப்பையன் அடிபடுவதைத் தடுத்திருக்க வேணும். நல்லவேளை கண்ணன் அதைச் செய்து காப்பாற்றினான். அன்றிலிருந்து பாண்டியை ஒரு வாஞ்சையோடுதான் பார்க்கமுடிகிறது.

“யே... இவனுக்கு எதும் குடுத்தியா?” உள்ளிருந்த மனைவியை கேட்டார்.

“என்னா குடுக்க?” மனைவியின் எதிர்க் கேள்விக்கு அவரிடம் பதில் இல்லை.

“சாப்பிட்டியாடா?”

“வீட்ல சாப்டுத்தாண்ணே வந்தே.”

“ஓர்க்சாப் தெறந்திருக்கா?”

“ஒரு பூட்டுப் போட்டுருக்கேன்” காலையில் வழக்கம்போல கடையை கூட்டிப் பெருக்கி, குடிக்கத் தண்ணீரெடுத்து வைத்துவிட்டு வீட்டுக்கு வந்து குளித்துச் சாப்பிட்டு மறுபடி பட்டறைக்குப் போகும்போது, “வந்துட்டுப் போ” என்ற மகாராசனது சொல்லுக்காக அவரது வீட்டில் வந்து காத்திருந்தான்.

“கண்ணனப் பாத்தியா?”

“நாளைக்கு வந்திருவேன்னு சொன்னாரு. இன்னிக்கும் மதுரைக்கிப் போகணுமாம்” தனது வீட்டுக்குப் போவதற்கு முன்னதாக எப்பவுமே கைலாசம் அண்ணன் வீட்டுக்கோ கண்ணன் வீட்டுக்கோ போய்விட்டுத்தான் தனது வீட்டிற்கே போவான்.

கைலாசம் அண்ணன் வீட்டுக்கு தினமும் போய்க்கொண்டுதான் இருந்தான். பிட்டர் பாலு கடைக்கு வந்துபோன பிறகு மகாராசண்ணன் பணம் கொடுப்பதை நிறுத்திவிட்டார். அதனால் பாண்டியும் அந்தத் தெருப்பக்கம் போவதுகூடக் கிடையாது. சகுந்தலா எப்படி, யார் கூட பள்ளிக்கூடம் போகிறது எனத் தெரியவில்லை. நினைத்தால் பாவமாக இருந்தது.

“கண்ணெ நேத்தும் வரலேல்ல.”

“மூண்நாளா வரலண்ணே.”

“சரி, ஒரு வேல வந்து இருக்கோ?”

“ஆமாண்ணே. உப்பார்பட்டிக்காரர் கொண்டுக்கு வந்தது. பம்பு சாப்ட் மாத்தணும் இம்புளர் ஒரசுது.”

“ம், ரவியக் கூப்புட்டா கெராக்கி பண்றானாக்கும்?”

“நாங் கூப்ட்டா போடா வாரேங்கறாரு அப்றம் வரமாட்டேங்கறாரு.”

“சரி, ரெடிமேடு சாப்ட்டு இருக்கில்ல. மாட்டி விட்றலாமா?”

“ராடு இருக்குண்ணே . புதுசாக் கடஞ்சே போட்றலாம்ணே.”

“இம்புளர்?”

“ராட மேடேத்தி, இம்பளரக் கடஞ்சு சரிக்கட்டணும்ணே.”

பாண்டியை இன்னும் முழு டர்னராக ஏற்றுக்கொள்ள மனம் ஒப்புக்கொள்ளவில்லை. “ரெடிமேடு சேருதான்னு பாரு. சேராட்டி கடஞ்சிருவம். மொதல்ல பம்பு சாப்ட்டக் கழட்டி கிளீன் பண்ணு. வந்திர்ரேன்.”

“கிளீன் பண்ணி, பித்தாள புஸ்செ பம்புல இறுக்கிட்டேண்ணே. சாப்ட்டு டைட்டா இருக்கு. புஸ்ச ரைமர் போட்டு சாப்ட்ட எறக்கவா ? இல்ல, சாப்ட்ட லேத்ல பிடிச்சு கரச்சு மாட்டவா?”

பாண்டிக்கு பதில் சொல்லுமளவு தனக்கு வேலையில் இன்னமும் பாண்டித்யமில்லை என்பதை உணர்ந்துகொண்ட மகாராசன், யோசிப்பதாக பாவனை செய்தார். “சரி, நீ போய் ஓர்க்சாப்பத் தெறந்து ஒக்காரு. அண்ணே வந்திர்ரே” என்றவர், “டே பாண்டி, கண்ணெ வாரப்ப வரட்டும். நம்பவேணா இப்பதக்கி ஒனக்கு கைக்கு யாராச்சும் சின்னப்பசங்க கெடச்சா கூப்புட்டுக்க. முப்பதுரூவா சம்பளம் தரலாம்” என கையில் ஒருரூபாய் கொடுத்து அனுப்பினார்.

“ஏங்க, இவனா மிசின ஓட்டப்போறான்?” சாப்பாடு பரிமாறும் போது மனைவி கேட்டார்.

“ரெம்ப சூட்டிகையான பையன்டி.”

“இருந்தாலும் ஒரு ஓர்சாப்புக்கு சிறுபையன நம்பி வேல வருமா? அதையும் யோசியுங்க” என்றவர், “பேசாம பழைய ஆளயே கூப்புட்டுப் பாருங்க. வந்துட்டாம் போலருக்கு. வீட்ல ஒரே காச்மூச்சுன்னு சவுண்டா இருந்துச்சு.”

கைலாசம் வந்தாச்சா!

அவரது மௌனம் கண்டு மேலும் பேசலானார். “இந்தமாதிரி ஆள்தாங்க நம்ம சொல் கேப்பான். யாரோ ரவியக் கூப்புட்டேன் வரலின்னீங்க. கரெக்ட்டா இருக்கவெ கவுரதி பாப்பான். நாம சம்பளங் குடுக்குறம் வேலைய வாங்கறோம். அவ்வளவ்தே... நரி எடம்போனா என்னா வலம்போனா நமக்கென்னா?”

திகைப்போடு மனைவியைப் பார்த்தார் மகாராசன்.

வாழ்க்கையில் எத்தனை பாடம்!

32

செந்திலின் அம்மா ஏற்கனவே பாண்டியைக் கூப்பிட்டு செந்திலுக்கு ஒரு கடை பார்க்கச் சொல்லியிருந்தார்.

"அவெ எந்தக் கடைலயுமே நிக்க மாட்டானேம்மா" பெரிய மனுசனாய் பதில் சொன்னான் பாண்டி.

"ஆமாப்பா. பள்ளியொடமும் போக மாட்டேங்றான். கடைக்கிப் போனாலும் ஓடி வந்திர்ரான். பலசரக்குக் கட, சைக்கிள்கட, டீக்கட. ஊருக்குள்ள அவெம்போகாத கட, அம்பட்டங் கட ஒண்ணுதே அன்னிக்கிப்பாரு கம்சங்கடைல சேத்துவிட்டம், ஒருமாசம் நல்லா வேலைக்கிப் போய்க்கிருந்தான். நைட்டும் பகலும் கடையே கதின்னு இருந்தான். சரி, புத்தி வந்துருச்சுன்னு நெனச்சேன். சம்பளம் வாங்க ரெண்டுநாள் இருக்கையில, நட்டநடு ராத்திரியில ஓடி வந்துட்டானய்யா!"

"சம்பளம்?"

"ஓடி வந்தவனுக்கு என்னண்டு போய்க் கேக்க? இவெ அங்க என்னா கூத்துக்காடு பண்ணீட்டு வந்தானோ. போடான்னு விட்டுட்டே. பேசாம ஒன்ன மாதரி எதாச்சும் ஒரு ஓர்சாப்ல சேத்துவிடேன் உருப்படுவானா பாப்பம்" அந்த அம்மாவின் கேள்வி மிச்சமிருந்தது.

செந்திலின் வீட்டுக்குப் போனான். “டொம்பத் தெருவில ராட்ணம் வந்திருக்காம்ல. அங்கனதே இருக்காம் போல. கூப்ட்டு வரட்டுமா” செந்திலின் அம்மா பரபரத்தார்கள்.

“இல்லிங்மா, போறவழிதான நாங் கூப்ட்டுக்கறேன்” செந்திலைத் தேடி சைக்கிளைச் செலுத்தினான் பாண்டி.

வடக்குத்தெரு மட்டன் ஸ்டால் தெருமுனையில் குடைராட்டினம் வந்து இறங்கியிருந்தது.

மெயின்ரோட்டில் இருந்து வடக்குத்தெரு பிரியுமிடத்தில் வலதுபுறம் ஆடுஅறுக்கும் கடைகள் நகராட்சியால் கட்டி விடப்பட்டிருந்தன. இடதுபுறம் பன்றிகள் வளர்த்து வரும் டொம்பர் குடும்பங்களிருந்தன. ஊர் உருவான காலத்தில் சின்னக்குளம், பெரியகுளம் இவற்றைச் சுற்றியே குடியிருப்புகள் அமைத்தபோது இந்த டொம்பர் தெரு, பள்ளர், சக்கிலியர் தெருக்களெல்லாம் கிழக்குப்பக்கம் ஒதுக்கி வைத்திருந்தனர். ஆனால், சாலைப்போக்குவரத்தின் விரிவாக்க வரைபடத்தில் தேசிய நெடுஞ்சாலை கீழத்தெருவை ஒட்டிப்போனதில் ஊர்குடியிருப்பு உள்ளொடுங்கிப்போனது. அம்பேத்கர், ஸ்டாலின் தெருக்கள் பிரதான சாலைப்போக்குவரத்தில் வந்து அமைந்தன.

ஆடறுக்கும் கடைகளை ஒட்டிப் பெரிய திடல், அதில் இரண்டு புளியமரங்களும், இச்சி, வாவரங்காச்சி மரங்களும், அங்கங்கே வளர்ந்து கிடந்தன. புளியமரம் ஒவ்வொன்றும் கிளைவிரித்து அவைகளும் தனித்தனி குடைராட்டினம் போலவே காட்சியளித்தன.

காலை நேரத்தில் அவ்விடத்திலேதான் வண்டிமாடுகளுக்கு சிவனு ஆசாரி லாடம் காட்டுவார்.

நாலு நாலரையடி உயரமே இருக்கும் சிவனு ஆசாரி அவரைக்காட்டிலும் உயரத்திலும் வலுவிலும் ஓங்குதாங்காய் இருக்கும் வண்டிமாடுகளை ஒரு சத்தத்தில் சாய்த்துவிடுவார்; அதன் அடிவயிற்றில் சுருக்குக் கயிறுபோட்டு, “ஊய்ய்க்” என ஓங்கி

சத்தம் கொடுத்து இறுக்கியதும், காளையின் வயிறு குன்னிப்போக வேரற்ற மரமாய்க் காளைகள் தரையில் தொபீரெனச் சாயும். அந்தக் கணத்தில் தலையையும் கால்களையும் இரண்டுபேர் அமுக்கிக் கொள்ள, ஆசாரி காளையின் கால்கள் நான்கையும் ஜோடி ஜோடியாய் கிட்டிபோட்டுக் கட்டுவார். கட்டிமுடித்ததும் வயிற்றுச் சுருக்கினைத் தளர்த்திவிடுவார். வயிறு இறுக்கம் தளர, காளை சுவாதீனமாய் கால்நீட்டி புள்ளத்தாச்சியாய்ப் படுத்துக்கொள்ளும்.

உடனே, பழைய லாடத்தைக் கொறடு போட்டுப் பிடுங்கிவிட்டு பிதுங்கிய நகங்களை வெட்டிச் செதுக்கி சீராக்கி புதிய லாடம் ஒன்றைப் பொருத்தி ஆணி அறைந்து சிம்புவெட்டி முடிப்பார். காளையின் சொந்தக்காரர் பாந்தமாய் வந்து காளையை மறுபுறம் திருப்பிப் படுக்க வைப்பார். அந்தப் பக்கமும் அதேபோல் லாடம் கட்டி முடிக்க ஊரே வேடிக்கை பார்த்து நிற்கும்.

மதியவாக்கில் அந்த மரநிழலில் டொம்பர் குடும்ப ஆணும் பெண்ணும் கயிறு திரிக்க உட்கார்ந்து விடுவார்கள். புளிச்ச நாறு, தென்னை மட்டைகளை ஊறவைத்து அடித்துப் பிரித்து எடுக்கப்படும் குடுமிகள், ஊணாங்கொடிகள் கொண்டு பானை, குடம் இவை உட்கார வைக்கப் பயன்படும் பிரிமணை, பெட்டிக்கடைகளுக்கு பீடி சிகரெட் பத்தவைக்க ஆகும் எரிகயறு, ஆட்டுக்குட்டி, கன்னுக்குட்டி கட்ட பயன்படும் தாம்புக்கயறு, சலூன்கடைகளில் பொறுக்கிவரும் நீளமான ரோமங்களிலிருந்து பசுமாடு, கன்றுகளுக்கு திருஷ்டிக்கு கட்டும் கம்பிளிக்கயறு இப்படி விதவிதமான கயிறுகள் திரிக்கும் வேலைகளோடு பெண்களுக்கான சவுரிமுடியும் திரிப்பார்கள்.

அதிகாலையில் வீட்டுப்பட்டியில் அடைத்து வைத்திருக்கும் பன்றிகளைத் திறந்து விட்டால் அவை மந்தக்காடு, சின்னக்குளம் பகுதிகளில் மேச்சலுக்குப் போகும். மந்தக்காட்டில் பெண்களும் சின்னக்குளத்தில் ஆண்களும் காலைக்கடன் கழிக்க ஒதுங்குவார்கள். பத்துமணிக்கு மேல் குளப்பகுதிக்கு வீட்டு ஆண்களும், மந்தக்காட்டுக்குப் பெண்களும் கூடை

எடுத்துக் கொண்டு பன்றி எரு பொறுக்கப் போவார்கள். சம்சாரிகள் தங்கள் நிலத்துக்கு உரமாக அந்த எருவை விரும்பிக் கேட்பார்கள். இதற்காக சீலையம்பட்டி, சின்னமனூர் கரும்பு விவசாயிகள் முன்பணம் போட்டுப் போவதும் உண்டு. இடதுபுறத்தில் அவர்களுக்கான வீடுகள் இருப்பதனால் அவர்களோடு சிலசமயம் பன்றிகளும் வந்து புளியமர நிழலில் இளைப்பாறும்.

கூப்பிடு தூரத்தில் முத்தையா ஆரம்பப் பள்ளிக்கூடம். காலையும் மாலையும் ரீசஸ் பீரியடில் பிள்ளைகள், புளியமரத்தில் தூறியாட வந்து விடுவார்கள். பூப்பூக்கும் பருவத்தில் புளியங் கொழுந்துகளைப் பிடுங்கித் தின்னவும் பழம்பழுத்த காலத்தில் புளியம்பழம் (ஒதப்பழம்) பொறுக்கவும் ஒரு கூட்டம் கூடும். சில டீச்சர்மார்களே பிடுங்கிவரச் சொல்வார்கள்.

அப்படியாப்பட்ட பெருமைமிகு திடலிலேதான் குடைராட்டினம் வந்து அமர்ந்திருந்தது. ஏதோவொரு ஊரின் திருவிழாவிற்குப் போய்விட்டுத் திரும்பும் வழியில் வந்த ராட்டினம். சொந்த ஊர்போய்ச் சேரும்வரை அங்கங்கே ஒருநாள் இரண்டுநாள் நிறுத்திப் போவார்கள்.

ராட்டினக்காரர்களது குடும்பம் புளியமரத்தடியில் குடியிருந்தது. ஒரு ஈயக்குடம், சோறாக்கும் சட்டி, ஒரு செம்பு, பெருக்குமாறு, சாக்குப்படுதா, சாப்பாட்டுத் தட்டுகள் ரெண்டு இவற்றோடு ஒரு குட்டி நாய் ஒன்றும் படுத்துக் கிடந்தது.

பள்ளம் பறித்தும் நாற்புறமும் முட்டுச்சட்டம் கொடுத்தும் ராட்டினத்தின் ஆரக்காலை ஊன்றி இருந்தார்கள். குடையாய் விரிந்த கரங்களில் எதிரெதிராய் இரண்டுபேர் உட்காரும் பெட்டிகள் தொட்டிலைப்போல ஆடிக்கொண்டிருந்தன. உட்காரும் பிள்ளைகள் கைபிடித்துக் கொள்ள பாதுகாப்பாக இரண்டு பக்கமும் தொங்கும் கம்பிகள், மரக்கட்டையால் செதுக்கப்பட்ட யானை, குதிரை, சிங்கம், சிறுத்தை, மயில், விமானம், பருந்து போன்ற பொம்மைகள் ஒற்றைச் சங்கிலியில் தொங்கிக்கொண்டிருந்தன. ராட்டினம் சுற்றும்பொழுது

பொம்மைகள் வானளாவிச் செல்வதுபோல ராட்டினத்தின் எல்லையை மீறிப் பாயும். அப்போது எழும்பும் கூச்சலும் கும்மாளமும் சொல்லில் அடங்காது.

கோயில் திருவிழாக்கள் என்றால் பெரியவர்கள் கூச்சமில்லாமல் ஏறிஉட்காருவார்கள். தெருக்களில் போடுகிறபோது சிறுபிள்ளைகள் மட்டுமே வருவார்கள். பிள்ளைகள் ஏறி உட்கார்ந்ததும், ராட்டினத்துக்குச் சொந்தக்கார ஆணும் பெண்ணும் ஆரக்கால் பகுதிக்கு வந்து குறுக்குகட்டைகளை ஆளுக்கொன்றாய்ப் பிடித்து தள்ளிச் சுற்ற, ஆரம்பவேகம் எடுத்ததும் பெண் அப்படியே கீழே ஆரக்காலை அண்டி உட்கார்ந்து கொள்வார், ஆண்மட்டும் இன்னும் வேகமாய் தள்ளிச் சுற்றுவார். நடையில் துவங்கி ஓட்டத்தில் வரும்போது அவரும் லாகவமாகத் தலையைக் குனிந்து கீழே உட்கார்ந்து கொள்ள, ராட்டினம் தானாக பத்து நிமிசம் வரை பம்பரமாய்ச் சுழலும். அப்போதுதான் பொம்மைகள் எகிறிப் பாய, பிள்ளைகளது கூச்சலும் கும்மாளமும் ஊரையே கூட்டும்.

பொதுவாக இளவெயில் பொழுதில் இளவட்டங்களும், சாயங்காலம் சிறுபிள்ளைகளும் வந்து ராட்டினம் ஏறினார்கள். இதற்காகவே எந்த ஊருக்குப் போனாலும் முதல்நாள் கிணிமிட்டி அடித்து ஊர்சாட்டி தாங்கள் வந்திருக்கும் சேதியை ஊருக்குச் சொல்லிவிடுவது வழக்கம். சின்னச் செலவுதான். அதுதான் முக்கிய விளம்பரம். தோதுப்பட்டால் ரெண்டுநாளைக்கு ஒருதரம் சாட்டுவதும் உண்டு. அதேபோல ஊரைவிட்டுக் கிளம்புகிற நாளையும் முன்கூட்டியே சொல்லி சாட்டிவிடுவார்கள். அதற்கொரு மரியாதை கொடுத்துக் கூட்டம் வரும்.

முத்தையாபள்ளி ரீசஸ் பீரியட்டில் காலையிலும் மாலையிலும் பள்ளிக்கூடத்துப் பிள்ளைகளின் கூட்டம் கூடுதலாய் வந்துசேர்ந்தது மற்ற நேரத்தில் சுமார்தான். நாளைய சனி ஞாயிறை ஓட்டிவிட்டு வேறு இடம் மாற உத்தேசம் செய்திருந்தார்கள். மற்ற ஊர்களைவிட இங்கு ஓரளவு நல்ல வருமானம்தான். இந்தச் சூட்டிலேயே இடத்தை காலிசெய்து விடவேண்டும்.

ஓட்டமே இல்லாமல் பொட்டியைக் கட்டினார்கள் என்ற கெட்டபெயர் மட்டும் வராமல் நகர்வதுதான் தொழிலுக்கு மரியாதை. மனசுக்கும் தெம்பாக இருக்கும்.

இதில் செந்திலுக்குத்தான் ரெம்பவும் வருத்தமாக இருந்தது. கிணிமிட்டி அடித்த தாத்தாவுடன் ஊர்முழுக்க அவனும் சுற்றிவந்தான். எல்லா இடத்திலுமே அவர் ஒரேமாதரி கிணிமிட்டி அடித்து ஒரேமாதரிதான் பேசினார்.

“இதுனால சகலவிதமான பொதுஜனங்களுக்கும் தெரியப்படுத்தறது என்னான்னா சாமி, அம்ம ஊருல நம்ம ஆட்டுக்கறிபோடுற எடத்துப் பக்கம் மெய்ன்ரோட்டு முச்சந்தீல கொடராட்னம் ஒண்ணுவந்து எறங்கியிருக்கறது அல்லாருக்கும் தெரிஞ்ச சங்கதி. அவுகளுக்கு அடுத்த ஊருலருந்து அழப்பு வந்ததுனால, வார வாரம் சந்தையன்னைக்கி நாயத்துக் கெழம முடிச்சு அன்னுமறுநாள் திங்கக்கெழம ராட்டனத்த பிரிக்கப் போறாக சாமியோவ். இதுவரைக்கும் ஏறாத பெரியமனுசங்க, பொன்னுபொடுசுக எல்லாவரும் வந்து ஆதரிச்சு அனுப்பணும்னு பிரியப்படுறாக சாமியோவ். திடும் திடும் திடும்.”

ராட்டினம் நிறுத்திய நாளிலிருந்து நாள் தவறாமல் போய்வருகிற செந்தில், பலதடவை ராட்டினம் ஏறிவிட்டான். வாங்கித் திங்கத் தரும் காசுபூராமும் ராட்டினத்துக்குத்தான் செலவழிக்கிறான். இதெல்லாம் போக, இந்த ரெண்டுநாளாய் ராட்டினம் சுத்தும் அண்ணனைப் பழகிவச்சு உள்ளே வந்து அவரோடு சேர்ந்து ராட்டினத்தை சுத்திவிடவும் பழகிவிட்டான்.

இதனால் அந்தண்ணன் வெளியில் போகும்போது, அவரது சம்சாரத்துடன் சேர்ந்து சுற்றுவான். அந்தக்கா அண்ணனைவிட நல்ல அக்கா. பொழுதூக்கும் செந்திலைக் கூப்பிட்டுக்கொண்டே இருக்கும். நாலுசுத்துக்குப் பிறகு அவர் கீழே உட்கார்ந்து கொள்வார். செந்திலைத்தான் வேகமா சுத்தச் சொல்வார். அதேபோல பெரிய சுத்துக்குப் பிறகு ஓசி சுத்து ஒண்ணு வரும். பெரியசுத்தின் வேகம் குறையும்போது வெளியில் நின்று கையால் இழுத்து விடுவார்கள். செந்தில் வந்தபிறகு அவனை மட்டும்

உள்ளே அனுப்பி, “ரெண்டு ரவுண்ட் அடிடா தம்பி” என்பார். செந்தில் நாக்கைத் துருத்திக்கொண்டு தள்ளுகிறபோது சில சமயம் மாரியும், விசாகனும் வந்து சேர்ந்து கொள்வார்கள்.

ஆள் குறைச்சலாய் ஏறுகிறபோது ராட்டினத்தின் வேகத்தில் சில பெட்டிகள் தூக்கியடித்து லத்தாடும். அதுமாதரியான சமயங்களில் செந்திலை அந்தப் பெட்டியில் ஓசியாகவே உட்காரச் சொல்லுவார். அதேபோல அந்தக்கா ஓட்டும்போதும் ஏறிக்கோடா எனச் சொல்லுவார். செந்திலுக்கு பெட்டிகளில் உட்காருவதைக்காட்டிலும் பொம்மைகள் மீதான சவாரியில்தான் விருப்பம் அதிகம். எல்லா பொம்மைகளிலும் உட்கார்ந்துவிட்டான். ஏரோப்ளான், புலி, சிங்கம், மீன், குதிரை இரண்டு கைகளை விட்டும் சுத்திவிட்டான். தினமும் காலை சாப்பாடு முடியுதோ இல்லியோ பள்ளிக்கூடப் பிள்ளைகள் புறப்படுகிறபோதே செந்திலும் வீட்டைவிட்டுக் கிளம்பிவிடுவான். ரெண்டாம் மணி அடிக்கும்வரை பிள்ளைகள் ராட்டினம் ஏறுவார்கள். காலைச் சுற்று பெரும்பாலும் அந்தக்காதான். செந்தில் அவசியம் தேவைப்படுவான்.

பாண்டி தேடிவந்த சமயத்தில் செந்தில் ஓசி சுற்று சுற்றிவிட்டுக் கொண்டிருந்தான். பாண்டிக்கு அவன் உள்ளுக்குள் இருப்பான் என்பது தெரியாது. செந்திலின் அம்மா, “அங்கதாம்ப்பா ராட்ணம் சுத்தீட்டு திரியறான்” என்று சொன்னதை சரிவரக் காதில் வாங்காமல் சுற்றுமுற்றும் தேடினான்.

“ண்ணேய்... பாண்டிண்ணே” செந்தில்தான் ராட்டினத்தின் ஆரக்காலுக்குள் ஓடியபடி அழைத்தான். தனது செல்வாக்கினை அவன் தெரிந்துகொள்ளவேண்டும் என்ற ஜம்பத்துடன் கூப்பிட்டான்.

“இங்க வேலைக்கு இருக்கியா?” சுற்றி முடித்து வந்தவனைப் பார்த்துக் கேட்டான் பாண்டி.

ஆமாம் என்பதுபோல தலையாட்டி, ஓடிய தவிப்பாற்றிக் கொண்டான் செந்தில்.

பாண்டிக்கு செந்திலின் அம்மா தன்னை ஏமாற்றிவிட்டதாக எண்ணினான்.

“சம்பளம் எவ்ளோ?”

“ஓசி.”

ஓசியா, அப்போதுதான் புரிந்தது. செந்திலின் திருவிளையாடல்கள்.

“ஏங்கூட வேலைக்கு வாரியா?” பாண்டி அவனது தோளில் கைபோட்டுப் பேசினான்.

வேலை என்றாலே செல்வம் அண்ணனும், இருட்டுக் கடையுமே செந்திலுக்கு ஞாபகம் வந்தது.

“அம்மாவையும்”

“ஒங்க அம்மாதாண்டா கூட்டிப் போகச் சொல்லுச்சு.”

என்ன சொல்லுவதெனத் தெரியவில்லை. ஸ்கூல் பிள்ளைகள் பள்ளிக்குள் போய்விட்டபடியால் ராட்டினம் ஆளில்லாமல் காத்தாடிக் கொண்டிருந்தது.

“நாயத்துக் கெழம போலாம்” இன்னும் இரண்டுநாள் குதிரைகளில் சவாரி செய்யலாம்.

“ஓர்சாப் வேலக்கிடா. எங்க ஓர்சாப்புக்கு.”

போகலாம் என்பதுபோல தலையை அசைத்த செந்திலுக்கு, கடேசியாக ஒருசுத்து அடிக்க வேண்டும்போல் இருந்தது. பாண்டியையும் நைசாக கூப்பிட்டுப் பார்த்தான், “ஓர்ரவுண்டு போய்ட்டுப் போலாம்ணே ஜிவ்வுன்னு சூப்பரா இருக்கும்” பாண்டிக்கும் ஆசைதான். ராட்டினம் எறி, ரெம்பநாள் ஆகிப்போனது வீரபாண்டித் திருவிழாவிலோ எங்கேயோ ஏறியது. பொம்மைகளில் ஏறிக்கொண்டு, உட்காராமல், நின்றுகொண்டும், படுத்துக்கொண்டும் கால்களைக் கிட்டித்து கைகளைப் பறவையாய் விரித்துக் கூச்சலிட்டபடி ஆடிப்பாடி சுற்றியதும் ராட்டினம் ஓடிக்கொண்டிருக்கும் போதே அதன்

ஓட்டத்திலேயே இறங்கி வருவதுமான ஞாபகமெல்லாம் வந்து, உடம்பு ஒருசுத்து போகலாமே எனக் கேட்டது.

ஆனால் இப்போ பொறுப்பான வேலைக்காரன். மகாராசண்ணனுக்குப் பதில் சொல்லும் பொறுப்பில் இருக்கிறான். “அதெல்லாம் மதியம் வந்து பாத்துக்கலாம். வா போலாம்” என செந்திலை ஏமாற்றுவதுபோல தனக்கும் பதில் சொல்லி, செந்திலை கைத்தாங்கலாய்ப் பிடித்து சைக்கிளில் ஏற்றிக்கொண்டான் பாண்டி.

ராட்டினத்தை விட்டுப்பிரிய மனமில்லாமல் திரும்பித் திரும்பிப் பார்த்தபடி நடந்தான் செந்தில். அவனது மனசைப் புரிந்தவன்போல அவனை சைக்கிளில் முன் கம்பியில் ஏற்றிக்கொண்டான்.

“எடைல தவ்வி ஓடீறக்குடாதுடா.”

33

காலைச் சாப்பாடு முடித்த மகாராசன் பட்டறைக்குப் போகும் வழியில் கைலாசத்தின் வீட்டுக்கு வண்டியைத் திருப்பினார்.

'எப்ப வந்தான், என்னா நெலவரம்னு விசாரிக்கிற மாதிரி போங்க. சமாதானமா ரெண்டு வார்த்தயப் பேசி, புருசெம் பொண்டாட்டி சண்டைய வெலக்கிவிடுறாப்பல ஓர்க்சாப்புக்கு இழுத்துட்டுப் போயிருங்க. என்ன செய்ய, நம்ம வண்டிய ஓட்டணூம்ல' மனைவி புத்திக்குள் நின்று மகாராசனை ஓட்டிக் கொண்டிருந்தார்.

கைலாசத்தின் வீட்டு முன்னால் வண்டியை நிறுத்தினார் மகாராசன். நடைவாசல் கூரை தலைதட்ட குனிந்து உள்ளே நுழைந்தார்.

டுண்டுண்டுண் டுண்டுண்டுண்

டுண்டுண்டுண் டுண்டுண்டுண்

கைலாசத்தின் வீட்டில் உடுக்கை சத்தம் கேட்டது.

மகாராசனின் மனம் துணுக்குற்றது. நெஞ்சில் சிறு படபடப்பு முகத்தில் வியர்வை அரும்புவதான பிரமை. நெற்றியையும் முகவாயையும் வெறுங்கையால் துடைத்துக் கொண்டார்.

தென்வடலோடிக் கிடந்த முற்றத்தில் தெக்குப்புறம் பேயோட்டல் நடந்தேறிக் கொண்டிருந்தது. செண்பகம் நெற்றிநிறைந்த விபூதிப் பூச்சுடன் தலைமுடியினை அவிழ்த்துப்போட்டு கண்களை மூடி சம்மணமிட்டு உட்கார்ந்திருந்தாள். அவளெதிரே வெற்றுமார்பில் விபூதிப் பட்டைகள் இழுத்திருந்த பூசாரி, நெற்றிக்கு சந்தன குங்குமத் திலகங்களிட்டு, தலையில் காவித்துண்டால் உருமால் கட்டி, இடக்கையில் உடுக்கை ஏந்தி கண்களை மூடியும் திறந்தும் பாடிக்கொண்டே உடுக்கையினை ஒலிக்கவிட்டார்.

“நொண்டிக்கருப்பனா ஒண்டிக்காலணா, சண்டிவீரியா, சக்கொளத்துக்காரியா அதுக்கும்மேல இன்னும் ஆராயிருந்தாலும் அட்டிபெசகாம, ஆங்காரம் போங்காரம் அத்தனயுமடக்கி மகாமலை நல்லாண்டவர் பூச்சியப்பன் சொன்ன வாக்கு முக்காலும் சத்தியமா முழுசும் பெசகாம முன்னுக்கு வந்து நின்னு, இங்கெ பிராது வச்சி நீய்யும் பேசி வரணும்...

ஒவ்வொரு வாக்கியத்துக்கும் ஒரு டுண்டுண்டுண் டுண்டுண்டுண் அடித்துக்கொண்டார்.

அவர்களைத் தவிர நாலைந்து வயசாளிப் பெண்கள் தள்ளித்தள்ளி உட்கார்ந்திருக்க, கைலாசமும் இன்னொரு ஆணும் சுவரில் சாய்ந்தபடி நின்றுகொண்டிருந்தனர். காம்பவுண்டுக்குள்ளிருந்த வீடுகள் அனைத்தும் கதவு சாத்திக்கிடந்தன. உள்ளுக்குள் தாழ்போட்டிருந்தது. காலை பத்துமணிப் பொழுதென்றாலும் அங்கே காலம் கால்கள் கட்டப்பட்டிருந்த காட்டுவிலங்காய் உறுமிக்கொண்டிருந்தது. உறுமலின் அதிர்வுகளை உணர்ந்தவர்களாய் அமர்ந்திருந்த அனைவரும் விழிப்புநிலையில் இருந்தனர். அதன் காரணமாய் மகாராசனது வரவு அத்தனை பெண்களையும் திரும்பிப் பார்க்கச்செய்தது. அத்தனைபேரது பார்வையும் ஒருங்கே தன்மீது விழுந்த நிலையில் மகாராசனுக்கே கூச்சம் உண்டாகத் தொடங்கியது. தேவையில்லாம நுழைஞ்சிட்டமோ. அன்னியரின் அந்தரங்கத்தில் தலைநீட்டிய குற்றவுணர்ச்சி ஒருகணத்தில் வந்து போனது.

அதற்குள், பின்கொசுவம் வைத்துச் சேலைகட்டியிருந்த மச்சு வீட்டுக்காரம்மாள் கைலாசத்திற்கு ஆள் வந்த சேதியைப் பக்கத்திலிருந்த பெண்கள் வழியாகக் கடத்திவிட்டார். உடுக்கையடி நிகழ்வுக்கு இம்மியளவும் பங்கமில்லாத வகையில் மௌனமான தொடுதலும் கையசைவிலேயுமே திரும்பிய கைலாசம், மகாராசனைப் பார்த்தார்.

கண்களாலும் தலையசைப்பிலும் அவரை வரவேற்ற கைலாசம், உடனடியாய் மகாராசனிடம் செல்ல, அமர்ந்திருந்த பெண்கள், தத்தம் உடல் குறுக்கி வழிவிட்டனர். அருகில்வந்த கைலாசத்திடம், கண்களாலேயே தனது அதிர்ச்சியினையும் வருத்தமதையும் வெளிப்படுத்தினார் மகாராசன். கூடுதலாய் முகத்தைச் சுருக்கி அவ்வுணர்ச்சிக்கு மேலும் வலுச்சேர்த்தார். போதாக்குறைக்கு தோளில் கைபோட்டும் கொண்டார்.

கண்களையும் முகத்தையும் தாழ்த்தி அவரது பரிவினை ஏற்றுக்கொண்ட கைலாசம், இன்னும் அருகில் வந்து தன்னை நெருக்கமாக்கிக் கொண்டார்.

இருவரும் சில நிமிடங்கள் அங்கே நின்று உடுக்கை ஒலியையும் செண்பகத்தையும் கவனித்தனர்.

பூசாரி இதுவரைக்கும் தாம் சந்தித்த பூதகணங்கள், கொள்ளிவாய்ப் பிசாசுகள், பேய் வகைகள் என அத்தனையும் பாட்டாலேயே அடுக்கினார். "அதனால் நீ யாரென்பதை முதலில் சொல்லிவிட்டு பிற்பாடு பேச்சுவார்த்தையில் தீர்த்துக் கொள்ளலாமா! இல்லை, அடித்துத் துவைத்து விரட்டியபிறகு பேசிக்கொள்வோமா? சொல்லூ!" என அதட்டுப் போட்டார்

செண்பகம் விரித்த தலைமுடியும், கண்கள்மூடிய கோலமுமாய் மேல்மூச்சு வாங்கிக் கொண்டிருந்தாள். அவள் இன்னமும் வாய்திறக்கவில்லை, அவள் பேசினால்தான் அடுத்தகட்டம் நகரும்.

கைலாசம், மகாராசனை வெளியில் அழைத்துக்கொண்டு வந்தார். வாசலில் கூரையின் நிழல் இறங்கி இருந்தது. அதில்

ஒண்டிக்கொண்டனர்.

“என்னாச்சு?”

“என்னத்த ண்ணேஞ் சொல்ல!”

“வந்ததும் எனக்கே ஒருமாதிரியா ஆய்ப்போச்சு! எப்பெருந்து?”

உள்ளிருந்து உடுக்கையடிச் சத்தமும் பூசாரியின் பாட்டும், அதட்டலும் தொடர்ந்து எழும்பிக்கொண்டிருந்தன.

“டீ சாப்பிடலாமா ண்ணே ?” கைலாசம் கேட்டதும் வண்டியை எடுத்துக் கொண்டு உருட்டியபடி சந்தினைக் கடந்தனர் இருவரும்.

வழுக்கமண்டை பவுனுப்பிள்ளை கடையில் நுழைந்தனர்.

மேசை முன்னால் உட்கார்ந்ததும் சப்ளையாள் தண்ணீர் கொண்டுவந்து வைத்துவிட்டு உத்தரவுக்காக நின்றார்.

செவ்வகவடிவில் அமைந்த கடையில் இருபுறமும் டானா ப்பட மேசைகள் போடப்பட்டு வாசலுக்கு நேரே கண்ணாடிக்கதவு அடைத்த ஷோகேஸ் ஒன்று நிறுத்தப்பட்டிருந்தது. லட்டும், பால்பன்னும், வட்டப்பலகையில் பிரமிடுகளாய் அடுக்கப்பட்டிருக்க மிக்சரும், காராச்சேவும், தட்டுகளில் கோபுரமாய்க் குவித்து வைக்கப்பட்டிருந்தன, ஜீராதோசைகள், ஈயம்பூசிய பித்தளைத் தாம்பாளத்தில் சீனிப்பாலில் ஊறி மிதந்துகொண்டிருந்தது. காப்பி, டீ, பால், டிப்பன் எல்லாமே கடைக்குள்ளிருக்கும் அடுப்படியில் இருந்துதான் வரவேண்டும்.

“கால சாப்பாடு ஆச்சா?” இந்தக் களேபரத்தில் கைலாசம் சாப்பிட்டிருக்க மாட்டார்.

“டீ மட்டும் போதும்ணே” கைலாசம் சோர்வாய் பேசினார்.

இந்தச் சமயத்தில் சாப்பாடும் இழுக்காது. “ஆளுக்கொரு மிச்சர் குடுங்க” மகாராசன் உத்தரவு கொடுத்தார்.

“இது அந்தப்பிள்ளைக்கு (செண்பகத்துக்கு) சின்னவயசில இருந்தே இருக்குண்ணே. அலர் உடம்பு. எப்பப் பேசினாலும் படபடன்னுதேம் பேசுவா. ராத்திரில குபீல்குபீல்னு எந்திரிச்சு ஆரயும் ஒறங்கவிடமாட்டா.”

“கலியாணத்துக்கு முன்ன இருந்தே இப்பிடி இருந்துச்சா?”

“இருந்துருக்கும்ணே. ஆரு அதெல்லாம் பாத்தா. கட்டீட்டு வந்தப்பெறகுதான நமக்குத் தெரியும்.”

“அவக அம்மாப்பா என்ன சொல்றாங்க.”

“அவக பெத்தமகள விட்டுக் குடுப்பாங்களா?”

மிக்சர் மிருதுவாக பொறுபொறுவென இருந்தது. வாயில் குத்தவில்லை.

“நீங்களே பாத்தீகள்லண்ணே, ஒங்களுக்குத் தெரிஞ்சே எத்தனதரம் இதுபோல ஆகியிருக்கு. அனுதினமும் பயந்து பயந்தேதான் காலத்த ஓட்டவேண்டியிருக்கு.”

“பிள்ளைக?”

“பெரிய பிள்ள ஸ்கூலுக்குப் போய்ருச்சு. சின்னத, அவக சித்தி தூக்கிப் போய்ருக்கா.”

“பூசாரி என்னா சொல்றாரு?”

“ரெண்டுமூணு நாள்ல ஓட்டீரலாம்ங்கறாரு. வீட்டுலங்கறப்ப செலவு ஜாஸ்தியாகுது. கோயிலுக்குக் கூட்டிப்போகத் தோதும் இல்ல.”

டீ வந்தது.

“செரமந்தே கைலாசம். வீட்ல பொம்பளைக அக்கடான்னு இருந்தாத்தே வெளீல ஆம்பளைக நாம, நிம்மதியா பொலப்பப் பாக்கமுடியும். சரி, வாரது எல்லாம் வந்துதே தீரும். மனசில எதையும் வச்சுக் கலங்க வேணாம். எத்தன பெரிய கஷ்டம்

வருதோ அத்தனைக்கி நல்ல காலமும் வரும். பொறுமையா மட்டும் இருப்போம்” சொல்லிக்கொண்டே கைலாசத்தின் சட்டைப் பையில் இருநூறு ரூபாயைத் திணித்துவிட்டார். சாப்பிட்டதற்கும் மகாராசனே பணம் கொடுத்தார். கைலாசத்தின் மன்றாடலை மகாராசன் பொருட்படுத்தவில்லை.

“சரி கெளம்பலாமா” என்ற மகாராசன், “வீட்டுவேல சரியானதும் பட்றைக்கு வந்துரு கைலாசம். கணக்கு வழக்கெல்லாம் அப்பறம் பாத்துக்கலாம்” என்று எழுந்தார்.

எழுந்த மகாராசனின் கைகளைப் பற்றி நிறுத்திய கைலாசம், கொஞ்சம் தயக்கத்தோடு பதிலளித்தார். “இல்லண்ணே, நா வேற எடம் போறேண்ணே, நேத்துதே ஆயிரம் ரூவா அட்வான்ஸ் வாங்குனே குடுத்தாங்க” தடுமாறினார்.

“ஆயிரம் ரூவாயா?”

“ஆமாண்ணே.”

“எந்த ஓர்சாப்பு?”

“ஓர்சாப் இல்லண்ணே கம்பெனி.”

கம்பெனியா? மகாராசனுக்கு விளங்கவில்லை.

“அன்னிக்கி ஹோட்டல்ல வச்சு விருந்து குடுத்தாகள்லண்ணே அவக. தேனில ஒரு யூனிட் போடுறாங்களாம். டர்னர்களுக்கு சிப்ட் கணக்கில சம்பளம்.”

யூனிட், சிப்ட் புதுப்புது வார்த்தைகளாக கைலாசத்திடமிருந்து வந்தன. ஒருகை பிரியாணியக் குடுத்து பொலப்புக்கே ஒல வச்சுட்டானுகளே!

“ரெடிமேட் கம்பெனியா? தேனிக்கும் வந்துட்டாங்கெளா?”

தனது கணக்கும் மனைவியின் கணிப்பும் விரயமாகிப் போனதே எனும் கவலை ஒருபுறமிருக்க, கைலாசம் இப்படி கைநழுவிப்போன காரியத்தை மகாராசனால் ஜீரணிக்கவே

முடியவில்லை.

“போலாமாண்ணே” கைலாசம் அழைத்தபோது மகாராசனால் எழ முடியவில்லை.

இளம்பிள்ளை வாதம்வந்து கால்கள் செயலிழந்ததுபோல சூகை பிடித்துக் கிடந்தன. மனசு கூடாகி படபடவெனத் துடித்தது.

“வேற ஆள் பாக்கவாண்ணே...”

மகாராசனால் பதில் சொல்ல முடியவில்லை.

“அதேன் கண்ணன் இருக்கான்ல. போதும்ணே. பாண்டிப் பயல கூட வச்சுக்கிட்டு ஓட்டலாம்ணே. பெரிய வேலன்னா நா ஊடுமாடு ஒத்தாசைக்கு வாரேண்ணே.”

பின்னும் சிறிது நேரம் கழித்துத்தான் மகாராசன் கடையைவிட்டு நகர்ந்தார்.

34

மாலைக்காட்சிக்காக ரசிகர்கள் ஸ்ரீராம் தியேட்டருக்கு வருகை தந்துகொண்டிருந்தனர். பெரிய லாரி ஒன்று நுழைந்து பாண்டியன் லாட்ஜ் சந்துக்குள் நுழையமுடியாமல் திணறித் தவித்தபடி இருந்தது. வலப்புறமிருந்த ஆலமரத்தடி கோயிலை யாரோ சுத்தம்செய்து விளக்கேற்றி இருந்தனர்.

மகாராசன் வண்டியை பட்டறை முன்பு நிறுத்தி இறங்கினார்.

“மொலாளிண்ணேய்!”

வாய் கொள்ளாச் சிரிப்புடன் செந்தில் பட்டறைக்குள்ளிருந்தபடி அவரை வரவேற்றான். காக்கியில் டவுசர் சட்டை அணிந்திருந்தான். ஆரம்பத்தில் பாண்டி அணிந்திருந்த அவனது பழைய உடுப்புகளைத்தான் போட்டிருந்தான். அது முழங்காலுக்கும் கீழே தொங்கியது. வீட்டிலிருந்து வரும்போதே இதே கோலத்தோடுதான் வருவான். சொல்லப்போனால் இப்போவெல்லாம் கலர்த்துணி உடுத்திய செந்திலைப் பார்க்க முடிவதில்லை. அவனது அம்மாவுக்கும் நிம்மதியாயிருந்தது. போகவர பாண்டியே சைக்கிளில் ஏற்றிக்கொண்டு வர பொறுப்பேற்றுக் கொண்டான்.

செந்திலின் கூவல் கேட்டுத்தான் பட்டறையில் நின்றிருந்த பாண்டியும், புதிய டர்னர் மாதவனும் மகாராசனது வருகையைக்

கண்டார்கள். ஒருகணம் இருவரும் தமது வேலையிலிருந்து விடுபட்டு அவரை நோக்கித் தம் பார்வையைத் திருப்பினர்.

வண்டிச்சாவியை ஆள்காட்டி விரலுக்குள் கோர்த்துக்கொண்டு, வாசல்படியில் ஏறும்போது கால்பாதம் தடுக்காதிருக்க வேட்டியை கொஞ்சம் உயர்த்திப் பிடித்தவாறு பட்டறைக்குள் நுழைந்தார்.

கையில் வேஸ்ட் பிடித்தபடி நின்றிருந்த செந்தில், மகாராசன் அருகில் வந்ததும், “ஒங்க வேல முடிஞ்சிச்சு மொலாளியண்ணே” என கீழே துடைத்துச் சுத்தம் செய்து கிடந்த உருப்படியைக் காட்டிச் சொன்னான். அவனே முடித்துப் போட்டது மாதிரியான பரவசம்.

“ம். முடிஞ்சிருச்சா? ரைட், தூக்கீறலாமா?” அவனைப்போலவே பேசினார்.

“தூக்கீரலாம் மொலாளிண்ணே.”

“டே அய்யா, போதும்டா. அண்ணேன்னு மட்டும் கூப்புடு” என சிரித்தபடி சொன்னார் மகாராசன்.

கைலாசம்தான் அப்படித்தான் அழைக்கச் சொல்லியிருந்தார். செந்தில் பட்டறைக்குச் சேர்ந்த புதிதில் எல்லோரையும் ஒட்டுமொத்தமாய் ‘ந்ண்ணேய்” போட்டு கூப்பிட்டுக் கொண்டிருந்தான். அவன் யாரைக் கூப்பிடுகிறான் என்பது உண்மையிலேயே விளங்கவில்லை. அந்நாளில்தான் ஒவ்வொருவரையும் பிரித்துக் கூப்பிடச் சொல்லிக் கொடுத்தார். அது செந்திலுக்கு ஒத்துவரவில்லை. அதனைப் புரிந்து கொண்ட கைலாசம். “யாரவேணாலும் எப்பிடியும் கூப்பிட்டுக்க, மகாராசண்ணன மட்டும் மொதலாளின்னு கூப்டணும். ஏன்னா அவர்தா எல்லாருக்கும் படியளக்கறவர்” என ஏகதேசமாய்ப் புகழ, அன்றிலிருந்து செந்திலுக்கு மகாராசன் மொலாளிண்ணேதான்.

பட்டறையில் இப்போது இரண்டு லேத் மெசின்கள் ஓடுகின்றன.

டேபிளைத் தூக்கி விட்டனர். பீரோவுமே இப்போது டூல்ஸ் பாக்ஸாகத்தான் உபயோகப்பட்டுக் கொண்டிருக்கிறது. மேல்தட்டில் மட்டும் சாம்பிள்கள் இருக்கும். அளவுக்காகவும், அடையாளத்திற்காகவும். வெல்டிங் மெசின் மூட்டைகட்டி மூலையில் நிற்கிறது. எந்த நேரமும் வந்து கண்ணன் அதனைத் தூக்கிப்போகலாம். ட்ரில்லர் தேவைப்பட்டது.

பாண்டியை அரைக்கால் டவுசரைக் கழட்டி முழுக்கால் பேண்ட் போடச் சொன்னது கைலாசம்தான். அப்போதான் கொஞ்சமாச்சும் பெரிய பையனாய்க் காட்டமுடியும். வேலையில் தெளிவு இருந்தாலும் கம்பெனியில் வயசு முக்கியமென்றார்கள். உண்மையிலேயே முழுக்கால் டவுசரில் பாண்டி பெரிய பையனாகத்தான் தெரிகிறான். கைலாசம்தான் அவனையும் டர்னர் ஆக்கிவிட்டார்.

@

அன்று வழுக்கமண்டை காப்பிக்கடையில் கைலாசமும், மகாராசனும் பிரிந்தபிறகு நாலைந்துநாள் கழித்து பட்டறைக்கு வந்தார் கைலாசம். மகாராசன் கொடுத்த இருநூறு ரூபாயைக் காட்டிலும் அவர் தன்மேல் வைத்திருந்த நம்பிக்கையும் தன்குடும்பத்தின் மீதான அக்கறையும் ரெம்பவே நெஞ்சைக் குடைந்தது. எத்தனை தப்பு செய்திருந்தாலும் ரெண்டொரு வார்த்தையில் தள்ளிவிட்டு கூடப்பிறந்த பொறப்பாகப் பாவிச்சு நடத்துற மனிசனை விட்டு வந்தது மன்னிக்கமுடியாத குறையாகவே உறுத்தியது. பட்டறைக்கு வந்தநேரம் பாண்டியும் செந்திலும் மட்டுமே இருந்தனர். கண்ணன், தொழில்பேட்டையில் தனியாகப் பட்டறை போட இருப்பதை அறிந்ததும் இன்னும் ரெம்பவே வருத்தம் கொண்டார்.

பாண்டியிடம் மகாராசனைவிட்டு அவனும் போய்விட வேண்டாமெனக் கேட்டுக்கொண்டார்.

“அன்னிக்கே மகாராசனுக்கும் வேல சொல்லிக்குடுத்திருந்தா தனியா நின்னு அவரே கூட பட்டறையக் கவனிச்சுக்குவார்.

பாவம், எல்லாரையும் நம்புனார்.”

நேரடியாய் மகாராசனது வீட்டுக்கே போனார் கைலாசம். நுழைந்ததும் மயினி மகாராசன் சம்சாரம் செண்பகம் குறித்து விசாரித்தார். நாலுநாள் உடுக்கையடித்த விபரத்தைச் சொல்லி தலையில் கல்சுமந்து தலைமுடி அறுத்து ரோட்டோரத்துப் புளியமரத்தில் அறைந்து பேயை வெளியேற்றிய கதை சொன்னார்.

“எது? அம்ம கந்தையாபிள்ள மாமா தலைவரா இருக்க வெவசாய பேங்கு ஓடய ஒட்டி இருக்க மரந்தான ! அந்த மரத்திலதே ஊர்லாகப்பட்ட அத்தன பேயும் எல்லக்கால் குறிக்கிது” என அடையாளம் சொன்னார்.

“ஊருக்கு வெளில புளியமரம்னு அந்த மரந்தான நிக்கிது மதினி” மதினி சொன்னதுபோல அந்த மரத்தைச் சுற்றிலும் ஏழெட்டு ஆணிகளில் பல பெண்களின் நீளமான தலைமுடிகள் கொத்துக் கொத்தாய் அறையப்பட்டிருந்தன.

“இப்ப நல்லாருக்கால்ல.”

“பரவால்ல மய்னி.”

“பிள்ளைக்கு ஊட்டமா கொஞ்சநாளைக்கு கறிபுளி எடுத்துக் குடு கைலாசம். சவல பாஞ்சு மொகமெல்லாம் வெளிறிப்போய்க் கெடக்கு!”

“கறிபுளியக் காட்டியும் வேளாவேளைக்கி கஞ்சிதண்ணியக் குடிக்கச்சொல்லு. நிய்யும் கொஞ்சம் எதம்பதமா அக்கறப்பட்டுப் பாத்துக்க. மனசில உயிரோட்டம் வந்திட்டா பொம்பள தானா, தழச்சு வந்துருவாப்பா” மகாராசண்ணனும் மதினியும் மாறிமாறிப் புத்தி சொன்னார்கள்.

கடைசியாகத்தான் தான் வந்த விபரத்தைச் சொல்லமுடிந்தது.

“கண்ணனும் ஒர்சாப்லருந்து வெளியேறுறாப்லயாம்லண்ணே.”

“வெளியேறிட்டான்’’ மதினி இடையில் புகுந்தார். மகாராசண்ணனது முறைப்பில் அடங்கினார்.

“சங்கட்டமாத்தாண்ணே இருக்கு. ஒண்ணு சொன்னாக் கேப்பீங்களா? ஓர்சாப்புக்கு வேறொரு டர்னரப் புடிச்சுப் போட்றலாம்.”

“வாரவெ ஒழுங்கா இருக்கணும்ல” மதினியின் வழக்கமான குறுக்கீட்டில் தன்குற்றம் வெளிப்பட கைலாசம் ஒருகணம் தான் சொல்லவந்த விசயத்தில் தடுமாறினார்.

“எதையும் கொஞ்சம் வாங்கிப் பேசு” என்ற மகாராசண்ணனது அறிவுரையைத் தொடர்ந்து மடமடவென ஒப்பிக்கலானார் கைலாசம்.

“ஒழுங்கா இருப்பான்னே வையிங்க. இப்ப இருக்க நெலவரத்துல கட வாடக குடுத்து, கரண்டு பில்லு கட்டி, அத்தனபேருக்கும் சம்பளம் குடுத்து அதுக்குமேல அண்ணே லாவத்தப் பாக்கணும்.”

“தேய்மானச் செலவுவேற இருக்கில்ல.”

“ஆமா, அப்பப்ப மெய்ன்டனன்ஸ் செலவுமிருக்கு. அண்ணே சொந்தமா நின்னு வேலபாத்தார்னாக் கூட ஓரளவு சமாளிக்கலாம்.”

“அப்பிடித் தெரிஞ்சிருந்தாத்தே இம்புட்டு யோசனையே கெடையாதே. என்னளவுல ஓட்டி செயிச்சிற மாட்டேனா.”

“ண்ணே, இப்பவும் ஒண்ணும் இல்லண்ணே. ஓர்சாப் தொழில்ல மட்டும் என்னிக்கும் மொதலுக்கு மோசமிருக்காது. ஆனா பசார்ல நல்லா ஓடிக்கிருந்த ஒரு கட தேங்குச்சுன்னா பேரு கெட்டுப்போகும். அதனால எனக்கு ஒரு சின்ன அய்டியா” என்று தற்போது வந்திருக்கும் இன்ஜினீயரிங் தொழிலுக்கான உதிரிபாகங்கள் உற்பத்தி செய்யும் கம்பெனி ஒன்று தேனி தொழில் பேட்டையில் ஒருயூனிட்டை உருவாக்கி உள்ளதாகவும், அதற்குத் துணையாக கிளையாக இதுபோன்ற பட்டறைகள் தேவைப்படுவதாகவும் சொன்னார்.

“வித்துறலாம்ங்கிறியா” புருசனும் பொண்டாட்டியும் கொதித்து நின்றார்கள்.

“இல்லண்ணே, அவங்க நமக்கு வேல தருவாங்க. வேலைக்கு ஆளும் தருவாங்க. மெட்டீரியலும் அவங்களே கொண்டுக்கு வந்திருவாங்க.”

“அப்பறம் நமக்கு என்னா வேல?”

“ஒங்களுக்கு எந்த வேலையும் இல்லண்ணே. மிசினுக்குத்தே வேல. அது ஓடஓட நமக்கு கூலி குடுப்பாங்க.”

“கூலியா ?”

“இல்ல வாடகை. ஆமா, சரி கமிசன்னே வையுங்களேன். லீசு ன்னு சொல்வாங்க.”

“ஆக, நம்ம பட்டறையில நாமளும் சம்பளம் வாங்கலாம்.”

“ஆமா, அதோட மூணுசிப்ட் போட்டு ஓர்சாப்பு இருவத்து நாலுமணிநேரமும் நிக்காம ஓடிக்கிட்டேயிருக்கும்.”

கேட்பதற்கு நன்றாகத்தான் இருந்தது. மகாராஜன் ஓர்க்சாப் இருபத்து நாலுமணிப் பொழுதும் ஓடிக்கொண்டிருக்கும் நிறுவனம்.

“ஆமா, ஓர்சாப் பேரு?” நெஞ்சு திக்திக்கென்றது.

“அதெல்லா மாத்தமாட்டாங்க. மகாராஜன் ஓர்க்சாப்தான்.”

புருசனும் பொண்டாட்டியும் ஏகதேசம் பார்த்துக் கொண்டார்கள்.

“ண்ணே. ஓர்க்சாப் ஒங்களுதுதே. மிசின் ஒங்களுக்குச் சொந்தமானதுதே. கரண்டுபில்லு ஒங்கபேர்லதே வரும். ஓனர் நீங்கதே” மறுபடியும் அழுத்தமாய்ச் சொன்னார் கைலாசம்.

“ஆனா நான் சம்பளம் வாங்கிக்கலாம்.”

"ம், வாடகை கமிசன்."

"ரைட் என்னோட வேலைய கொண்டுபோனா செய்ய விடுவாங்களா? எனக்குன்னு மோட்டார் வேல வரும்ல. அத என்னோட ஓர்சாப்லயே வச்சு செய்ய முடியுமா!"

"அது செய்யலாம்ணே. அதுக்கு நீங்க தனியா உண்டான பில்லக் குடுத்துறணும்."

ஒரு நல்ல தொகை முன்பணமாக வாங்கிக் கொடுத்ததுடன், மேலும் ஒரு லேத்மிசின் வாங்கிப்போடவும் உதவினார். இப்போது இரண்டு மெசினுக்கு சொந்தக்காரர் ஆனார் மகாராசன்.

"வண்டி வருதாண்ணே" பாண்டியின் கேள்வி மகாராசனுக்கு சரியாய் எட்டவில்லை.

"என்னா?"

இரண்டு மெசின்கள் ஓடுவதால் சத்தம் கூடுதலாகத்தான் இருந்தது. போதாக்குறைக்கு வானொலியும் டேப்ரெக்கார்டரும் மாறிமாறி சினிமாப் பாடல்களை ஒலித்துக் கொண்டிருந்தன. வேலைநேரத்தில் யாருக்கும் பேச நேரமில்லை. இப்போதெல்லாம் தியேட்டரில் ஓடும் படத்தின் வசனமோ, பாடலோ, சண்டைக்காட்சியின் சத்தமோ துளிகூட கேட்பதில்லை. இரவு இரண்டாவது ஆட்டத்தின்போது ஊரடங்கிய சமயத்தில் மட்டும் கேட்கும். அதையும் வேலை மும்முரத்தில் கவனிக்க முடியாது

"இல்லண்ணே. மோட்டார எடுத்துப்போக வண்டி வருதான்னு கேட்டேன்."

"ட்ராக்டர வரச் சொல்லீருக்கே. ஏத்தி விட்றலாம்ல" என்றவர், "வேலயெல்லா எப்பிடிப் போவ்து பாண்டி?"

"நல்லாருக்குண்ணே, கெழமைக்கு ஒருக்கா சரக்குவந்து எறங்கும். ஓட்ன சரக்க எடுத்து பேக்கிங் பண்ணி ஜீப்ல ஏத்தி

கேரளாவுக்குப் போவுதுண்ணே."

"அப்ப ஒன்னோட கைவண்ணம் கேரளா வரைக்கும் போவுது. ஹாஹா..." சிரித்தார்.

அந்தநேரம் காப்பித் தூக்கோடு படியேறினான் செந்தில். எப்போது காப்பி வாங்கப் போனான், யார் பணம் கொடுத்தார்? மகாராசன் யோசித்துக் கொண்டிருக்கும்போதே...

"மொலாளிண்ணே."

காப்பித் தம்ளரை நீட்டினான் செந்தில்.

"காசு யார்ரா குடுத்தா?"

பாண்டியைக் காட்டினான் செந்தில்.

ஒருகையால் தம்ளரைப் பிடித்துக்கொண்டு இன்னொரு கையால் காப்பிக்கான காசை எடுக்க சட்டைப் பைக்குள் கைவிட்டார்.

அதைக் கவனித்த பாண்டி, "இது கம்பெனி டீண்ணே!" என மறுத்தான்.

இந்நேரத்துக்கேவா கம்பெனி டீ? தனக்காக முன்னதாகவே வாங்கி வந்திருக்கிறான்.

ட்ராக்டர் பின்வாக்கில் வந்து நின்றது. மோட்டாரை மூவரும் சேர்ந்து ஏற்றிவிட்டனர்.

"அப்ப வரட்டுமா?"

பாண்டியும் மாதவனும் தலையாட்ட,

"மொலாளிண்ணே பில்லு" செந்தில், ரசீதை மகாராசனிடம் நீட்டினான்.

மகாராஜன் இன்ஜினீயரிங் லேத் அன் வெல்டிங் ஓர்க்ஸ், என தலைப்பிட்ட ரசீதில் வேலைக்கூலி எழுதப்பட்டு, பணம் பெற்றுக்கொண்டேன் - உரிமையாளர் எனுமிடத்தில் யாருடைய

கையெழுத்தோ கிறுக்கப்பட்டு ஃபார் மகாராஜன் என்றிருந்தது.

பணம்கொடுத்து ரசீதினைப் பெற்றுக்கொண்டார்.

பட்டறையைவிட்டுக் கீழிறங்கிய மகாராசன் வண்டியின் ஸ்டாண்டை விலக்கியதும், எதேச்சையாய் ஒர்க்சாப்பின் முகப்பிலிருந்த பெயர்ப் பலகையைப் பார்த்தார்.

மகாராஜன் இன்ஜினீயரிங் லேத் அன் வெல்டிங் ஒர்க்ஸ்

(இங்கு அனைத்து விதமான கடைசல் மற்றும் வெல்டிங் வேலைகள் சிறந்தமுறையில் செய்து தரப்படும்.) உரிமையாளர் மா. மகாராஜன்.

பெயர்ப்பலகை கொஞ்சம் அழுக்குப் படிந்திருந்தாற் போலிருந்தது.

வருகிற ஆயுதபூஜைக்கு புதுப்பலகை மாற்றி எழுதச் சொல்ல வேண்டும். கொஞ்சநேரம் அங்கேயே நின்று பார்த்துக் கொண்டே இருந்தார்.

★★★

ம. காமுத்துரை

தேனிமாவட்டம் அல்லிநகரத்தில் வசிக்கும் ம. காமுத்துரை நாற்பதாண்டுகளுக்கும் மேலாக இலக்கியத்தளத்தில் இயங்கிக்கொண்டு வருபவர். இவர் தமிழ்நாடு முற்போக்கு எழுத்தாளர் கலைஞர்கள் சங்கத்தின் மாநிலசெயற்குழு உறுப்பினர். 1983ல் துவங்கி இன்றுவரை *ஆனந்த விகடன், குமுதம், குங்குமம்* உள்ளிட்ட தமிழகத்தின் அனைத்து பிரபல வெகுஜன இதழ்களிலும் இலக்கியச் சிற்றிதழ்களிலும் தன்னுடைய படைப்புகளை வழங்கி வருகிறார். இதுவரை ஆறு நாவல்கள் பத்து சிறுகதைத் தொகுப்புகள் எழுதி வெளியிட்டுள்ளர்.

விளிம்புநிலை மனிதர்களின் அன்றாட வாழ்வின் விழுமியங்களை அவர்களது மண் சார்ந்த மொழியிலேயே எழுத்தாக்கும் முன்னணிப் படைப்பாளியாவார்.

இவரது இலக்கியப் பணிக்காக ஆனந்த விகடன் விருது, உயிர்மை இதழ் – சுஜாதா அறக்கட்டளை, பிரபஞ்சன் நினைவு நாவல் விருது, சௌமா அறக்கட்டளை விருது, எஸ்ஆர்வி கல்விக் குழும விருது, திருப்பூர் தமிழ்ச் சங்க விருது, தமுஎகசவின் புதுமைப்பித்தன் நினைவு விருது என நாற்பதுக்கும் மேற்பட்ட விருதுகளும் பரிசுகளும் பெற்றுள்ளார்.

இவரது கதைகள் ஆங்கிலம், உருது ஆகிய மொழிகளில் பெயர்ப்பு செய்யப்பட்டுள்ளன. தற்சமயம் தமிழ்த் திரைத்துறையிலும் கதை வசனகர்த்தாவாக கால் பதித்துள்ளார்.

மில், குதிப்பி, கோட்டைவீடு, முற்றாத இரவொன்றில், புழுதிச்சூடு, குல்பி ஐஸ் விற்பவன் காதல் கதை போன்ற படைப்புகள் குறிபிடத்தக்கனவாகும்.

www.ingramcontent.com/pod-product-compliance
Ingram Content Group UK Ltd.
Pitfield, Milton Keynes, MK11 3LW, UK
UKHW042135021026
15589UKWH00003B/843

9 789391 748456